அம்பேத்கரின் முகப்புரை

இந்திய அரசமைப்புச் சட்டத்தின் இரகசிய வரலாறு

பாராட்டுரைகள்

அம்பேத்கரின் முகப்புரை ஓர் அரசமைப்பு வரலாறு. முகப்புரையின் சிறப்புமிக்க அரசமைப்பு விழுமியங்களைக் கருத்தியலாக்க மேற்கொள்ளப்பட்ட ஆழமான ஆய்வு, ஆலோசனைகள் ஆகியவற்றை எடுத்துரைக்கிறது. நமது குடியரசின் சட்டப்பூர்வமான சமூகச் சட்டகங்களுக்கு டாக்டர் அம்பேத்கரின் அளவற்ற தொலைநோக்கையும் பங்களிப்பையும் இந்நூல் படம்பிடித்துக் காட்டுகிறது. பிறரால் இதுவரையில் மேற்கொள்ளப்படாத ஒரு துறையைத் தேர்ந்தெடுத்ததற்காக ஆகாஷ் சிங் ரத்தோர் சிறப்பான பாராட்டுக்குத் தகுதியாகிறார்.

நீதியரசர் K.G. பாலகிருஷ்ணன்,
முன்னாள் இந்தியத் தலைமை நீதிபதி

இந்திய அரசமைப்புச் சட்டத்துக்கான முகப்புரையின் மையக் கருத்துகளின் தொடக்கங்களையும் அவற்றின் தாக்கங்களையும் உள்ளொளியுடன் பகுப்பாய்வு செய்யும் நூல். அரசமைப்புச் சட்டம் பற்றிப் பல நல்ல நூல்கள் இருக்கின்றன. ஆனால் அவற்றில் எதுவும் முகப்புரையில் கவனம் செலுத்தி அதன் தனித்துவமான கருத்தியல் சட்டகத்தைத் திறந்துகாட்ட அதனைப் பயன்படுத்தவில்லை. இது அம்பேத்கரின் முதன்மையான பங்களிப்பு பற்றிய மிக மதிப்புள்ள நூல்.

பிக்கு பரேக், பிரபுக்கள் சபை உறுப்பினர்,
பிரிட்டிஷ் அகாடமி ஆய்வாளர்

அம்பேத்கரின் முகப்புரை முக்கியத்துவம் வாய்ந்தது. அம்பேத்கர் எவ்வாறு இந்திய அரசமைப்புச் சட்டத்தின் முக்கியப்பகுதியை வரைவு செய்து கொண்டுசென்றார் என்று நிறுவுகிறது; மேலும் அதன் ஆன்மாவான முகப்புரையை அவர் எவ்வாறு அமைத்தார் என்பதையும் சொல்கிறது. இந்தியாவின் உயிரோட்டமுள்ள அரசமைப்புச் சட்டத்தின் முக்கியத் தத்துவத்துக்கு யார் பொறுப்பு என்பது பற்றிய பல மர்மங்களைத்

தீர்த்துவைக்கிறது. மாணவர்கள், செயல்பாட்டாளர்கள், வழக்கறிஞர்கள், நீதிபதிகள் ஆகிய அனைவரின் புத்தக அலமாரியிலுமிருக்க வேண்டிய நூல்..

காஞ்ச அய்லய்யா ஷெப்பர்ட், செயல்பாட்டாளர்,
நான் ஏன் இந்து அல்ல, நூலாசிரியர்.

இந்திய அரசமைப்புச் சட்டத்திற்கான முகப்புரையை வரைவு செய்து ஏற்றதன் இரகசிய வரலாற்றை ஆகாஷ் சிங் ரத்தோர் தெளிவு செய்கிறார். இந்த இடைஞ்சலான காலகட்டத்தில் நீதிக்காகப் போராடும் திட்டத்தை நம்முடையதாக ஏற்பதன்மூலம் அம்பேத்கரின் வேலைப்பாட்டினை நம்முடையதாக ஆக்க வேண்டுமென்று வற்புறுத்துகிறார். அனைத்துத் தனிமனிதரின் சகோதரத்துவ மாண்பைக் காப்பதன் மூலமே நாட்டின் ஒருமைப்பாட்டை அடையமுடியும். அரசமைப்புச் சட்டத்தில் ஒரு பெரிய அடிக்குறிப்பாக இருக்கும் முகப்புரையை அவர் ஒழுக்க நெறியின் அடிப்படையில் பொருள் கொள்வது இன்றைய அவசரத் தேவை. ஏனென்றால் அது செல்வதற்கும் வருகைக்குமானவற்றைக் கொண்டிருக்கிறது.

உபேந்திர பக்சி,
புகழ்மிக்க அரமைப்புச் சட்ட வல்லுநர், எழுத்தாளர்

நமது முந்தைய தலைமுறையினர் முகப்புரையில் நமது மனித விழுமியங்களைக் கொண்டுவந்தார்கள். புதிய தலைமுறையினர் இந்த விழுமியங்களை நினைவில்கொண்டு நடைமுறைப்படுத்த வேண்டும். இவற்றிலிருந்துதான் நமது நாடு பிறந்தது. நமது குடியரசின் எழுபதாவது ஆண்டைக் கொண்டாடும் இவ்வேளையில், இந்தச் சுவையான நூலைப் படிக்கவேண்டும் என்று வலியுறுத்துகிறேன்.

சயிதா ஹமீத், பெண் உரிமைப் போராளி,
திட்டக் குழுவின் முன்னாள் உறுப்பினர்.

அம்பேத்கரின் முகப்புரை உற்சாகமூட்டும் துப்பறியும் கதை. அம்பேத்கரின் வாழ்க்கை அவரது சிந்தனை ஆகியவற்றிற்கான தேவையான துணைவன், இந்தியக் குடியரசின் அறிவு, அடிப்படைகளுக்குள்ளான பார்வை ஆகிய அனைத்தும் கலந்த கலவை.

ரோகித் டே, *அவுட்லுக்*

அம்பேத்கரின் முகப்புரை என்ற தனது இன்னொரு நூலில் ஆகாஷ் சிங் ரத்தோர் அரசமைப்புச் சட்டத்தின் வரைவுக் குழுவின் தலைவராக அம்பேத்கரின் முன்னோடிச் செயல்பாட்டைக் கொண்டாடுகிறார். நாம் பொதுவாக மதிப்புத்தருவதை விட அதிகமாக தலித் தலைவருக்கு முகப்புரையின் முக்கியக் கருதியல்களுக்காக மதிப்புத் தரவேண்டும் என்று வாதிடுகிறார். நமது இந்திய அரசின் அடிப்படை விழுமியங்களை வரையறை செய்கின்ற முகப்புரைக்கு அம்பேத்கரிய உரிமையின் மையத்தன்மையை இந்த ஆய்வு ஏற்றுக் கொள்கிறது.

மின்ட்

இந்த நூல் பொதுவாக மக்களின் எண்ணமான முகப்புரை ஜவகர்லால் நேருவுடையது என்பதைக் (இதை ரத்தோர் ஒன்றிய பொது சேவை வாரியத்தின் கருத்து என்பார்) கேள்வி கேட்கிறது. தனது புத்தகத்தில் கவர்ச்சிமிக்க ஆய்வின் வழியாய் ரத்தோர் முகப்புரையின் ஆசிரியராக அம்பேத்கருக்கே மதிப்பளிக்கிறார்.

டெக்கான் ஹெரால்ட்

அரசமைப்புச் சட்டம் முழுவதிலும் அம்பேத்கருடைய முத்திரையின் கேள்விகேட்க முடியாத இடத்தை ரத்தோரின் நூல் நம்மைப் புரிந்துகொள்ளச் செய்கிறது. முகப்புரையின், அதன் வரைவின் சொற்பொருளோடு இழையோடச் செய்யும் தத்துவம் பற்றியது இந்த நூல். அம்பேத்கரின் வழியில் இன்று நீதி, தன்னுரிமை, சகோதரத்துவம், மேலும் சிறப்பாக மாண்பு ஆகியவற்றிற்கு என்ன பொருள் என்று சொல்கிறது. தத்துவார்த்த தொனியில் வாசிக்கும்போது புத்துணர்ச்சி ஏற்படுத்துகிறது. முகப்புரையை ஆழமாகப் புரிந்துகொள்ள உதவுகிறது.

தி டிரிபியூன்

அம்பேத்கரின் முகப்புரை

இந்திய அரசமைப்புச் சட்டத்தின் இரகசிய வரலாறு

ஆகாஷ் சிங் ரத்தோர்

தமிழில்

ச. வின்சென்ட்

எதிர் வெளியீடு

அம்பேத்கரின் முகப்புரை
இந்திய அரசமைப்புச் சட்டத்தின் இரகசிய வரலாறு
ஆகாஷ் சிங் ரத்தோர்
தமிழில்: ச. வின்செண்ட்

முதல் பதிப்பு: ஜனவரி 2025

எதிர் வெளியீடு,
96, நியூ ஸ்கீம் ரோடு, பொள்ளாச்சி – 642 002
தொலைபேசி: 04259 226012, 99425 11302

விலை: ரூ. 350

Ampetkarin Mukappurai
Intiya aracamaippuc cattattin irakaciya varalaau
Ambedkars Preamble
A Secret History of the Constitution of India
Aakash Singh Rathore

Copyright © Aakash Singh Rathore 2020

Tamil translation of 'Ambedkars Preamble' First published by Ethir Veliyeedu, 2025 By arrangement with Penguin Random House India.

Translated by S. Vincent
First Edition: January 2025

Published by
Ethir Veliyeedu, 96, New Scheme Road, Pollachi – 2
Email: ethirveliyedu@gmail.com
www.ethirveliyeedu.com

ISBN: 978-93-48598-28-8
Cover Design: Santhosh Narayanan
Printed at Jothy Enterprises, Chennai.

All rights reserved. No part of this book may be reprinted or reproduced or utilised in any form or by any electronic, mechanical or other means, now known or hereafter invented, including Photocopying and recording, or in any information storage or retrieval system, without permission in writing from the Publisher.

ஆகாஷ் சிங் ரத்தோர்

ஆகாஷ் சிங் ரத்தோர் ஓர் உலகப் புகழ்பெற்ற தத்துவ ஞானி. விளையாட்டு வீரரும் கூட. ஜவகர்லால் நேரு பல்கலைக்கழகம், டில்லி பல்கலைக்கழகம் முதலான இந்திய பல்கலைக்கழகங்களிலும், பென்சில்வேனியா பல்கலைக்கழகம், டொரோண்டோ பல்கலைக்கழகம் முதலான வெளிநாட்டுப் பல்கலைக்கழகங்களிலும் பணியாற்றியிருக்கிறார். 'Rethinking India' என்ற பதினைந்து தொகுதிகளையுடைய நூல்வரிசையின் தொகுப்பாசிரியர். அரசியல் தத்துவம், சட்டம், இலக்கியம், விளையாட்டு, ஒயின் முதலான பல துறைகள் தொடர்பான நூல்கள் பதினெட்டின் ஆசிரியர்.

ச. வின்சென்ட்
மொழிபெயர்ப்பாளர்

மதுரை, கருமாத்தூர் அருள் ஆனந்தர் கல்லூரியில் ஆங்கிலத் துறைத் தலைவராக இருந்து ஓய்வு பெற்றவர். நைஜீரிய நாவலாசிரியர் சினுவ அச்சிபியின் நாவல்களை ஆய்வு செய்து முனைவர் பட்டம் பெற்றவர். பல நூல்களை ஆங்கிலத்திலிருந்து தமிழுக்கும், தமிழிலிருந்து ஆங்கிலத்திற்கும் மொழியாக்கம் செய்திருக்கிறார். சுயமுன்னேற்ற நூல்கள், முதியோருக்கான நூல் முதலானவற்றையும் எழுதியிருக்கிறார். எதிர் வெளியீட்டில் ஃபிராய்ட் முதல் பாதரசம் எனும் நஞ்சு வரை என இதுவரை பதினைந்து நூல்கள் வெளிவந்திருக்கின்றன. பொள்ளாச்சி அருட்செல்வர் மகாலிங்கம் மொழிபெயர்ப்பு மையம், நியூ சென்சுரி புக் ஹவுஸ், நம் வாழ்வு, சந்தியா பதிப்பகம், பன்முக மேடை முதலிய பதிப்பகங்கள் இவரது நூல்களை வெளியிட்டிருக்கிறார்கள்.

இந்திய அரசமைப்புச் சட்டம்
முகப்புரை

இந்திய மக்களாகிய நாம், இந்தியாவை ஓர் **இறையாண்மையுள்ள**, சமதர்ம நெறி சார்ந்த, மதச் சார்பற்ற மக்களாட்சிக் குடியரசாக அமைக்கவும், அதன் குடிமக்கள் அனைவருக்கும்,

சமுதாய, பொருளாதார, அரசியல் **நீதியும்**

சிந்தனை வெளிப்பாட்டில் நம்பிக்கையும், கொள்கைப் பற்றார்வத்தில் மற்றும் வழிபாட்டில் **சுதந்திரமும்**,

தகுதி நிலையிலும், வாய்ப்பிலும் **சமத்துவமும்**

உறுதியாகக் கிடைக்கச் செய்யவும், தனி ஒருவரின் மாண்புக்கும், நாட்டின் ஒற்றுமைக்கும் ஒருமைப்பாட்டுக்கும் உறுதியளிக்கும் **சகோதரத்துவம்** பெறப்படவும் உறுதிபூண்டு,

1949 நவம்பர் 26ஆம் நாளாகிய இன்று **நம்முடைய** அரசமைப்புப் பேரவையில், இந்திய அரசமைப்பை ஏற்று, சட்டமாக **இயற்றி** நமக்கு நாமே வழங்கிக்கொள்கிறோம்.

வெளிப்படையாக இல்லாவிட்டாலும் இரகசியமாகவாவது வரைவுக் குழு ஏற்றுக் கொள்ளும் என்று நினைக்கிறேன்,

- அரசமைப்புப் பேரவையில் நசிருதின் அகமது
25 நவம்பர் 1949

பொருளடக்கம்

முகவுரை: ஓர் இரகசியத்தின் கூறு	13
முன்னுரை: நான்கு முகப்புரைகளின் கதை	25
1. நீதி: B.R. அம்பேத்கரின் கதை	51
2. தன்னுரிமை: தன்னாட்சி யாருடைய பிறப்புரிமை?	79
3. சமத்துவம்: அரசமைப்புச் சட்டம் ஒரு புரட்சி	107
4. சகோதரத்துவம்: எல்லோர் மேலும் அன்பு, யார் மேலும் வெறுப்பு இல்லை	137
5. மாண்பு: உணவு அல்ல மரியாதை	163
6. நாடு: ஒரு மாயையின் வருங்காலம்	191
முடிவுரை	211
பின்னிணைப்பு 1: நிகழ்வுகளின் காலவரிசை	217
பின்னிணைப்பு 2: வரைவு முகப்புரைகளின் குறுங்காட்சி	225
குறிப்புகள்	232
உதவிய நூல்கள்	248

முகவுரை
ஓர் இரகசியத்தின் கூறு

1949ஆம் ஆண்டு நவம்பர் 17 அன்று, வரைவு ஆணையத்தின் தலைவர் பீம்ராவ் ராம்ஜி அம்பேத்கர், பேரவையினால் முடிவு செய்யப்பட்டவாறு அரசமைப்புச் சட்டம் நிறைவேற்றப்படுதலை முன்மொழிந்து இந்தியாவின் அரசமைப்பு பேரவையின் நிகழ்ச்சிகளைத் தொடங்கிவைத்தார். இந்த முன்மொழிவைக் கேட்டவுடன் பேரவையின் உறுப்பினர்களிடமிருந்து 'Cheers' என்று முழக்கங்கள் ஒலித்ததாக நிகழ்வுகளைப் பதிவு செய்த எழுத்துப் படிவத்தில் அடைப்புக் குறிகளுக்குள் கொடுக்கப் பட்டிருந்தது.[1]

டாக்டர் அம்பேத்கரின் முன்மொழிவு, பேரவையினால் அரசமைப்புச் சட்ட வரைவின் மூன்றாவது வாசிப்பின் தொடக்கம். முந்தைய ஆண்டில் ஏற்கெனவே இரண்டு வாசிப்புகள் முடிந்துவிட்டன. இது இறுதிச் சுற்று.

நசிருதீன் அகமது அரசமைப்புப் பேரவையின் உறுப்பினர், மேற்கு வங்கத்தின் பிரதிநிதி. அவர் அரசமைப்புச் சட்ட முன் வரைவு 1948 நவம்பர் 4 அன்று முதல் வாசிப்புகள் முதலில் அறிமுகப்படுத்தியதிலிருந்தே அதனை விமர்சனத்துக்கு உட்படுத்தி வந்தார். வரைவுச் சட்டத்தின் பாடத்தில் நிறைய பிழைகள், முரண்கள், திரும்பச் சொல்லுதல், தேவைக்கு அதிகமானவற்றைக் கூறுதல் ஆகியவை இருப்பதாக உறுதிபடக் கூறினார்.[2] இந்தச் சிக்கல்களுக்குக் காரணம் வரைவுதான் என்று குற்றம் சாட்டினார். வரைவு அரசமைப்புச் சட்டத்திற்குத் தரப்பட்ட வெளிப்படையான விமர்சனங்களுக்கு வரைவுக் குழுவின் மேல் இருந்த சந்தேகம் தூபமிட்டது. வரைவுப் பாடத்தினை அகமது விமர்சனம் செய்ததற்கு அடிப்படையாக

அதனை வரைவு செய்த முறைகள் பற்றிய அவரது எரிச்சல் இருந்தது.

அம்பேத்கரின் தலைமையிலான வரைவுக் குழு அரசமைப்புச் சட்டத்தை வரைவு செய்த முறையில் வெளிப்படைத் தன்மை இல்லை என்றும் வரைவு அரசமைப்புச் சட்டத்தில் அரசமைப்புப் பேரவைக்குத் தெரியாமல் அல்லது அதன் அனுமதி இல்லாமல் மாற்றங்கள் செய்தது என்றும் அகமது நம்பினார். அவருடைய தனிப்பட்ட சந்தேகத்தை அரசமைப்புப் பேரவையில் பொதுப்படையான குற்றச்சாட்டாக வைத்தார். அதிலுள்ள இலக்கணப் பிழைகளையும், வாக்கிய அமைப்பில் செய்த மாற்றங்களையும் பட்டியலிட்டார். 1949 நவம்பர் 25 அன்று அவர் பின்வருமாறு குறிப்பிட்டார்:

> இது நிறுத்தக் குறிகளில் செய்ய வேண்டிய மாற்றம்தான். இவற்றை வரைவுக் குழு வெளிப்படையாக இல்லா விட்டாலும் இரகசியமாகவாவது ஏற்றுக்கொள்ளும் என்று நினைக்கிறேன்.[3]

அகமது சுட்டிக் காட்டிய ஆதாரங்கள் வாக்கிய அமைப்பைப் பற்றியவையாகவே இருந்தன. மறைமுகமான இந்தக் குறிப்பு சொற்பொருளுக்கும் விரிந்தது. அரசமைப்புச் சட்டத்தின் சொற்கள் சொற்றொடர்கள் ஆகியவற்றின் பொருளை மாற்றும் வேலையில் வரைவுக் குழு ஈடுபட்டிருக்கிறது.

அரசமைப்புப் பேரவையில் வேறு சில உறுப்பினர்களும் அதே கருத்தைக்கொண்டிருந்தார்கள். K.சந்தானம் (சென்னை) R.R. திவாகர் (பம்பாய்), மௌலானா ஹஸ்ரத் மோகானி (ஐக்கிய மாகாணங்கள்) ஆகியோர் இது பற்றிப் பேரவையில் குறைபட்டுக்கொண்டார்கள்.

> சந்தானம்: வரைவுக் குழு தங்களைச் சட்டத்துக்குப் புறம்பாக அரசமைப்புக் குழுவாக மாற்றிக்கொண்டு விட்டது என்று நினைக்கிறேன். இந்தப் பேரவையின் கூட்டத்தில் ஏற்றுக்கொள்ளப்பட்ட முக்கிய சரத்துக்களை மாற்றும் பொறுப்பினைத் தானாகவே எடுத்துக்கொண்டது.[4]

> திவாகர்: வரைவுக் குழுவும் அதன் தலைவரும் அரசமைப்புப் பேரவையின் முடிவுகளை மட்டும் வரையவில்லை; என்னுடைய பணிவான கருத்தின்படி, வரைவு செய்வதற்கு

அப்பாலும் சென்றுவிட்டது. முடிவுகளை மறுபரிசீலனை செய்திருக்கிறது. சில முடிவுகளைத் திருத்தியிருக்கிறது. சிலவற்றை மாற்றி அமைத்திருக்கிறது.[5]

மோஹானி: அம்பேத்கர் தனது வழியை விட்டு விலகிச் சென்றுவிட்டார். 'நோக்கங்களின் தீர்மானத்தின்படி' அவர் செயல்படவில்லை. அவர் செய்திருப்பதை அனைவரும் பார்க்க வேண்டும் என்று வேண்டுகிறேன். 'நோக்கங்களின் தீர்மானத்தின்படி' அரசமைப்புச் சட்டத்தை வரைவு செய்யாமல், அவர் இப்போது முன் மொழிவதற்கு ஏற்ப நோக்கங்களின் தீர்மானத்தை ஆக்க விரும்புகிறார்.[6]

ஒளிவு மறைவானது என்று சொல்லப்பட்ட செயல் முறையின் ஓர் இரகசியத்தைத்தான் முகப்புரையின் இந்த வரலாறு வெளிக் கொணர்கிறது. என்றாலும் அது ஒன்றை மட்டுமே இல்லை.

முகப்புரையின் ஆசிரியர்

இந்திய அரசமைப்புச் சட்டத்தின் முகப்புரையை யார் எழுதியது? குடிமைத் தேர்வுப் பயிற்சி ஏட்டில் காணப்படும் வினாவைப் போலத் தோன்றலாம். அப்பயிற்சி ஏடுகளில்தான் இந்த வினா இருக்கும். ஆனால் அவை தரும் விடைகள்தான் தவறாக இருக்கும்.

முகப்புரையின் ஆசிரியர் யார் என்பது மர்மமாக இருக்கிறது. அரசமைப்புப் பேரவையில் போல இல்லாது, வரைவுக் குழுவின் கூட்டங்களின் நடவடிக்கைகள் வரிக்கு வரி பதிவு செய்யப்படவில்லை. இக்கூட்டங்களில் அரசமைப்புச் சட்டத்தின் எல்லாப் பிரிவுகளும், விதிகளும் முன் வைக்கப்பட்டு, விவாதிக்கப்பட்டு, ஆராயப்பட்டு, மாற்றப்பட்டு இறுதி செய்யப்படும். ஆனால் இங்கு அவற்றை அப்படி வரிக்கு வரி பதிவிடாமல், குறிப்புகள் *(minutes)* மட்டுமே எழுதப்பட்டன. மிக முக்கியமான வரைவுக் குழுக்களின் கூட்டங்களில், முகப்புரை விவாதிக்கப்பட்டு முடிவு செய்யும்பொழுது, எல்லாக் குறிப்புகளுமே கிடைக்கவில்லை. அதைவிட மோசம் என்னவென்றால், வரைவுக் குழுக் கூட்டங்களில் கலந்து கொண்டவர்களின் சொந்தக் கருத்துகளும், வரைவுக் கூட்டங்களில் கலந்துகொள்ளும் உரிமை இல்லாத அரசமைப்புப் பேரவை உறுப்பினர்களின் சம கால அறிக்கைகளும்,

எழுத்துக்களும், வரலாற்றாசிரியர்களுடைய கருத்துகளும், வரைவுச் செயல் முறையை அறிந்தவர்களின் யூகங்களும் ஒன்றுக்கொன்று முரண்படுகின்றன.

முகப்புரையின் ஆசிரியர் பற்றி நான்கு முரண்படும் கதையாடல்கள் இருக்கின்றன.

முதலாவது, ஒன்றியக் குடிமை பொதுத் தேர்வுக்கான பயிற்சிக் கதையாடல் என்று வைத்துக்கொள்வோம். அதன்படி ஜவகர்லால் நேருதான் முகப்புரைக்குப் பொறுப்பாகிறார்.

அவருடைய நோக்கங்களின், தீர்மானத்தின் அடிப்படையில் தான் இந்தியாவில் வருங்கால அரசமைப்புச் சட்டத்தின் நோக்கங்களையும், குறிக்கோள்களையும் அரசமைப்புப் பேரவை ஒரு மனதாக ஏற்றுக்கொண்டது. எனினும், மோஹானி என்ற பேரவை உறுப்பினரின் புகார் இதனைக் கேள்விக்கு உட்படுத்துகிறது.

இரண்டாவது, முதிர்ச்சியும் தெளிவும் இல்லாத ஒரு கருத்து. ஏனென்றால் இது டாக்டர் அம்பேத்கருக்கு எதிராக ஒரு தலைப்பட்ட கருத்தோடு அரசமைப்புச் சட்ட வரைவு வரலாற்றைப் பற்றிய மிகைப்பட்ட விபரத்தையும் கலக்கிறது. இந்தக் கருத்தின்படி பி.என்.ராவ்தான் முகப்புரையின் ஆசிரியர் என்று சொல்லப்பட்டது. அவர் அரசமைப்புச் சட்ட ஆலோசகராக இருந்தார். அந்த முறையில் அவரிடம் ஆய்வுக்குரிய அரசமைப்பு வரைவை முழுவதுமாக ஒன்று சேர்க்கும் பொறுப்பு ஒப்படைக்கப்பட்டது. அதுவே இனி வரும் வரைவுக் குழுவின் பணிக்கு அடிப்படையாக இருக்கும்.

மூன்றாவது கருத்துப்படி, வரைவுக் குழு மொத்தமுமே வரைவுக்குப் பொறுப்பு. ஒவ்வொரு உறுப்பினருக்கும் இதில் பங்குண்டு. இது கேட்பதற்கு இனிமையானது. இந்தியக் குடியரசின் கூட்டுறவுத் தொடக்கங்களைக் கண்டு ஒரு தேசிய உணர்வை ஏற்படுத்துகிறது. ஆனால், உண்மைக்குப் புறம்பானது. டி.டி. கிருஷ்ணமாச்சாரிதான் வரைவுக் குழுவின் உறுப்பினர். நினைவுக் குறிப்புகள் பலவற்றின் ஆசிரியர். உள்ளே நடந்தவை பற்றி நேர்முகங்களில் அவர் பதிவு செய்திருக்கிறார். விபரங்களையும் குறிப்பிட்டிருக்கிறார்.[7] வரைவுக் குழுவில் முதலிலிருந்த ஏழு உறுப்பினர்களில் ஒருவர் (D.P.கைத்தான்) இறந்துவிட்டார். ஒருவர் அமெரிக்காவில் இருந்தார். (கிருஷ்ணமாச்சாரி,

இங்கே பி.என்.ராவைக் குறிப்பிடுகிறார். அவர் உறுப்பினர் இல்லை) இன்னொருவர் அரசுப் பணிகளில் ஈடுபட்டிருந்தார். (N.கோபால் சாமி ஐயங்கார்). இன்னும் இருவர் உடல்நலக் குறைவால் (முகமது சாதுல்லா, N.மாதவ ராவ்) கூட்டங்களில் கலந்துகொள்ள முடியவில்லை. சுருக்கமாகச் சொன்னால் முக்கிய உறுப்பினர்களில் ஐந்து பேர் வரைவு வேலையில் பங்களிக்கவில்லை என்று கிருஷ்ணமாச்சாரி கூறுகிறார்.

எனவே, அரசமைப்பை வரைவு செய்யும் பொறுப்பு இறுதியில் டாக்டர் அம்பேத்கர் மேல் விழுந்தது. இப்பணியைப் பாராட்டுக்குரிய வகையில் அவர் செய்து முடித்ததற்கு நாம் நன்றியுள்ளவர்களாக இருக்கிறோம்.[8]

நோக்க உரையை வரைவு செய்வது, அதனை இறுதி செய்வது ஆகியவற்றைப் பொறுத்தவரையில் தொடக்கக் கூட்டங்களில் நான்கு பேரும், கடைசிக் கூட்டத்தில் மூன்று பேரும் மட்டுமே இருந்தார்கள். அவர்களில் ஒருவர் டாக்டர் அம்பேத்கர். அவர் ஒரு கூட்டத்தைக் கூடத் தவறவிட்டதில்லை.

இவ்வாறு நாம் நான்காவது கருத்துக்கு வருகிறோம். இது முகப்புரையை முழுவதுமாக எழுதியது பி.ஆர்.அம்பேத்கர் என்று சொல்கிறது. குறிப்புகளின்படியோ அல்லது உறுதியான ஆதாரத்துடனோ இது இல்லை. வேறு யாரும் இருக்க வாய்ப்பில்லை என்பதால் இந்த முடிவுக்கு வருகிறோம். அரசமைப்புச் சட்டத்தின் முதன்மைச் சிற்பி என்று அவருக்குப் பெயர் கொடுத்துவிட்டதால், முகப்புரைக்கும் அவரே ஆசிரியர் என்று முடிவுக்கு வரலாம். ஆனால் இந்தக் கருத்தில் இரண்டு சிக்கல்கள் உள்ளன. முதலாவதாக அரசமைப்புச் சட்டத்தை வரைவு செய்வதும், முகப்புரையை வரைவு செய்வதும் வெவ்வேறானவை. ஆனால் ஒன்றுக்கொன்று தொடர்புடையவை. நாம் அதன் இரகசிய வரலாற்றை ஆராயும்பொழுது இது தெளிவாகும்.

இரண்டாவது, ஆசிரியர் என்பதற்கும் சிற்பி என்பதற்கும் இடையிலான வேறுபாட்டை விவாதிப்பதால் வருவது. இந்த விவாதம் சாதி வெறுப்பு, அடையாள அரசியல் ஆகியவற்றால் தூண்டப்பட்டவை. அதைப் பற்றிக் கவனம் செலுத்துவது அவசியமில்லை. ஆகவே அதைக்கொண்டு நாம் முகப்புரையின் ஆசிரியர் பற்றி வந்த முடிவுக்குச் சவால் இல்லை. ஏனென்றால்

ஒருவரை முதன்மைச் சிற்பி என்று அழைப்பதால் அவர்தான் அந்த ஆவணத்தின் ஆசிரியர் என்று ஆகாது.

அப்போதைய பிரதமர் ஜவகர்லால் நேரு 1956 டிசம்பர் 6 அன்று மக்களவையில் அம்பேத்கர் மறைவுக்கு ஆற்றிய இரங்கல் உரை அம்பேத்கருக்கு எல்லோரும் முதன்மைச் சிற்பி என்று தந்த பெயரை உறுதி செய்தது. 'நமது அரசமைப்புச் சட்டத்தின் சிற்பிகளில் ஒருவர் என்று அம்பேத்கர் பேசப்படுகிறார். அம்பேத்கரை விட அரசமைப்புச் சட்டத்தை உருவாக்குவதில் அதிகக் கவனமும், அக்கறையும் காட்டியவர் ஒருவருமில்லை என்பதில் ஐயமில்லை.'[9] அரசமைப்புச் சட்டத்தை உருவாக்கும் பணிபற்றி 1949 நவம்பர் அன்று ஆற்றிய இறுதி உரையில் அம்பேத்கர் வரைவுக் குழுவிலும் வெளியிலும் உள்ளவர்களின் பங்களிப்பைப் பற்றிக் குறிப்பிட்டிருக்கிறார் என்று விமர்சகர்கள் உடனே மறுப்பு தெரிவித்தார்கள். ஆனால் டாக்டர் அம்பேத்கர் மற்றவர்களுக்குரிய மதிப்பை அளிக்காதிருந்தால் அது தற்பெருமைக்காரத்தனமாக இருந்திருக்கும், அது அவரது பண்பும் இல்லை.

முகப்புரையின் ஆசிரியர் யார் என்பது பற்றிய இந்த இரண்டு சிக்கல்களைவிட முக்கியமானது, டாக்டர் அம்பேத்கர் தான் முகப்புரையின் ஆசிரியர் என்று கூறுவதில் பலருக்கும் ஆர்வமில்லை என்பதுபோலக் காணப்படுகிறது. அரசமைப்புச் சட்டத்தின் மொத்தத்திலும் முகப்புரையின் ஆசிரியர் யார் என்கிற கேள்வி பின்னுக்குத் தள்ளப்பட்டுவிட்டது.

இங்கே தரப்படுகின்ற விளக்கத்தில் காணப்படுகின்ற முக்கியத்துவம் வேறானது, முகப்புரை முன்னிலை படுத்தப்பட்டு அரசமைப்புச் சட்டம் ஓரளவு குறைவான கவனம் பெறலாம். முகப்புரையும், அரசமைப்புச் சட்டமும் முழுமையாக ஆராயப்பட்டு எந்தப் பகுதியும் முக்கியத்துவம் குறையாதபடி ஒரு முழுமையான நூல் எழுதப்பட வேண்டும். அதுவரையில் முகப்புரைக்கு முக்கியத்துவம் தருவது பயனுடையது. ஏனென்றால், எண்பத்தொரு எழுத்துகளுள்ள, உண்மையிலேயே உன்னதமான வரலாற்று ஆவணத்தின் செய்தி - வெளிப்படையாகத் தெரியும். அதன் செய்தியும், இரகசியமாகக் குறியீடுகளில் பொதிந்துள்ள செய்தியும் - பெருமளவில் பரப்பப்பட வேண்டியவை. சுருக்கமாகச் சொன்னால், குடியரசு என்ற முறையில் நமது ஒட்டுமொத்த ஆவல்களையும் முகப்புரை பறைசாற்றுகிறது.

ஒரு நாடாக நமது ஒற்றுமையின் சாத்தியக் கூற்றுக்கான முன் நிபந்தனையான கொள்கைகளை உச்சரிக்கிறது.

அம்பேத்கரைப் பின்பற்றிய முகப்புரையா?

அம்பேத்கரின் முகப்புரை, இந்திய அரசமைப்புச் சட்டத்தின் மூல முகப்புரை

> **இந்திய மக்களாகிய நாம்**, இந்தியாவை ஓர் **இறையாண்மையுள்ள, சமதர்ம நெறி சார்ந்த, மதச் சார்பற்ற மக்களாட்சிக் குடியரசாக** அமைக்கவும், அதன் குடிமக்கள் அனைவருக்கும்,
>
> சமுதாய, பொருளாதார, அரசியல் **நீதியும்**
>
> சிந்தனை வெளிப்பாட்டில் நம்பிக்கையும், கொள்கைப் பற்றார்வத்திலும் வழிபாட்டிலும் **சுதந்திரமும்**,
>
> தகுதி நிலையிலும், வாய்ப்பிலும் **சமத்துவமும்**
>
> உறுதியாகக் கிடைக்கச் செய்யவும், தனி ஒருவரின் மாண்புக்கும், நாட்டின் ஒற்றுமைக்கும் ஒருமைப்பாட்டுக்கும் உறுதியளிக்கும் **சகோதரத்துவமும்** பெறப்படவும், உறுதிபூண்டு,
>
> 1949 நவம்பர் 26ஆம் நாளாகிய இன்று **நம்முடைய அரசமைப்புப் பேரவையில், இந்திய அரசமைப்பை ஏற்று, சட்டமாக இயற்றி நமக்கு நாமே வழங்கிக் கொள்கிறோம்**.

இந்த வாசகம் 1976ஆம் ஆண்டுக்குப் பிந்தைய இப்போதைய முகப்புரையிலிருந்து சிறிது மாறுபட்டது. நான்கு வார்த்தைகள் இல்லை. 'சமயச் சார்பற்ற', சோஷலிசம், ஒருமைப்பாடு ஆகிய மூன்று முக்கிய கருத்தாக்கங்களும், இணைப்புச் சொல்லான 'and'-உம் இல்லை. அம்பேத்கருடைய முகப்புரை, ஆங்கிலத்தில் எண்பத்தைந்து சொற்கள் உடையது. 1950 மூலத்தில் எண்பத்தொரு எழுத்துகளே உள்ளன.

இந்த நூலில் முழு அரசமைப்புச் சட்டத்தின் மேலில்லாமல், முகப்புரையின் மேல் மட்டுமே கவனம் செலுத்துவது போல, நாம் அம்பேத்கரின் முகப்புரையை மட்டுமே ஆராய்கிறோம், அதற்குப் பின்னால் ஏற்பட்ட பிற விளைவுகள் பற்றிக் கவனம்

செலுத்தவில்லை. அம்பேத்கருக்குப் பின்னர் வந்த முகப்புரை முக்கிய வரலாற்றை உடையது. அதில் செய்யப்பட்ட திருத்தங்கள், அது நீதி ஆய்வுக்கு உட்படுத்தப்பட்டது ஆகிய நிகழ்வுகள் இடம் பெற்றிருக்கின்றன. நீதிமன்றங்கள் முகப்புரைக்கும், அரசமைப்புச் சட்டத்திற்குமுள்ள உறவு பற்றியும், அது எப்படி ஏன் அரசமைப்புச் சட்டத்தின் அடிப்படைக் கட்டமைப்பின் ஒரு பகுதியாக இருக்கிறது என்பது பற்றியும் மாறுபட்ட தீர்ப்புகள் வழங்கியுள்ளன. இது நீதியாட்சியின் வரலாறு. தோல்விகள், தெளிவின்மைகள், சாதனைகள் ஆகியவை கொண்ட வசீகரமான வரலாறு.

இது பற்றிய ஆய்வு நூல்களுக்குக் குறைவில்லை. ஆனால் இவ்வாய்வு நூல்கள் அனைத்துமே இந்திய அரசமைப்புச் சட்டத்தில் முகப்புரை முதன்முதலில் தோன்றிய வரலாற்று நிகழ்ச்சிகளைப் பதிவு செய்யவில்லை. அந்தக் கண நேரம் நன்றாகவே ஆவணப்படுத்தப்பட்டுள்ளது. ஆனால் அது பற்றிய ஆய்வுகள் மேற்கொள்ளப்படவில்லை.

அது 1948ஆம் ஆண்டு பிப்ரவரி 6 அன்று பிறந்தது.

அதன் பெற்றோர்கள் யார்? அதன் வாரிசுரிமை எது? அது கருவில் வளர்ச்சியுற்ற காலம் எது? எங்கு அது பிரசவமானது? அந்தக் குறிப்பிட்ட நாளில் அது ஏன் பிறந்தது? அது எப்படி வளர்ந்து பெரிதானது? இது வரையில் இவை எல்லாம் இரகசியமாகவே இருக்கின்றன.

முகப்புரையின் உடற்கூறு அமைப்பு

முகப்புரைகளுக்கு இடையே, மற்ற அரசமைப்புச் சட்டங்களுக்கு இடையே இருப்பது போலவே பொருள் அடிப்படையில் பல வேறுபாடுகள் உள்ளன. ஆனால் கட்டமைப்பில் அவை ஒரே மாதிரியான பகுதிகளை உடையனவாக இருக்கும்.

முதலில் விளம்பல் (declaratory) பகுதி இருக்கும். இது யார் அதை அமைத்திருக்கிறார்கள், என்ன கட்டளை தருகிறார்கள் என்பதைச் சொல்லும்.

முதலில் எழுதப்பட்ட இந்திய முகப்புரையின் விளம்பல் பகுதி இவ்வாறு இருந்தது.

இந்திய மக்களாகிய நாங்கள்...

1949 நவம்பர் 25ஆம் நாளன்று எங்களுடைய அரசமைப்புப் பேரவையில் கீழ்க்கண்டவாறு ஏற்று, சட்டமியற்றி எங்களுக்காக இந்த அரசமைப்புச் சட்டத்தைக் கொடுத்துக்கொள்கிறோம்.

இந்த விளம்பல் பகுதி பற்றி, குறிப்பாகத் தொடக்கச் சொற்றொடரைப் பற்றி அரசமைப்புப் பேரவையில் விவாதங்கள் நடைபெற்றன. 'மக்களாகிய நாங்கள்...' பற்றிய விவாதம் அது. பல நூல்கள் அவற்றை ஆய்வு செய்து வெளி வந்திருக்கின்றன.

மேலும் முகப்புரைகளில் ஒரு நோக்கங்கள் பகுதி இருக்கும். ஏன் இந்த ஆவணம் தயாரிக்கப்பட்டது. அதன் இலக்குகள் என்ன என்பதை அது குறிப்பிடும். முதலில் எழுதப்பட்ட முகப்புரையின் நோக்கப் பகுதி இவ்வாறு இருந்தது.

இறையாண்மையுள்ள மக்களாட்சிக் குடியரசாக இந்தியாவை ஏற்படுத்தும் முடிவு மேற்கொள்ளப்படும்.

அரசமைப்புச் சட்டப் பேரவையின் விவாதங்களில் [Constituent Assembly Debates (CAD's) இந்த நோக்கம் பற்றிய பகுதிக்கு அதிகக் கவனம் செலுத்தப்பட்டது. இறையாண்மை என்ற சொல்லே போதுமா அல்லது அத்தோடு சுதந்திரம் என்ற சொல்லும் சேர்க்கப்பட வேண்டுமா, குடியரசு என்ற சொல் பயன்படுத்தப்பட வேண்டுமா அல்லது நாடு என்ற சொல்லைப் பயன்படுத்த வேண்டுமா, இந்தியா ஒன்றியமா, கூட்டாட்சியா அல்லது இரண்டுக்கும் இடைப்பட்டதா என்பன போன்ற விஷயங்கள் விவாதிக்கப்பட்டன. இவை முக்கியமான விவாதங்களாக இருந்தாலும் இந்த நூலில் அவை இடம் பெறவில்லை.

வரையறைக் குழுவின் இறுதி முடிவுகள் பற்றிய சுருக்கமான, நேரடியான, சிலவேளைகளில் சர்ச்சைக்குரிய விளக்கம் அம்பேத்கர் 1946 நவம்பர் 4 அன்று அரசமைப்புச் சட்டப் பேரவையில் நிகழ்த்திய உரையில் காணக் கிடைக்கும். ஏற்கெனவே சொல்லப்பட்டது போல இந்த உரை அரசமைப்புச் சட்டத்தில் முதல் வாசகமாக அமைந்தது.

மீண்டும் முகப்புரையின் கட்டமைப்பைப் பற்றிப் பார்ப்போம்.

அடுத்தப் பகுதி விவரிப்புப் பகுதி. இது குறிக்கோள்களும் நோக்கங்களும் எப்படி நிறைவேற்றப்படவிருக்கின்றன என்பதை விவரிக்கும். இங்குதான் அடிப்படைக் கோட்பாடுகள் இடம் பெறுகின்றன. முதல் முகப்புரையில் விவரிப்புப் பகுதி இவ்வாறு இருந்தது.

சமுதாய, பொருளாதார, அரசியல் **நீதி,**

சிந்தனை வெளிப்பாட்டில் நம்பிக்கையும், கொள்கைப் பற்றார்வத்திலும் வழிபாட்டிலும் **சுதந்திரம்,**

தகுதி நிலையிலும், வாய்ப்பிலும் **சமத்துவம்**

அவற்றின் மத்தியில் எல்லாத் தனிமனிதனின் கண்ணியத்தையும் நாட்டின் ஒருமைப்பாட்டையும் உறுதி செய்யும் **சகோதரத்துவம்** எல்லாக் குடிமக்களும் பெறுதலை உறுதிசெய்தல்.

மன்றாட்டுப் பகுதி ஒன்று இருக்கும். அது கடவுளை வேண்டுவது. முதல் முகப்புரையில் இந்த இறை மன்றாட்டு இல்லை. பல உறுப்பினர்கள் பேரவையில் அது வேண்டும் என்று வற்புறுத்தி வந்தார்கள். அவர்கள் கடவுள் பெயரையோ மகாத்மா காந்தியின் பெயரையோ மன்றாட்டில் சேர்க்க வேண்டும் என்றார்கள். திருத்தங்கள் கொண்டு வந்தார்கள்.

ஷிபான் லால் சக்சேனா: முகப்புரையில் கீழே கொடுக்கப்படுவது சேர்க்கப்பட வேண்டும். எல்லாம் வல்ல கடவுளின் பெயரால் நம் நாட்டின் தந்தை மகாத்மா காந்தியின் உத்வேகமும் வழிகாட்டுதலும் அடிமைத்தனத்திலிருந்து நாட்டை வழிநடத்தியது...

பண்டித கோபித் மாளவியா: முதன்மை உயிரான, பரமேஷ்வரன், (உலகின் வேறு வேறு மக்களும், வெவ்வேறு பெயரில் அமைக்கும் அண்டத்தில் ஆண்டவரின் அருளால்...)[10]

நல்ல வேளையாக இந்தத் திருத்தங்கள் எல்லாம் தள்ளுபடி செய்யப்பட்டன.

இப்போது விவரணைப் பகுதிக்குப் போவோம். முதல் முகப்புரையில் (விளம்பல், நோக்கப் பகுதிகளை விட்டு விட்டால்) நாற்பத்தி நான்கு சொற்களே இருந்தன.

சமுதாய, பொருளாதார, அரசியல் **நீதி,**

சிந்தனை வெளிப்பாட்டில் நம்பிக்கையும், கொள்கைப் பற்றார்வத்தில் மற்றும் வழிபாட்டில் **சுதந்திரம்,**

தகுதி நிலையிலும், வாய்ப்பிலும் **சமத்துவம்**

அவற்றின் மத்தியில் எல்லாத் தனிமனிதனின் **கண்ணியத்தையும் நாட்டின்** ஒருமைப்பாட்டையும் உறுதி செய்யும் **சகோதரத்துவம்** எல்லாக் குடிமக்களும் பெறுதலை உறுதிசெய்தல்.

இவ்வாறு இந்த வரலாற்றின் பரப்பு ஆழமாக்கப்படுகிறது. அரசமைப்புச் சட்டத்தைப் பின்புலமாக்கி முகப்புரையை முதன்மைப்படுத்துகிறோம். அத்தோடு அம்பேத்கருக்குப் பின்னால் அதன் வரலாறு பற்றி நாம் ஆய்வு செய்யவில்லை. அதை இனி வரும் ஆய்வாளருக்கு விட்டுவிடுகிறோம். நாம் விளம்பல் பகுதியையும் நோக்கப்பகுதிகளையும் விட்டுவிட்டு விவரிப்புப் பகுதியில் கவனம் செலுத்துகிறோம்; முகப்புரையின் ஆறு சொற்கள்மேல் மட்டுமே கவனம் செலுத்துகிறோம்.

காரணம்? அதன் மூலம் முகப்புரையின் மரபணுவைக் கண்டுபிடிப்பது. அந்த ஆறு சொற்கள் நம்மை டாக்டர் அம்பேத்கரின் முகப்புரையின் மரபணுவுக்கு இட்டுச்சென்று அதன் இரகசியங்களை நாம் அணுக உதவும்.

முன்னுரை
நான்கு முகப்புரைகளின் கதை

1950 ஜனவரி 26 அன்று நமது அரசமைப்புச் சட்டம் நடைமுறைக்கு வந்தது. அரசமைப்புச் சட்டத்தின் மேலாதிக்கம் வந்துவிட்ட பிறகு இந்திய அரசுச் சட்டம் 1935 காலாவதி ஆகிவிட்டது. அச்சட்டம்தான் 1947ஆம் ஆண்டு விடுதலை கிடைத்த பிறகும் கூட ஆட்சி பற்றிய ஆவணமாக இருந்து வந்திருக்கிறது. இந்த நாட்டின் அரசியல் நிலையில் முக்கிய மாற்றத்தையும் ஏற்படுத்தியது. பிரிட்டிஷ் காமன்வெல்த் ஆஃப் நேஷனலில் சுதந்திரமான அரசாக (dominion) இருந்த இந்தியா, புதிய அரசமைப்புச் சட்டத்தின் நோக்கத்தை அறிவித்தது போல ஓர் இறையாண்மையுள்ள மக்களாட்சிக் குடியரசாக ஆயிற்று.

நாள்கள் என்னும் சிக்கல்

ஆனால் முகப்புரையை வாசிப்பவர்கள் 1950 ஜனவரி 26 என்ற நாளை அதில் காணமாட்டார்கள்.

> **இந்திய மக்களாகிய நாங்கள்... 1949 நவம்பர் 25ஆம் நாளன்று எங்களுடைய அரசமைப்புப் பேரவையில் கீழ்க்கண்டவாறு ஏற்று, சட்டமியற்றி எங்களுக்காக இந்த அரசமைப்புச் சட்டத்தைக் கொடுத்துக்கொள்கிறோம்.**

அதாவது ஏற்றுக்கொள்ளப்பட்ட நாளென்று முகப்புரையில் குறிப்பிடுகிற 1949 நவம்பர் 26க்கும் அதிகாரப்பூர்வமான நாளான, ஜனவரி 26க்கும் இடையில் இரண்டு மாத இடைவெளி ஏன்? (1949 நவம்பர் 26 அரசமைப்புச் சட்ட நாள் என்று குறிப்பிடப்படுகிறது.)

இதற்கான காரணத்தை அரசமைப்புச் சட்டம் முழுமை பெறுவதற்கு இருபதாண்டுகளுக்கு முன்னர் தேட வேண்டும்.

1929ஆம் ஆண்டு இந்திய தேசிய காங்கிரசின் (INC) லாகூர் மாநாட்டில் முழு விடுதலைக்கான (பூர்ண ஸ்வராஜ்) அழைப்பு விடப்பட்டது. பிரிட்டிஷ் அரசு முன் வைத்த டொமினியன் நிலைக்கு இது எதிரானது. லாகூர் மாநாட்டின் இறுதித் தலைமை உரையில் ஜவகர்லால் நேரு 'முழு விடுதலை எங்களது கொள்கை'[1] என்று அறிவித்தார். ஓராண்டு கழித்து காந்தி 1930 ஜனவரி 26 அன்று ஒரு கட்டுரையில், 'நாம் டொமினியன் அந்தஸ்த்தில் நிறைவுகொள்ள மாட்டோம் என்றும் பூர்ண ஸ்வராஜ் அல்லது முழு விடுதலை எங்களுக்கு வேண்டும் என்றும் அறிக்கை இடும் நாள் இது,'[2] என்று எழுதினார். இந்தத் துணிச்சலான அறிவிப்பு பூர்ண ஸ்வராஜ்ய திவாங் (முழு விடுதலை நாள்) என்று ஜனவரி 26 ஐ ஏற்றுக்கொண்டு கொண்டாடப்பட்டது.

இந்தக் கோரிக்கைக்கு இணங்க அரசமைப்புப் பேரவை புதிய அரசமைப்புச் சட்டம், முகப்புரை முதலான அனைத்தும் 1950 ஜனவரி 26 முதல் முழுமையாக நடைமுறைக்கு வரும் என்று முடிவு செய்தது.

ஷங்கர்ஸ் வீக்லி (1949 ஆகஸ்ட் 28)[3] ஒரு கார்ட்டூன் வெளியிட்டது. அது நத்தைக் கார்ட்டூன் என்று அழைக்கப்பட்டது. அரசமைப்புச் சட்டத்தை வரைவு செய்தல், அதனை இறுதி வடிவிற்குக் கொண்டு வருதல் என்று நீண்ட நாள்களாக நடந்து வந்த வேலை பற்றிப் பொதுமக்கள் பொறுமை இழந்து போனதை அந்தக் கார்ட்டூன் காட்டியது. டாக்டர் அம்பேத்கரும், அரசமைப்புப் பேரவையின் மற்ற உறுப்பினர்களும், வரைவுக் குழுவும் எழுதி முடிப்பது நத்தை வேகத்தில் நகர்ந்ததை நியாயப்படுத்தினார்கள். அரசமைப்புச் சட்டத்தைத் தற்காலிகமாக நிறைவேற்றியது ஜவகர்லால் நேரு, முடிவு செய்த மற்றவர்களின் அவரசத்தைச் சித்தாந்தத்திற்காகத் தியாகம் செய்வதில் நிறைவுகொண்டதைக் காட்டியது. ஆனால் நேரு அரசமைப்புச் சட்டத்தை நிறைவேற்ற சாட்டையை முடுக்கி விடுபவராக கார்ட்டூன் காட்டிற்று.

இந்தியாவின் அரசியல் சட்ட வரைவு இதுபோன்ற பல நிகழ்ச்சிகள் நிறைந்தது. அவை முகப்புரையின் முதல் படிவத்தில் தாக்கங்களை ஏற்படுத்தின.

1929ஆம் ஆண்டு முழு விடுதலைக்கான கோரிக்கை விடப்பட்ட நாளிலிருந்து தொடங்கினோமென்றால், அடுத்த முக்கிய நாள் 1946 மே 16 ஆகும். அன்றுதான், கேபினெட் மிஷனும், அப்போதைய

வைஸ்ராயும் இந்திய அரசமைப்புச் சட்டத்தின் வருங்காலம் பற்றிக் குறிப்பிடத்தக்க பரிந்துரைகளை முன்வைத்தார்கள். கேபினட் மிஷனுடைய திட்டத்தின் நிபந்தனைகளின்படியே, அரசமைப்புப் பேரவையின் முதன்மையான 389 உறுப்பினர்கள் தேர்ந்தெடுக்கப்படுவார்கள். ஒரு மில்லியன் பொதுமக்கள் தொகைக்கு ஒருவர் என்ற கணக்கில் பிரதிநிதித்துவம் அளிக்கப்படும். இந்த எண்ணிக்கை பிரிவினைக்குப் பிறகு, இந்திய விடுதலைச் சட்டம் 1947இல் சில குறிப்பிட்ட பிரிவுகளில் மாற்றம் பெற்றது.

வல்லுநர்களின் அறிவிக்கை

1946ஆம் ஆண்டு காபினெட் மிஷனுடைய பரிந்துரைக்கும் 1947 ஆகஸ்டு விடுதலை நாளுக்கும் இடையில் பல நிகழ்வுகள் நடந்தன. 1946 ஜூலை 22 அன்று காங்கிரஸ் செயற்குழு (CWC) நியமித்த வல்லுநர் குழு பேரவையின் நோக்கங்களை ஓர் அறிவிக்கையாக முன் மொழிந்தது. இந்தக் குழுவிற்கு ஜவகர்லால் நேரு தலைவர். ஆசிப் அலி (பின்னர் அமெரிக்காவிற்கான முதல் இந்தியத் தூதுவர்) K.M.முன்ஷி (வரைவுக் குழு உறுப்பினர்), N.கோபால்சாமி அய்யங்கார் (வரைவுக் குழு உறுப்பினர்), K.T.ஷா (லண்டன் ஸ்கூல் ஆஃப் எகனாமிக்ஸ் பட்டதாரி, சோஷலிசவாதி, சோஷலிசம், சமயச் சார்பற்ற என்று சொற்களைச் சேர்க்க வேண்டும் என்று முனைப்பாக இருந்தவர்), ஹூமாயூன் கபீர் (அறிவு ஜீவி, இமானுவல் கான்ட் பற்றிய நூலாசிரியர், UNESCO ஆலோசகர், 1949இல் மனித உரிமைகள் அறிவியலை வரைவு செய்யும்போது யுனெஸ்கோ இவரைக் கலந்தாலோசித்தது), ஆகியோர் உறுப்பினர்கள்.

இந்த அறிவிக்கை பலருக்கும் தெரியாது. ஆனால் ஒவ்வொரு இந்தியனுடைய வாழ்க்கையையும் மாற்றக் கூடியதாக அது அமைந்தது. பின்பற்றி எழுதுதல் அல்லது மீண்டும் சொல்லுதல் ஆகிய யுத்திகளுக்கு உட்பட்டதாகவும் ஆயிற்று, அதன்படி:

> அரசமைப்புப் பேரவையால் இந்தியாவை ஒரு சுதந்தரமான, இறையாண்மையுடைய குடியரசாக அறிவிக்கத் திடமான உறுதிப்பாட்டையும் வருங்கால அரசாட்சிக்குரிய ஒரு அரசமைப்புச் சட்டத்தை உருவாக்கவும் அறிவிக்கை செய்கிறது.
>
> > இதில், இப்போது பிரிட்டிஷ் இந்தியாவாக இருக்கும் பகுதிகளும், இப்போது இந்திய மாநிலங்களாக இருக்கும் பகுதிகளும், பிரிட்டிஷ் இந்தியாவிற்கு வெளியிலிருக்கும் பிற பகுதிகளும், சுதந்திர இறையாண்மை இந்தியாவில் சேர விரும்பும் பகுதிகளும், எல்லாம் சேர்ந்து ஓர் ஒன்றியமாக இருக்கும். இப்போதுள்ள எல்லைகள் அல்லது அரசமைப்புப் பேரவையினால் தீர்மானிக்கப்படும் எல்லைகளுடன் இருக்கும். அதன்பிறகு, அரசமைப்புச் சட்டத்தின்படி தன்னாட்சி அலகுகள் என்ற தகுதியை உடையதாகத் தொடரும், மிச்ச அதிகாரங்களைக்

கொண்டிருக்கும் ஒன்றிய அரசுக்குத் தரப்பட்ட ஆட்சி அதிகாரங்களைத் தவிரவும், ஒன்றிய இறையாண்மைக்கான ஒன்றியத்திற்குரிய அதிகாரச் செயல்பாடுகளைத் தவிரவும், எல்லா ஆட்சி, நிர்வாக அதிகாரங்களையும் கொண்டிருக்கும். மேலும்

இதில்,

சுதந்திர இறையாண்மை இந்தியாவின் அதிகாரமும், ஆணையும் ஒன்றியத்தில் சேர்ந்திருக்கும் அரசின் பகுதிகளும் அங்கங்களும் மக்களிடமிருந்து பெறப்படும். மேலும்

இதில்,

சட்டத்தின்படி, கீழ்க்கண்டவை எல்லா இந்திய மக்களுக்கும் உறுதி செய்யப்பட்டு அறிவிக்கப்பட்ட சமூக நோக்கங்கள், பொருளாதார அமைப்பு, நிர்வாக எந்திரம் ஆகியவற்றில் கட்டப்பட்டு உறுதி செய்யப்படும்.

அ. சமூக, பொருளாதார, அரசியல் நீதி

ஆ. சட்டத்தின் முன்னர் தகுதி, வாய்ப்பு ஆகியவற்றில் சமத்துவம்,

இ. சிந்தனை, நம்பிக்கை, தொழில், கூட்டியக்கம், செயல் ஆகியவற்றில் சட்டத்திற்கும் பொது ஒழுக்க நெறிக்கும் உட்பட்ட சுதந்திரம் ஆகியவை. மேலும்

இதில்,

சிறுபான்மையினர், பின்தங்கிய பகுதிகள், வகுப்பினருக்குப் போதுமான பாதுகாப்பு அளிக்கப்படும்.

இதனால்,

நாகரிகமடைந்த நாடுகளின் நீதிச் சட்டம் ஆகியவற்றின்படி, குடியரசின் பகுதிகளில் ஒருமைப்பாடும், நிலம், கடல், வானம் ஆகியவற்றில் இறையாண்மை உரிமைகளும் பராமரிக்கப்படும்.

மேலும்,

இந்தப் பழமையான நாடு உலகில் அதனுடைய உரிமையான மாண்புடைய இடத்தைப் பெற்று, மனித இனத்தின் நலனுக்காகவும், உலக அமைதியின் வளர்ச்சிக்காகவும் முழுப் பங்களிப்பை விருப்பத்துடன் கொடுக்கும்.[4]

நேருவின் நோக்கங்களின் முன் மொழிவு: இன்னும் மூன்று சுதந்திரங்கள்

ஐந்து மாதங்களுக்குப் பிறகு 1946 டிசம்பர் 13 அன்று தத்துவ ஞானிகள், விடுதலைப் போராளிகள், வருங்காலத் தலைவர்கள் ஆகியோரால் எழுதப்பட்ட இந்த அறிவிக்கை வரலாற்று முக்கியத்துவம் பெற்றது. ஜவகர்லால் நேரு இதே படிவத்தை அரசமைப்புப் பேரவையில் "குறிக்கோள்கள் நோக்கங்கள் பற்றிய தீர்மானம்" என்கிற பெயரில் முன்மொழிந்தார். நேருவின் புகழ்மிக்க இந்தத் தீர்மானம் நோக்கங்களின் தீர்மானம் என்றே அழைக்கப்பட்டது. இது முன்னர் தரப்பட்ட அறிவிக்கையில் மேற்படிக்கான மாற்றங்களைக்கொண்டிருந்தது. அவற்றோடு அதில் வரிசைப்படுத்தப்பட்ட சுதந்திரங்களோடு இன்னும் மூன்று சேர்க்கப்பட்டிருந்தன. சிந்தனை, நம்பிக்கை, தொழில், கூட்டமைப்பு, செயல்பாடு ஆகியவை அறிவிக்கையில் இருந்தன. நேருவின் நோக்கங்கள் தீர்மானத்தில், 'பேச்சு / எழுத்து, மத நம்பிக்கை, வழிபாட்டுச் சுதந்திரங்களும்' சேர்க்கப்பட்டன.

1950ஆம் ஆண்டு ஏற்றுக்கொள்ளப்பட்ட முகப்புரையைப் பார்க்கும்போது, நேரு சேர்த்த புதிய கருத்தாக்கங்கள் மிக முக்கியமானவை என்று தெரியவரும். முகப்புரை நேரு சேர்த்த புதிய சொற்களை ஏற்றுக்கொண்டது. ஏற்கெனவே அறிவிக்கையிலிருந்த சொற்கள் (தொழில், சங்கம் அமைத்தல், செயல்) ஆகியவை சேர்க்கப்பட்டன. முகப்புரையில் அதன் வரி "சிந்தனை, சொல், நம்பிக்கை, வழிபாடு ஆகியவற்றினில் உரிமை" என்றிருந்தது. ஆங்கிலத்தில் Freedom (கட்டின்மை) என்ற சொல்லுக்குப் பதிலாக liberty (தன்னுரிமை / சுதந்திரம்) என்ற சொல் ஏற்கப்பட்டது. அதாவது இறுதி முகப்புரையில் குறிப்பிடப்பட்ட எல்லா உரிமைகளும் நேருவின் நோக்கங்கள் தீர்மானத்திலிருந்தோ, CWC-இன் வல்லுநர் குழு அறிக்கையிலிருந்தோ எடுக்கப்பட்டவை. ஆனால் இந்த, சில ஆவணங்கள் கட்டின்மை பற்றித்தான் பேசின, தன்னுரிமையை

அல்ல. டாக்டர் அம்பேத்கரும் தன்னுரிமை என்ற சொல்லையே ஆதரித்தார்.

நேருவின் குறிக்கோள்கள், நோக்கங்கள் பற்றிய தீர்மானம் கூறுவது:

அ) அரசமைப்புப் பேரவை இந்தியாவை ஒரு சுதந்தரமான இறையாண்மையுள்ள குடியரசாக அறிவிக்கிறது. உறுதியான முடிவை அறிவிப்பாகவும், அதன் வருங்கால ஆட்சிக்கான அரசமைப்புச் சட்டத்தை வகுக்கவும் அறிவிக்கிறது.

ஆ) இதில் இப்போது பிரிட்டிஷ் இந்தியாவில் இருக்கும் நிலப் பரப்புகளும், பிரிட்டிஷ் இந்தியாவுக்கு வெளியிலிருக்கும் இந்தியாவின் நிலப் பரப்புகளும், சுதந்திர இறையாண்மை இந்தியாவில் இணைந்துகொள்ள விரும்பும் மாநிலங்களும் சேர்ந்த ஒன்றியமாக இருக்கும்.

இ) இதில், இப்போதைய எல்லைகளுடன் அல்லது அரசமைப்புப் பேரவையினால் தீர்மானிக்கப்படுகிற அதன் பிறகு அரசமைப்புச் சட்டத்தின்படியும் தீர்மானிக்கப்படுகின்ற அந்த நிலப் பரப்புகள் தன்னாட்சியுள்ள அலகுகள் என்கிற தொகுதியைப் பெற்று எஞ்சியுள்ள அதிகாரங்களுடன், அவற்றைத் தொடரும், ஒன்றியத்திற்குத் தரப்பட்ட அல்லது ஒதுக்கப்பட்ட அல்லது ஒன்றியத்தில் உள்ளடங்கிய பொருள் தரும் அல்லது அதிலிருந்து பெறப்பட்ட அதிகாரங்களையும், பணிகளையும் செயல்படுத்தும்.

ஈ) இதில் சுதந்திர இறையாண்மை இந்தியா, அரசின் உள்ளடங்கிய பகுதிகள், உறுப்புகள் ஆகியவற்றின் எல்லா அதிகாரமும், ஆணையுரிமையும் மக்களிடமிருந்தே பெறப்படும்.

உ) இதில் இந்தியாவின் எல்லா மக்களுக்கும் சமூக, பொருளாதார, அரசியல் நீதியும், தகுதியிலும் வாய்ப்பிலும் சமத்துவம், சட்டத்தின் முன்னால் சமத்துவம், சட்டம் மற்றும் பொது ஒழுக்க நெறிக்கு உட்பட்டுச் சிந்தனை, பேச்சு / எழுத்து, நம்பிக்கை, மதம், வழிபாடு, தொழில், சங்கம் அமைத்தல் செயல்பாடு ஆகியவற்றில் உரிமையும், உத்திரவாதமும், பாதுகாப்பும் உறுதி செய்யப்படுகின்றன.

ஊ) இதில் சிறுபான்மையினர், பிற்படுத்தப்பட்டோர், பழங்குடியினர் பகுதிகள், தாழ்த்தப்பட்டோர், பிற பின் தங்கிய வகுப்பினருக்குப் போதுமான பாதுகாப்புகள் அளிக்கப்படும்.

எ) இதில் குடியரசின் நிலப்பரப்பின் ஒருமையும், நிலம், கடல், வானம் ஆகியவற்றின் இறையாண்மை உரிமைகளும், நாகரிகமடைந்த நாடுகளின் நீதி மற்றும் சட்டம் ஆகியவற்றின்படி பராமரிக்கப்படும்.

ஏ) இந்தப் பழமையான நாடு உலக அரங்கில் அதன் உரிமையினை மாண்புள்ள இடத்தைப் பெற்று உலக அமைதியை மேம்படுத்தும்படி, மனித இனத்தின் நலனுக்கு முழுமையாக, தானாக முன் வந்து பங்களிக்கும்.[5]

1946 டிசம்பர், 1947 ஜனவரியில் எட்டு நாள்கள் விவாதத்திற்குப் பிறகு தீர்மானம் 1947 ஜனவரி 22 அன்று நிறைவேற்றப்பட்டது. ஆனால் அரசமைப்புப் பேரவையின் உறுப்பினர் (H.J.காண்டேலா) இந்த முக்கியமான தீர்மானம் ஜனவரி 26 அன்று அல்லது முழுத் தன்னாட்சி திவாங் அன்று நிறைவேற்றப்பட வேண்டும் என்று தீர்மானம் கொண்டு வந்தாலும் அது ஜனவரி 22 அன்றே நிறைவேற்றப்பட்டது. அந்தத் தீர்மானத்தை நேரு, வேலையை எவ்வளவு விரைவாக முடியுமோ அவ்வளவு விரைவாக முடிக்கக் கடமைப்பட்டிருக்கிறார்கள் என்றும், தொடர்ந்த நாள்களிலேயே தாமதப்படுத்துவதும் வருங்காலத்தில் சரியான நேரத்தில் எல்லாம் நடக்கும் என்ற நம்பிக்கைக்கு அது உகந்தது அல்ல என்றும் கூறி எதிர்த்தார்.

எல்லா உறுப்பினர்களும் எழுந்து நின்று ஒரு புனிதமான முறையில், அரசமைப்புப் பேரவையில் இத்தீர்மானத்தை ஒரு மனதார ஏற்றுக்கொண்டனர் என்று எல்லா வரலாற்றாசிரியர்களும் எழுதுகிறார்கள். இது உண்மை. அதனை நிறைவேற்றுவதற்கு முன்னர் அனைத்துத் திருத்தங்களும் பின்வாங்கிக் கொள்ளப்பட்டன. இந்தியாவின் வருங்கால அரசமைப்புச் சட்டமும் மாற்ற முடியாத உருவத்தை அடையும் வகையில் நேருவின் நோக்கங்கள் தீர்மானத்திற்கு வழி செய்யப்பட்டிருந்தது. (சமூக, பொருளாதார, அரசியல்) நீதிக்கும் (தகுதி, வாய்ப்பு, சட்டத்தின் முன்) சமத்துவத்துக்கும் (சிந்தனை, பேச்சு, நம்பிக்கை, மதம், வழிபாடு) உரிமைக்கும் குரல் கொடுத்த நேருவும்,

அரசமைப்புப் பேரவையின் உறுப்பினர்களும், அவர்கள் வழியாகக் குரல் கொடுத்த மில்லியன் இந்தியர்களும், நமது அடிப்படைக் கொள்கைகளையும், அவர்கள் முன்னிறுத்திய விழுமியங்களையும் காத்தார்கள்.

'நோக்கங்களுக்கு' எதிர்ப்புகள்

நோக்கங்கள் தீர்மானத்தில் திருத்தங்கள் செய்யப் பல முன்மொழிவுகள் இருந்தன. அரசமைப்புப் பேரவையின் தலைவர் ராஜேந்திர பிரசாத் தீர்மானத்தின் மீது பேசவும், அதற்குத் திருத்தங்கள் முன்மொழியவும் ஐம்பதுக்கும் மேற்பட்டவர்களின் பட்டியல் இருப்பதாக 1946 டிசம்பர் 17 அன்று குறிப்பிட்டார்.[6] அவர்களில் டாக்டர் அம்பேத்கர் அதனைக் கடுமையாக விமர்சித்தவர்களில் ஒருவர். சோஷலிசத்தின் பக்தரான நேரு சோஷலிசம் என்ற சொல்லைச் சேர்க்காததை மையமாக வைத்து தலைவர், நேரு, உறுப்பினர்கள் ஆகிய அனைவருக்கும் டாக்டர் அம்பேத்கர் கூறினார்:

> இந்தத் தீர்மானத்தின் பின்னால் மெய் நிலை உள்ளபடி இருப்பதால், (தீர்மானத்தைக் கொண்டு வந்தவரிடம் அவை இருப்பதில் எனக்குச் சிறிதும் ஐயமில்லை), பொருளாதார, சமூக, அரசியல் நீதியை அரசு நடைமுறைப்படுத்தும் சாத்தியத்தை உள்ளடக்கி இருக்குமென்று எதிர்பார்த்தேன். மேலும், நாட்டில் சமூக, பொருளாதார நீதி இருப்பதற்குத் தொழிற்சாலைகளையும் நிலத்தையும் தேசிய உடைமையாக ஆக்குவதற்காக வெளிப்படையான தீர்மானம் இருக்கும் என்றும் எதிர்பார்த்தேன். சமூக, அரசியல் - பொருளாதார நீதியில் நம்பிக்கை வைத்திருப்பதை ஒரு வருங்கால அரசாங்கம், அதன் பொருளாதாரமானது சோஷலிசப் பொருளாதாரமாக இல்லாவிட்டால், அதை எப்படிச் சாத்தியமாக்க முடியும் என்று எனக்குப் புரியவில்லை?[7]

இருப்பினும், அம்பேத்கரும், தீர்மானம் நிறைவேற்றப்படுவதற்குக் குறுக்கே நிற்கவில்லை. அரசமைப்புப் பேரவையின் உறுப்பினராகவும், பின்னர் வரைவுக் குழுவின் தலைவராகவும் இருந்த அவர் விட்டுக்கொடுத்தவைகளில் இதுவும் ஒன்று. இவ்வாறு அவர் விட்டுக்கொடுத்ததைப் பேரவை உறுப்பினருக்கும் தீர்மானத்தை எதிர்த்தவர்களுக்கும் நியாயப்படுத்திப் பேசினார்.

அவர் உரையைக் கூடியிருந்த அனைவரும் கைதட்டி வரவேற்றார்கள்.

டாக்டர் அம்பேத்கரின் உரையிலிருந்து:

> பலவகை மக்கள் திரள் நம்மை ஒருமுனைப்பாட்டுக்கு நடத்திச் செல்லும் வழியில் நடைபோட, பொதுவான ஒரு முடிவை எடுக்கச் செய்வதுதான் நமது இன்றைய இடர்ப்பாடு. ஒத்துப் போகின்ற நண்பர்களாக நம்மை ஆக்க, இந்நாட்டிலுள்ள ஒவ்வொரு கட்சிகளும், ஒவ்வொரு பிரிவினரையும் அந்தச் சாலையில் நடக்கத் தூண்டுவதற்கு, பெரும்பான்மைக் கட்சிகளுக்கு மிகப் பெரிய ராஜ தந்திர நடவடிக்கை தேவைப்படும். ஒன்றாக நடந்து செல்ல ஆயத்தமில்லாத மக்களின் விருப்பு வெறுப்புகளுக்கும் இடம் தர வேண்டும். அதற்காகத்தான் நான் இந்த வேண்டுகோளை முன் வைக்கிறேன். நம்முடைய முழக்கங்களையெல்லாம் விட்டுவிடுவோம், மக்களை அச்சுறுத்துகின்ற சொற்களை விட்டுவிடுவோம். நமது எதிர்த்தரப்பினரின் விருப்பு வெறுப்புகளுக்கும் இடம் தருவோம், அவர்களையும் உள்ளே கொண்டுவருவோம். அப்போதுதான் இந்தப் பாதையில் நடைபோட நம்மோடு சேர்வார்கள். நான் சொன்னது போல, நாம் தொடர்ந்து நடந்தால் அது உறுதியாக ஒற்றுமைக்கு இட்டுச் செல்லும்.[8]

எனினும், டாக்டர் அம்பேத்கர் பெருந்தன்மையோடு இவ்வாறு விட்டுக்கொடுத்தாலும், அவருடைய நிலைப்பாட்டைத் தெளிவாகவே உரக்கச் சொன்னார்.

டாக்டர் அம்பேத்கர் முன்மொழிந்த முகப்புரை: மாநிலங்கள், சிறுபான்மையிலர் பற்றிய குறிப்பாணை (memorandum)

நேருவின் நோக்கங்கள் தீர்மானம் நிறைவேற்றப்பட்ட இரண்டு மாதங்களுக்குப் பிறகு, 20,000 சொற்கள் கொண்ட ஒரு குறிப்பாணையை டாக்டர் அம்பேத்கர் வெளியிட்டார். அதன் தலைப்பு: "மாநிலங்களும், சிறுபான்மையினரும், விடுதலை இந்தியாவின் அரசமைப்புச் சட்டத்தில் அவர்களுடைய உரிமைகள் எவை, அவற்றை எப்படிப் பெறுவது?[9] இதனை வல்லபாய் பட்டேல் தலைமையிலான பேரவையின் அடிப்படை உரிமைகள், சிறுபான்மையினர், பழங்குடியினர்,

விதி விலக்கு பெற்ற பகுதிகளுக்கான ஆலோசனைக் குழுவிடம் அளித்தார். டாக்டர் அம்பேத்கர் அதன் இரண்டு குழுக்களிலும் உறுப்பினராக இருந்தாலும், அந்தக் குறிப்பாணை கவனத்திற்கு எடுத்துக்கொள்ளப்படவில்லை.

இது பற்றிக் கவலைப்படாத டாக்டர் அம்பேத்கர் அதனை ஒரு நூல் வடிவில் 1947இல் வெளியிட்டார். “அனைத்திந்திய பட்டியலின மக்களின் கூட்டமைப்பின் சார்பாக அரசமைப்புப் பேரவைக்குத் தருவதற்கான பட்டியலின மக்களின் பாதுகாப்பு பற்றிய குறிப்பாணை” என்று தலைப்புப் பக்கத்தில் குறிப்பிட்டிருந்தார்.[10] அப்படியே விட்டுவிடாமல், டாக்டர் அம்பேத்கர் தேவையான அரசமைப்பின் சட்டகத்தையே உருவாக்கித் தந்தார். அதனை யுனைடெட் ஸ்டேட்ஸ் ஆஃப் இந்தியா - இந்திய ஐக்கிய நாடுகளுக்கான அரசமைப்புச் சட்டம் என்று பெயர் சூட்டினார். இந்த அரசமைப்புச் சட்டம் முகப்புரையுடன் தொடங்கிற்று.

> *மாகாணங்கள், மைய அரசால் நிர்வாகிக்கப்படும் பகுதிகள், இந்திய அரசுகளின் நிலப்பரப்புகள் என்று பிரிக்கப்பட்டிருந்த பிரிட்டிஷ் இந்தியாவின் நிலப்பரப்புகள், இப்பகுதியின் முழுமையான ஒன்றிப்புடன் இருக்க வேண்டும் என்ற நோக்கத்திற்காக, அப்பகுதிகளின் மக்களாகிய நாங்கள் -*
>
> *மாகாணங்களும், மைய அரசால் நிர்வகிக்கப்படும் பகுதிகளும் (அவை இனி மாநிலங்கள் என்று அழைக்கப்படும்), இந்திய அரசுகளும், சட்டமியற்றும் ஆட்சி, நிர்வாகம் ஆகியவற்றிற்காக இந்திய ஐக்கிய நாடுகள் என்கிற முறையால் ஒரு அரசியல் அங்கமாக ஒன்றாக இணைய உறுதிகொள்கிறோம். அவ்வாறு இணைக்கப்பட்ட ஒன்றியம் கலைக்க முடியாதது.*
>
> *மேலும்,*
>
> *(i) இந்திய ஐக்கிய நாடுகள் முழுவதும் தன்னாட்சி, நல்லாட்சி ஆகியவற்றின் சிறப்புகளை நமக்கும் நமது வருங்காலத்துக்கும் பெற,*
>
> *(ii) ஒவ்வொரு குடிமகனுக்கும், உயிர் வாழ்க்கை, விடுதலை, மகிழ்ச்சியைத் தேடல் ஆகியவற்றிலும் பேச்சுச் சுதந்திரம்,*

மதச் சுதந்திரத்தைச் சுதந்திரமாகக் கடைப்பிடிக்கவும் உள்ள உரிமையை நிலைநிறுத்த,

(iii) கீழ்ப்படுத்தப்பட்ட வகுப்பினர்களுக்கு நல்ல வாய்ப்புகளை அளிப்பதன் மூலம் சமூக, அரசியல், பொருளாதார ஏற்றத்தாழ்வை நீக்க,

(iv) ஒவ்வொரு குடிமகனும் தேவையிலிருந்தும், அச்சுறுத்தலிலிருந்தும் விடுபட்டு வாழ்வதைச் சாத்தியமாக்க,

(v) உள் நாட்டுக் குழப்பத்தையும், வெளி நாட்டு அக்கிரமத்தையும் எதிர்ப்பதற்கான நிலையை உண்டாக்கவும்

இந்திய ஐக்கிய நாடுகளின் அரசமைப்புச் சட்டத்தை நிறுவுகிறது.[11]

டாக்டர் அம்பேத்கரின் இந்த முன்மொழிவில் சோஷலிஸ்ட் என்ற சொல் இடம் பெறவில்லை என்பது குறிப்பிடத்தக்கது. டாக்டர் அம்பேத்கர் நேருவின் குறிக்கோள் தீர்மானத்தில் சோஷலிசக் கருத்தியல் இடம் பெறவில்லை என்று குறை சொன்னவர். ஆனாலும் அம்பேத்கரின் சோஷலிச அரசமைப்புச் சட்டத்தில் தொழிற்சாலைகளை நாட்டுடைமையாக்குவதும், வேளாண்மையிலும், நிலத்திலும், காப்பீட்டிலும், கூட்டு விவசாயமும் இடம் பெற்றிருந்தன. டாக்டர் அம்பேத்கர் அரசமைப்புச் சட்டத்தின் சிற்பி என்று போற்றப்பட்ட போதிலும் இவற்றில் எதுவும் 1950 ஜனவரி 26 அன்று நடைமுறைக்கு வந்த அரசமைப்புச் சட்டத்தில் இடம் பெறவில்லை.

மாற்றத்தின் மர்மம்: மூன்று கருதுகோள்கள்

'ஏன்?' என்று கேட்கலாம். பலரும் கேட்டார்கள். பல கருத்துகள் முன் வைக்கப்பட்டன. அவற்றை மூன்றாக வகைப்படுத்தலாம். முதலில் எழுத்தாளர் ஆனந்த் டெல்டும்டே சொன்ன 'சதித் திட்டம்' என்ற விடை. இரண்டாவது அரசியல் அறிவியலாளர் நிராஜா ஜயால் தரும் விட்டுக்கொடுக்கும் விளக்கம். மூன்றாவது ஒரு அரசமைப்புச் சட்டவியலாளனின் விளக்கம். இதைத்தான் நான் ஏற்றுக்கொள்கிறேன்.

'சதிச் செயல்' விளக்கம் விறுவிறுப்பானது. டாக்டர் அம்பேத்கரின் *States and Minorities 1950* அரசமைப்புச் சட்டத்தில் சோஷலிசக்

கருத்தியல் இடம் பெறாததைக் குறிப்பிடும் ஆனந்த், அத்தோடு டாக்டர் அம்பேத்கரின் இரண்டு அறிக்கைகளையும் மேற்கோள் காட்டுகிறார்கள். ஒன்று மேலவையில் 1953ஆம் ஆண்டு பேசியது. 'நான் கேட்டுக் கொள்ளப்பட்டதைச் செய்தேன், என்னுடைய விருப்பத்திற்கு எதிராக,' என்றார். இரண்டாவது, அம்பேத்கர் அரசமைப்புச் சட்டத்தையே எரிக்க வேண்டும் என்று சொன்னது.[12] பின்னர் இதற்கு விளக்கம் அளித்தது உண்மை தான், 1955இல் "இந்த நாட்டுக்குத் தரப்பட்டுள்ள அரசமைப்புச் சட்டம் ஓர் உன்னதமான ஆவணம்," என்று கூறினார். ஆனாலும் அவருடைய உண்மையான உணர்ச்சிகளை அவர் பின்வாங்கிச் சொன்னது இந்தச் 'சதித் திட்டம்' விளக்கத்திற்கு ஆதரவாக இருக்கிறது.

> அரசமைப்புச் சட்டத்தின் உட்பொருள் காங்கிரஸ் கட்சியின் முடிவுகளைக்கொண்டது. அக்கட்சி ஆளும் வர்க்கத்தின் பிரதிநிதி. 'அரசமைப்புச் சட்டம் என்னுடையது அல்ல.' என்று மேலவையில் அவர் பேசியது (1953) சோகத்தின் வெளிப்பாடு அல்ல, உண்மையை வலியுடன் வெளியிட்டது. இரண்டாண்டுகளுக்குப் பிறகு அரசமைப்புச் சட்டம் பேய்கள் குடியிருக்கும் அழகான கோவில் என்று கூறியது ஓர் அபூர்வமான பின்வாங்கல்.[13]

இந்தச் சதித் திட்ட விளக்கத்தை மீள்பார்வை செய்ய வேண்டும். *States and Minorities*-க்கும் 1950 அரசமைப்புச் சட்டத்திற்கும் இடையே இருக்கும் அவருடைய நிலைப்பாட்டில் ஏற்பட்ட மாறுபட்ட கருத்தின் அடிப்படையிலும்[14], பின்னர் அதற்கு நான் பொறுப்பில்லை என்று சொன்னதன் அடிப்படையிலும் மீண்டும் பார்க்க வேண்டும். இப்படிப்பட்ட மறு வாசிப்பு அரசமைப்புச் சட்ட மக்களாட்சி அமைப்பு கொடுப்பதை விட அதிகமான அரசியல், சமூக, பொருளாதார மாற்றத்தின் புரட்சிகரமான திட்டத்தைக் காட்டும்.[15]

விட்டுக் கொடுக்கும் விளக்கம் தெளிவான சிந்தனை கொண்டது. அம்பேத்கர் பல முக்கியமான விஷயங்களில் விட்டுக் கொடுக்க வேண்டியிருந்தது. நிராஜா ஜயாலின் மதிப்பீடு:

> டாக்டர் அம்பேத்கர் தலித்துகளின் உரிமைகளுக்காகப் போராட வேண்டியிருந்தது. அதே சமயம் எல்லாக் குடிமக்களுக்குமான சமூக, பொருளாதார உரிமைகளுக்காகவும்

> போராட வேண்டியிருந்தது. அதனால் அவர் அரசியலில் விட்டுக்கொடுக்க நேர்ந்திருக்கலாம். தலித்துகளின் பிரச்சினைகளைப் – குறிப்பாகத் தீண்டாமை, இட ஒதுக்கீடு – பொறுத்த வரையில் அவர் அரசமைப்புப் பேரவையின் செயல் நிகழ்ச்சிகளில் தீர்க்கமான பங்களிப்பைச் செய்தார். ஆகவே பிற விஷயங்களில் இணக்கமாக இருக்க அவர் கட்டாயப்படுத்தப்பட்டிருக்கலாம்.[16]

இதன்படி அரசமைப்புச் சட்டத்திலிருந்து தன்னை விலக்கிக் கொள்வதற்கான விளக்கம் உண்மையானது. அவர் விட்டுக் கொடுத்தவற்றிற்கான காரணங்கள் தெளிவாகிவிட்டால் அவற்றின் நிலைப்பாட்டின் மாற்றத் தன்மை தெரியவரும். ஆனால், எப்படி இருப்பினும், 1950 அரசமைப்புச் சட்டத்தில் அரசு சார்ந்த சோஷலிசத்திற்கான அவரது அர்ப்பணிப்பை விட்டுவிட்டார்.

எனக்கு இந்த இரண்டு விளக்கங்களுமே மன நிறைவு அளிக்கவில்லை. சதித்திட்ட விளக்கம் டாக்டர் அம்பேத்கரின் துணிவையும், தணியாத நேர்மை உணர்வையும் குறைத்து மதிப்பிடுகிறது. நல்லாட்சியைப் பெறுவதற்காக அவர் அதிகாரத்தையும், பதவியையும் தேடினார். அவருடைய வாழ்க்கை வரலாறு இதனை ஒவ்வொரு கட்டத்திலும் உறுதிப்படுத்துகிறது.[17] இதற்கு மாறாக விட்டுக்கொடுக்கும் விளக்கம் டர்கடர் அம்பேத்கரை வேறு மாதிரி சித்திரிக்கிறது. அவருக்கென்று சில குறிப்பிட்ட கருத்துகள் இருந்தன. அவரிடம் ஆறு கருத்துகள் இருந்ததென்றால் முதல் மூன்றையும் பெறக் கடைசி மூன்றையும் விட்டுக்கொடுத்து விடுவார் என்று இது காட்டுகிறது. அதாவது சில காரியங்கள் நடைபெற வேண்டுமென்றால், விட்டுக்கொடுத்துப் போக வேண்டும் என்பது டாக்டர் அம்பேத்கரின் நடைமுறைக்கான கொள்கை என்று குறிக்கிறது. இந்த விளக்கம் பொருத்தமில்லாதது. டாக்டர் அம்பேத்கர் எப்போதுமே ஒரு மாணவராக இருந்திருக்கிறார். அவர் கற்றலிலும், விவாதத்திலும் ஈடுபட்டிருந்தார். அவருடைய அடிப்படைக் கொள்கைகள் தொடர்ந்து பின்பற்றப்பட்டு வந்தாலும் அவற்றை எவ்வாறு அடையலாம் என்பது பற்றி அவரது சிந்தனையும் செயலும், புதிய செய்தி, புதிய தரவுகள், புதிய ஆட்களும், கருத்துகளும் அறிமுகமாதல் ஆகியவற்றின் அடிப்படையில் மாறிக்கொண்டே இருந்தன. அவருடைய

நடைமுறை வாதம் தொடர்ந்து பரிமாண வளர்ச்சி பெற்றது. மாறும் சூழ்நிலைக்கேற்றபடி தன்னை மாற்றிக்கொண்டது. பிற கண்ணோட்டங்களையும் கருத்தில்கொள்ள ஆயத்தமாக இருப்பார்.

டாக்டர் அம்பேத்கரின் *States and Minorities*-இல் கொடுத்த முகப்புரையும், அரசமைப்புச் சட்டத்தின் முகப்புரையும் அவருடைய அடிப்படைக் கொள்கைகளைப் பிரதிபலிக்கின்றன. முதன்மைக் கருத்தியல்களை அவர் விட்டுக்கொடுக்கவில்லை. ஆனால் அரசமைப்புச் சட்டத்தில் சில குறிப்பிட்ட பிரிவுகளைப் பொறுத்த வரையில் நடைமுறைக்கு ஏற்ப நடந்துகொண்டார்.

இவ்விரண்டு விளக்கங்களுக்கு மாற்றாக நான் அரசமைப்பு சார்ந்த விளக்கத்தைக் குறிப்பிடுவேன். அதாவது அம்பேத்கரின் நிலையில் ஏற்பட்ட மாற்றம் அரசமைப்புப் பேரவையிலும், அரசமைப்புச் சட்டத்தை வரைவு செய்வதிலும் அவர் பெற்ற அனுபவத்தால் நிகழ்ந்தது. மற்ற உறுப்பினர்களோடு தொடர்ந்து உரையாடலில் ஈடுபட்டிருந்ததால் அவர் பல புதிய கண்ணோட்டங்களைக் காண நேர்ந்தது. டாக்டர் அம்பேத்கர் தனது கொள்கைகளில் உறுதியாக இருந்தாலும், அவற்றை அடைய வழிகளையும், யுத்திகளையும் பற்றி அவர் நடைமுறைக்கு ஏற்ப நடந்துகொண்டார் என்று இந்த விளக்கம் சொல்கிறது.

புதிய அனுபவப்பூர்வத் தரவுகள் வந்தபோது அவர் செயல்முறைகளை மாற்றிக்கொண்டார். அவருடைய கொள்கைகளை நிறைவேற்ற வேண்டி நடைமுறைகளுக்கேற்ற, தகுந்த வசதிகளைத் தேர்ந்துகொண்டார். *States and Minorities* கட்டுரை எழுதப்பட்டபோது இருந்த நிலைக்கும், அவருடைய அரசு அளவிலான சோஷலிசக் கோட்பாட்டை விட்டுக் கொடுத்ததற்கும் இடையே பல மாற்றங்கள் நடந்துவிட்டன. அவற்றில் முக்கியமானது நாட்டுப் பிரிவினை. இதனால் அரசமைப்புப் பேரவையின் உறுப்பினர்களின் எண்ணிக்கையும் நாட்டின் மக்கள்தொகை அமைப்பும் மாற்றம் பெற்றன.

டாக்டர் அம்பேத்கரின் அரசு சார்ந்த சோஷலிசம் தனி மனித உரிமைகளையும் மன்னிப்பையும் குலைக்கும் சர்வாதிகாரமாக மாறும் ஆபத்து இருந்தது. இதனைக் கருத்தில் கொண்டால் அவருடைய நிலைப்பாட்டைப் புரிந்துகொள்வது எளிதாக

இருக்கும். இந்துப் பெரும்பான்மை நாடாக இருப்பது தவிர்க்க முடியாதது. இதில் சிறுபான்மையினருக்கும் தாழத்தப்பட்டோருக்கும் (அப்போது தலித்துகள் அவ்வாறு தான் அழைக்கப்பட்டார்கள்) அடிப்படை உரிமைகளைப் பெற்றுத் தருவது கடினமாக ஆகிவிடும். (இந்து, சாதியின் கை ஓங்கியிருந்தது) அரசு நிர்வாக அமைப்பின் வழியாகப் பொருளாதார நிதியைக் கொண்டு வருவது இயலாது.

டாக்டர் அம்பேத்கரின் நிலைப்பாட்டிலிருந்த மாற்றம் பற்றி இன்னும் அதிகம் கூற வேண்டும். அவை பின்வரும் இயல்களில் விவாதிக்கப்படும். இப்போது நேருவின் குறிக்கோள் தீர்மானம் பற்றி அவருடைய எதிர்வினை கருத்துகளைப் பார்ப்போம்.

States and Minorities கட்டுரையின் பதிப்பில், விளக்கக் குறிப்புகளில் டாக்டர் அம்பேத்கர் தனது முன் மொழியப்பட்ட முகப்புரை பற்றியதொரு குறிப்பைத் தருகிறார்.

> முகப்புரை, அரசமைப்புப் பேரவையில் நிறைவேற்றப்பட்ட நோக்கங்கள் தீர்மானத்திற்கு அரசமைப்பு உருவமும் வடிவமும் தருகிறது.

டாக்டர் அம்பேத்கரின் முன்மொழியப்பட்ட முகப்பின் நோக்கங்கள் தீர்மானத்திலிருப்பதற்கும் அதிகமாக என்ன சொல்கின்றன?

பிரிவு 2இல் அம்பேத்கர் குறிப்பிட்ட உயிருக்கும், விடுதலைக்கும் மகிழ்ச்சியைத் தேடுவதற்கான உரிமைகள், பேச்சுச் சுதந்திரம், மதத்தைப் பின்பற்றும் உரிமை முதலான நோக்கங்கள் தீர்மானத்தின் பிரிவு 5-இலிருந்து எந்த வகையிலும் மாறுபட்டவை அல்ல. அம்பேத்கரின் பிரிவு 3, நேரு தரும் சமூக, பொருளாதார, அரசியல் ஆகிய முத்துறைகளின் முக்கிய விஷயங்களும் அடங்கியுள்ளன. ஆனால் அம்பேத்கர் அவற்றை நீதி என்று குறிப்பிடவில்லை. நீதி என்பதற்குச் சமமின்மையை நீக்குதல் என்று விளக்கம் தருகிறார். சமூக, பொருளாதார, அரசியல் நீதியை அடைதலைப் பற்றி நேரு பேசுகிறார். ஆனால் அம்பேத்கர் நீதியை அடைதல் என்பதற்கு சமூக, பொருளாதார, அரசியல் ஏற்றத் தாழ்வுகளை நீக்குதல் என்று பொருள் கொள்கிறார். அதுபோலவே நேருவின் பிரிவும், சிறுபான்மையினருக்கும், தாழ்த்தப்பட்டோருக்கும் போதுமான பாதுகாப்புகளைத் தருதலைப் பற்றிக் குறிப்பிடுகிறது. ஆனால்

டாக்டர் அம்பேத்கர் நல்வாய்ப்புகள் தரப்பட வேண்டும் என்று கூறுகிறார். பிரிவு 4இல் ஒவ்வொரு குடிமகனும், தேவையிலிருந்தும் அச்சத்திலிருந்தும் விடுபட்டு வாழ்வதைச் சாத்தியமாக்க வேண்டுமென்று குறிப்பிடுகிறார்.

பி.என்.ராவின் வரைவு முகப்புரை - நம்பகமானது

நேருவின் நோக்கங்கள் தீர்மானத்திற்கு எதிர்வினையாற்றியவர் டாக்டர் அம்பேத்கர் மட்டுமல்ல. அரசமைப்பு ஆலோசகரான பி.என்.ராவும் ஒன்றிய அரசமைப்புச் சட்டத்திற்கு ஒரு குறிப்புரையைத் தந்தார். அவர் மரியாதை மிக்க ஒரு சட்ட வல்லுநர். அவருடைய குறிப்புரை 1947 மே 30 அன்று ஏற்றுக் கொள்ளப்பட்டது. அவருடைய முகப்புரை நம்பிக்கைக்கு உரியதாக இருந்தது. அவருடைய நோக்க உரை 1948 ஜனவரி 6 வரையில் அரசமைப்புச் சட்டம் தயாரிக்க அடிப்படையாக இருந்தது. ராவின் முகப்புரை வருமாறு:

> இந்திய மக்களாகிய நாங்கள், பொது நன்மையை வளர்க்கும் நோக்கத்தில், எங்களால் தேர்ந்தெடுக்கப்பட்ட பிரதிநிதிகளின் வழியாக இந்த அரசமைப்புச் சட்டத்தைச் சட்டமாக்கி, ஏற்று எங்களுக்கு நாங்களே கொடுத்துக் கொள்கிறோம்.[18]

நான்கு நாள்களுக்குப் பிறகு இடி விழுந்தது. அப்போதைய பிரிட்டிஷ் பிரதமர் கிளெமண்ட் அட்லி பிரிவினைக்கான நடைமுறைகளின் மவுண்ட் பேட்டன் திட்டத்தை அறிவித்தார். இது அனைத்தையும் மாற்றியது. அரசமைப்புப் பேரவையின் உறுப்பினர்களின் எண்ணிக்கை இந்தியாவின் வருங்கால அரசமைப்புச் சட்டம் பற்றிய 1946 மே 16 அன்று வெளியான கேபினெட் மிஷன், ஒரு மனதாக நிறைவேற்றப்பட்ட நோக்கங்களின் தீர்மானம் ஆகியவற்றை மீள்பார்வை செய்ய வேண்டியதாயிற்று.

பிரிவினையினால் ஏற்படும் சட்ட, அரசியல், சமுதாய விளைவுகளை அறிந்துகொள்ளக் கால தாமதம் ஆகும் எனவே பி.என்.ராவின் வரைவு முகப்புரையை ஐக்கிய அரசமைப்புச் சட்டக் குழு ஏற்றுக்கொண்டது. இதற்கிடையில் துணைக் குழு நோக்கங்கள் தீர்மானத்தைப் பிரிவினைச் சூழலில் எவ்வாறு மாற்றலாம் என்று ஆராயக்கூடியது. இந்தத் துணைக் குழுவில்

1946 ஜூலையில் இருந்த வல்லுநர் குழுவிலிருந்த பலரும் உறுப்பினர்களாக இருந்தார்கள். அது நேருவின் நோக்கங்கள் தீர்மானத்தின் வாசகங்களை வரிக்கு வரி மாறாமல் அறிவுரைக்கு அடிப்படையாகக்கொண்டிருந்தது. K.M.முன்ஷி, N.கோபால்சாமி அய்யங்கார் ஆகியோரும் இருந்தார்கள். டாக்டர் அம்பேத்கரும், பி.என்.ராவும், அல்லாடி கிருஷ்ணசாமி அய்யங்காரும் சேர்க்கப்பட்டார்கள்.

இந்தக் குழு நோக்கங்களின் தீர்மானத்தில் இப்போது மாற்றங்கள் தேவையில்லை என்று தீர்மானித்தது. பின்னால் பார்த்துக் கொள்ளலாம் என்று இந்தத் தீர்மானம் கூறுவது போல இருந்தாலும், வரைவுக் குழுவின் மனத்தில் அது பாதிப்பை ஏற்படுத்திற்று. நோக்கங்கள் தீர்மானம் ஒரு வழிகாட்டியாக இருக்கும். அதன் அடிப்படையில் உள்ளமைப்பை உருவாக்கிக் கொள்ளலாம் என்ற எண்ணம் ஏற்பட்டது. அது இந்தியாவின் அரசமைப்புச் சட்டத்தின் முகப்புரையாக இருக்காது.

வரைவுக் குழு

இந்தியாவின் பிரதமராக ஆவதற்கு ஒரு மாதத்திற்கு முன்னர் ஆலோசனைகள் கூற வேண்டிய துணைக் குழு அதிகாரத்தைக் கையிலெடுத்துக் கொண்டதை நேரு ஒத்துக்கொண்டார். இந்தத் துணைக் குழுவே ஆறு வாரத்தில் இந்தியாவின் அரசமைப்புச் சட்டத்தை வரைவு செய்யும் குழுவாக ஆக்கப்பட்டது. 1947 ஜூலை 18 அன்று அரசமைப்புப் பேரவையில் நேரு பின்வருமாறு அறிவித்தார்:

> அரசமைப்புப் பேரவையின் அடுத்த கூட்டத்தின் பார்வைக்கான, அரசமைப்புச் சட்டத்தின் வரைவினைத் தருவதற்காக ஒரு வரைவுக் குழு அமைக்க முன் மொழியப்படுகிறது. முகப்புரை தீர்மானங்களின் தீர்மானத்தில் விளக்கப்பட்டிருக்கிறது. இறுதி அரசமைப்புச் சட்டம் அதன் பகுதிகளை உள்ளடக்கியிருக்கும். நோக்கங்களில் சில மாற்றங்கள் செய்ய வேண்டியதிருக்கும். ஆனால் அடிப்படைக் கொள்கைகள் அப்படியே இருக்கும்.[19]

1947 ஆகஸ்ட் 29 அன்று பேரவையின் தீர்மானம் வழியாக வரைவுக் குழு நியமிக்கப்பட்டது. அதனுடைய பணிகள் வருமாறு:

> பேரவையில் எடுக்கப்பட்ட முடிவுகளை அவற்றின் நீட்சியாக வரும் விஷயங்களை உள்ளடக்கி அல்லது சேர்க்கப்பட வேண்டியவற்றையும் சேர்த்து நடைமுறைப்படுத்தும் வகையில், அரசமைப்பு ஆலோசகர்களால் தயாரிக்கப்பட்ட இந்திய அரசமைப்புச் சட்டத்தின் நகலை ஆராயவும், குழுவால் மறு ஆய்வு செய்யப்பட்ட வரைவினைப் பேரவைக்கு அதன் ஒப்புதலுக்காகச் சமர்ப்பிக்கவும் நியமிக்கப்படுகிறது.[20]

வரைவுக் குழுவின் உறுப்பினர்களாக அல்லாடி கிருஷ்ணசாமி அய்யங்கார், N.கோபால்சாமி, B.R.அம்பேத்கர், K.M.முன்ஷி முதலானோர் இருந்தார்கள். அதன் தலைவராக அம்பேத்கர் ஒரு மனதாகத் தேர்ந்தெடுக்கப்பட்டார்.

1947 அக்டோபரில் பி.என்.ராவ் தயாரித்த வரைவு அரசமைப்புச் சட்டத்தை வரைவுக் குழு பரிசீலிக்கத் தொடங்கியது. ராவும் அக்கூட்டங்களுக்கு வந்திருந்தார்.[21] வரைவின் ஒவ்வொரு பிரிவையும் விவாதிப்பதென்பது முடிவு செய்தாலும் முகப்புரையில் தொடங்காமல் பிரிவு 1இல் தொடங்கிற்று. வரைவு அரசமைப்புச் சட்டம் முழுமையையும் ஆராய்ந்த பிறகே முகப்புரை எடுத்துக்கொள்ளப்பட்டது.

முகப்புரையின் பிறப்பு: திடீரென்று தோற்றம்

நான்கு மாதங்களுக்குப் பிறகு 1948 பிப்ரவரி 6 அன்று வரைவுக் குழு டாக்டர் அம்பேத்கர் தலைமையில் கூடிற்று. மூன்று உறுப்பினர்கள் மட்டுமே வந்திருந்தார்கள். அரசமைப்புப் பேரவையின் விவாதப் (CAD)[22] பதிவுகளின்படி, மற்ற இருவரும் அமைதியாக இருந்தார்கள். (டி.டி.கிருஷ்ணமாச்சாரியின் கருத்தும் அதை ஒட்டியே இருந்தது.[23]) முன்ஷி அதைக் குறை கூறினார். ஆனால் ராவைப் பெரிதும் புகழ்ந்தார்.[24]

அரசமைப்பு ஆலோசகர் ராவ், அவர் உறுப்பினராக இல்லாவிட்டாலும் கூட்டத்திற்கு வந்திருந்தார். டாக்டர் அம்பேத்கரின் அனுமதியோடு அவர் கருத்துகளைச் சொன்னார். வாக்களிக்கும் உரிமையை அம்பேத்கர் தந்தார்.

அன்றைக்கு முகப்புரை விவாதம் நிகழ்ச்சி நிரலில் இடம் பெற்றிருந்தது. B.N.ராவின் முகப்புரை மீண்டும் தரப்படுகிறது:

இந்திய மக்களாகிய நாங்கள் தேர்ந்தெடுக்கப்பட்ட உறுப்பினர்கள் மூலம் பொதுநலனை மேம்படுத்தும் நோக்கத்துடன், இந்த அரசமைப்புச் சட்டத்தை இயற்றி, ஏற்று, எங்களுக்கே கொடுத்துக்கொள்கிறோம்.

வரைவுக் குழுவில் 1948 பிப்ரவரிக்கான குறிப்புகள் கூறியது: முகவுரை (மேலே குறிப்பிட்ட) முகப்புரைக்குப் பதிலாக, பிற்சேர்க்கை B-யில் கொடுக்கப்பட்டுள்ள முகப்புரை இடம் பெறும் என்று தீர்மானிக்கப்பட்டது. குறிப்புகளில் பிற்சேர்க்கை B தரப்பட்ட முகப்புரை எது?[25] 1946 ஜூலை 22இல் கொடுக்கப்பட்ட அறிவிப்பா? அல்லது 1947 ஜனவரி 22 அன்று தரப்பட்ட நேருவின் நோக்கங்கள் தீர்மானமா? அல்லது அம்பேத்கரின் *States and Minorities* (1947 மார்ச் 15) இல் தரப்பட்ட முகப்புரை முன் மொழிவா? அல்லது 1947 மே 30 அன்று B.N.ராவ் தந்ததன் மறுபதிப்பா?

இவற்றில் எதுவுமே இல்லை. ஆனால் இதில் இவை எல்லாமே அடங்கியிருந்தது.

> இந்திய மக்களாகிய நாங்கள், இந்தியாவை ஒரு இறையாண்மை கொண்ட சுதந்திர நாடாக அமைக்கவும், அதன் எல்லாக் குடிமக்களுக்கும் நீதி, சமூக, பொருளாதார, அரசியல் நீதி, சிந்தனை, வெளிப்பாடு, நம்பிக்கை, மதம், வழிபாடு, தொழில், சங்கம் அமைத்தல், செயல்படுதல், தரம் (அந்தஸ்து), வாய்ப்பு ஆகியவற்றில் - தத்துவம், சாதி, கொள்கை வேறுபாடுகள் இன்றி ஒவ்வொரு குடிமகனுக்கும் மாண்பினை உறுதி செய்யும் சகோதரத்துவம் ஆகியவற்றைப் பெற்றுத் தரவும், வளர்க்கவும் இந்த அரசமைப்புச் சட்டத்தை ஏற்று, சட்டமியற்றி, எங்களுக்கே கொடுத்துக் கொள்கிறோம்.[26]

இவ்வாறு மாற்றம் செய்யப்பட்ட வாசகத்திற்கு எதிர்ப்பே இல்லையென்பது கூட்டக் குறிப்புகளிலிருந்து தெரிகிறது. இது கூட்டத்தின்போது வரைவு செய்யப்படவில்லை. ஏற்கெனவே வரைவு செய்யப்பட்டது. மூன்று அம்சங்கள் பற்றி மட்டுமே விவாதங்கள் நடந்திருக்கின்றன. அவை வேறு எட்டு அரசமைப்புச் சட்டப் பிரிவுகளோடு பட்டியலிடப்பட்டன. மூன்றரை மணி நேர விவாதத்தில் பத்து நிமிடங்களே இதற்குச் செலவிடப்பட்டது போலத் தெரிகிறது. இது அறிமுகப்படுத்தப்பட்டு உடனே ஏற்றுக்கொள்ளப்பட்டது. அதனைப் புதிய வரைவு என்று

கொண்டு பின்னர் விவாதித்துக் கொள்ளலாம் என்று தனியாக வைத்திருப்பார்கள் போலும்.

எனினும் அந்தக் குழுவில் புதியதொரு வரைவினைக் கொண்டு வர ஒருவருக்கு மட்டுமே அதிகாரம் இருந்தது. அவருடைய வரைவு *B.N.*ராவினுடைய முகப்புரைக்குப் பதிலாக இடப்பட வேண்டுமென்று முடிவு செய்ய அவருக்கு உரிமையுண்டு. அவர்தான் குழுத் தலைவரான அம்பேத்கர்.[27]

இதன் நடைமுறை மட்டும் அவர்தான் இதன் வரைவாளர் என்பதைக் காட்டவில்லை. என்றாலும், அதன் உட்பொருளும் அது டாக்டர் அம்பேத்கருடையது என்று காட்டியது. "சாதி, கொள்கை வேறுபாடின்றி...." என்ற இறுதி வாக்கியமும் அம்பேத்கரின் முத்திரையைக் காட்டியது. அது மட்டுமல்ல, அவருடைய நடைமுறைக்குத் தக்கச் செயல்படும் ஆற்றலையும் அவர் மீத்திறமுடையவர் என்பதையும் வெளிப்படுத்திற்று.

இதனைக் கூர்மையாக ஆராய்ந்தால், இதில் ஏற்கெனவே குறிப்பிடப்பட்ட எல்லா ஆவணங்களின் அடையாளங்களையும் காண முடியும். சிந்தனை, நம்பிக்கை, தொழில், சங்கம் அமைத்தல், செயல்பாடு ஆகியவற்றில் உரிமை, நோக்கங்கள் தீர்மானத்திலுள்ள வெளிப்பாடு (பேச்சு, எழுத்து) மத நம்பிக்கை, வழிபாடு முதலான உரிமைகள் சேர்க்கப்பட்டன. மேலும், முந்தைய ஆவணங்களில் காணப்படும் 'உள்ளார்ந்து தீர்மானிக்கிறோம்', 'இறையாண்மையுடைய சுதந்திரம்', 'பொருளாதார சமூக, அரசியல் நீதி' சமுதாயப் படிநிலை, வாய்ப்பு ஆகியவற்றில் சமத்துவம் ஆகியவையும் இருந்தன. *B.N.*ராவின் வரைவிலிருந்து 'இந்தியாவின் மக்களாகிய நாங்கள், இந்த அரசமைப்புச் சட்டத்தை ஏற்று, இயற்றி, எங்களுக்குக் கொடுத்துக்கொள்கிறோம்' என்ற சொற்றொடர்கள் காணப்பட்டன.

இவ்வாறு டாக்டர் அம்பேத்கர் வரைவாளர்கள் அனைவருக்குமே முக்கியத்துவம் கொடுத்தார். அதே சமயம் எதிர்பாராத சில சொற்றொடர்களையும் சேர்த்துக்கொண்டார். அவை: 'சகோதரத்துவம், மாண்பு, சாதி'.

*States and Minorities*இல் சொல்லப்பட்ட முகப்புரையிலிருந்து டாக்டர் அம்பேத்கர் ஏன் நேருவின் சொற்றொடராக 'பெற்றுத் தருதல்', 'வளர்த்தல்' ஆகியவற்றைச் சேர்த்தார் என்பது விளங்கும்.

நேருவின் நோக்கங்கள் தீர்மானத்தில் (சமூக, பொருளாதார, அரசியல்) நீதியைப் பெற உறுதி செய்தல் (to secure) பற்றிப் பேசப்பட்டது. டாக்டர் அம்பேத்கர் அரசின் கடமையாகச் செயல்படுத்த வேண்டிய ஒன்றாக மாற்றியிருந்தார். சமூக, அரசியல், பொருளாதார ஏற்றத்தாழ்வுகளை நீக்குதல் என்றிருந்ததை அரசின் கடமை என்று இங்கு முதன்மைப்படுத்துகிறார். இது நேர்மறையை உறுதி செய்யும் கொள்கைகளை வளர்த்தல் என்றாகிறது. அதன்படிதான் அம்பேத்கர் 'சாதி' என்கிற சொல்லைச் சேர்த்தார்.

அடிக் குறிப்புகளும், விட்டுக் கொடுத்தல்களும்

குழு மீண்டும் 1948 பிப்ரவரி 9 அன்று கூடியது. முதல் கூட்டத்தில் இருந்த உறுப்பினர்களே இருந்தார்கள். இப்போது அம்பேத்கரின் முகப்புரை விவாதத்திற்கு எடுத்துக்கொள்ளப்பட்டது. இங்கே அம்பேத்கர் விட்டுக் கொடுத்திருப்பது தெரிகிறது. இடது, வலதுசாரிகளின் கருத்துகள் ஏற்றுக்கொள்ளப்பட்டன. சாதி, கொள்கை வேறுபாடின்றி என்பதோடு இடதுசாரிக் கருத்தால் 'வகுப்பும்' சேர்த்துக் கொள்ளப்பட்டது. 'ஒவ்வொரு குடிமகனின் மாண்பு' என்பதோடு தேசியக் கருத்தியலான 'நாட்டின் ஒருமைப்பாடு' சேர்க்கப்பட்டது. இந்த இரண்டு விட்டுக் கொடுத்தலும், உண்மையில் அம்பேத்கரின் எண்ணத்துக்கும், செயலுக்கும் ஒத்துப்போகக் கூடியவை. 'வகுப்பு' என்பது அவருடைய முதன்மையான எண்ணங்களில் ஒன்று. அவர் சுதந்திரத் தொழில் கட்சி ஆரம்பித்தது, தொழிலாளர் சட்டங்களைத் திருத்தியது முதலானவை இதனை உறுதி செய்கின்றன. அது பற்றி அடுத்த இயலில் விரிவாகப் பார்க்கலாம். நாட்டு ஒருமைப்பாடு என்பதும் அம்பேத்கரின் கோரிக்கையாக இருந்து வந்திருக்கிறது. எனினும் 'நாடு' என்பது பற்றிய அம்பேத்கரின் கருத்து தனித் தன்மை வாய்ந்தது.

திருத்தப்பட்ட முகப்புரை (1948 பிப்ரவரி 9) பின்வருமாறு:

- சமூக, பொருளாதார, அரசியல், நீதி, எண்ணம், வெளிப்பாடு, (மத) நம்பிக்கை, வழிபாடு, தொழில், சங்கம் அமைத்தல் செயல்பாடு, எல்லாக் குடிமக்கள் மத்தியிலும் சாதி, வகுப்பு, கொள்கை வேறுபாடின்றி சகோதரத்துவம், ஆகியவற்றில் ஒவ்வொரு தனியாளின் மாண்பையும்

நாட்டின் ஒருமைப்பாட்டையும் உறுதி செய்யுமாறு எல்லாக் குடிமக்களுக்கும் பெற்றுத் தர...[28]

அடுத்த நாள், அந்தக் குழு உறுப்பினர்கள் கூடினார்கள். மீண்டும் முகப்புரை விவாதத்திற்கு எடுத்துக் கொள்ளப்பட்டது. எந்த மாற்றமும் செய்யப்படவில்லை . ஆனால் அடிக் குறிப்புகள் சேர்க்க முடிவு செய்யப்பட்டது. அதில் 'நோக்கங்கள் தீர்மானம் முகப்புரையை வரைவு செய்வதில் பின்பற்றப்பட்டது'[29] என்பது சேர்க்கப்பட்டது. இது அரசமைப்புப் பேரவையின் வழியாகவே இருந்திருக்க வேண்டும். ஏனென்றால் உலகின் எந்த அரசமைப்பு முகப்புரையிலும் அடிக்குறிப்பு என்பது காணப்படாத ஒன்று.

அடுத்த இரண்டு வரைவுக் குழுக்களின் கூட்டங்களும் 1948 பிப்ரவரி 11, 13 நாள்களில் நடந்தன. இப்போது வருகை தந்தோரின் எண்ணிக்கை முந்தைய கூட்டங்களை விடக் குறைவாகவே இருந்தது. இவற்றின் கூட்டக் குறிப்புகளில் முகப்புரை பற்றி எதுவும் குறிப்பிடப்படவில்லை.

இறுதி வடிவம் - மாற்றம் எதுவுமில்லை

1948 பிப்ரவரி 21 அன்று நடந்த இறுதிக் கூட்டத்தில் இன்னும் சில மாற்றங்கள் செய்யப்பட்டன. எளிமைப்படுத்துவற்காகச் சில சொற்றொடர்கள் நீக்கப்பட்டன.[30] அன்றே டாக்டர் அம்பேத்கர் அதனை அரசமைப்புப் பேரவையின் தலைவருக்கு அனுப்பிவைத்தார். அதன் வடிவம் இது.

> **இந்திய மக்களாகிய நாம்,** இந்திய நாட்டினை **இறையாண்மையும் சமநலச்சமுதாயமும் சமயச் சார்பின்மையும் மக்களாட்சி முறையும் அமைந்ததொரு குடியரசாக** நிறுவவும், அதன் குடிமக்கள் அனைவரும் சமுதாய, பொருளாதார, அரசியல் **நீதி,** சிந்தனை வெளிப்பாட்டில் நம்பிக்கையும், கொள்கைப் பற்றார்வத்திலும் வழிபாட்டிலும் **சுதந்திரம்**, தகுதி நிலையிலும், வாய்ப்பிலும் **சமத்துவம்** அவற்றின் மத்தியில் எல்லாத் தனிமனிதனின் கண்ணியத்தையும் நாட்டின் ஒருமைப்பாட்டையும் உறுதி செய்யும் **சகோதரத்துவம்** எல்லாக் குடிமக்களும் பெறுதலை உறுதிசெய்தல்...[31]

இந்த வடிவம் டாக்டர் அம்பேத்கர் முதலில் வரைவு செய்து 1948 பிப்ரவரி 9 அன்று அறிமுகப்படுத்தும் வரைவிலிருந்து அதிகம் மாறுபடவில்லை. இந்த வடிவமே 1950 ஜனவரி 26 அன்று, அதாவது இரண்டாண்டுகள் கழித்து, ஏற்றுக் கொள்ளப்பட்ட இறுதி வரைவு. 1948, 49 ஆண்டுகளில் அரசமைப்புச் சட்டமும், முகப்புரையும் மூன்று கூட்டங்களில் வாசிக்கப்பட்டு விவாதிக்கப்பட்டது. எனினும் எந்தத் திருத்தங்களையும் வரைவுக் குழு ஏற்றுக்கொள்ளவில்லை. எனவே எந்த மாற்றங்களும் செய்யப்படவில்லை.[32]

ஏன் இது டாக்டர் அம்பேத்கரின் முகப்புரை?

அரசமைப்புப் பேரவையின் விவாதத்தில் சில கருத்துகள் முன் வைக்கப்பட்டன. பாராட்டும், விமர்சனமும் தரப்பட்டன. அவை அடுத்து வரும் இயல்களில் எடுத்துக்கொள்ளப்படும். இதுவரையில் முகப்புரையின் பரிணாம வளர்ச்சியைப் பார்த்தோம். அதிலிருந்து, இந்தியாவின் அரசமைப்புச் சட்டத்தின் முகப்புரை டாக்டர் அம்பேத்கரின் முகப்புரை என்பது தெளிவாகிறது.

இது அம்பேத்கரின் முகப்புரை. அதனை வரைவு செய்த செயல் முறைகளை மட்டுமல்ல; அதனுடைய கருத்தமைவுப் பொருளிலும் அது அம்பேத்கருடையது. அதாவது நடைமுறைச் செயல்பாட்டிலும் அதன் உட்பொருளிலும் அது அம்பேத்கருடையது. ராவ், நேரு ஆகியோருடையதைப் போல இல்லாமல் அதன் மையக் கருத்தாக்கங்களான, நீதி, உரிமை, சமத்துவம், சகோதரத்துவம், மாண்பு, நாடு, ஆகியவை அம்பேத்கரின் எழுத்துகளிலும், உரைகளிலும் பரவிக் காணப்படுகின்றன. அவை தனித்தன்மை வாய்ந்தவை. அவராலே மட்டுமே பயன்படுத்தப்பட்டவை. அவை முந்தைய மூல பாடங்கள், நோக்கங்களின் தீர்மானம் முதலானவற்றிலும் காணப்படுகின்றன. டாக்டர் அம்பேத்கர் அறிமுகம் செய்த புதிய கருத்தாக்கங்கள் இதற்கு முன்னர் சொல்லப்பட்ட கருத்தாக்கங்களின் மையமாகவும் ஆயின.

இது ஏன் இப்படி இவ்வாறு அமைந்தது என்பதை நாம் பின்வரும் இயல்களில் காண்போம். ஆறு இயல்களில், அரசமைப்பின் ஆறு கருத்தியல்களின் இரகசியப் பின் வரலாறுகளுக்கு இந்த நூல் குரல்கொடுக்கிறது. நவீன இந்திய அறிவுசார், அரசமைப்புச்

சட்ட வரலாற்றில் அதிகம் தெரியாத விபரங்களை நாம் வெளிக்கொணர்வோம். அதன் மூலம் டாக்டர் அம்பேத்கரின் இதுவரையில் வெளிவராத புரட்சிகரமான, சமூக, அரசியல் சட்டப்பூர்வ நீதி ஆகியவற்றின் முக்கிய அம்சங்களைக் காண்போம்.

1

நீதி: B.R. அம்பேத்கரின் கதை

நாற்பத்திரண்டு அமர்வுகளில் தயாரிக்கப்பட்ட அரசமைப்புச் சட்டத்தின் முதல் வரைவினை, டாக்டர் அம்பேத்கர் வரைவுக் குழுவின் தலைவர் என்கிற முறையில் 1948 பிப்ரவரி 21 அன்று சமர்ப்பிக்க ஆயத்தமாகிவிட்டார். டாக்டர் அம்பேத்கர் அதன் தலைவராக ஆகஸ்ட் 20 அன்று தேர்ந்தெடுக்கப்பட்டார். முதல் கூட்டம் 1947 அக்டோபர் 27 அன்று தொடங்கிற்று. முதல் வரைவை அரசமைப்புப் பேரவையின் தலைவரான ராஜேந்திர பிரசாத்துக்கு அவர் அனுப்பினார். ராஜேந்திர பிரசாத் பிப்ரவரி 26 அன்று பொதுவெளியில் அதை வெளியிட்டார். வரைவானது பேரவை உறுப்பினர்களுக்கும் அனுப்பப்பட்டது. அவர்கள் 1948 மார்ச் 22-க்குள் அவர்களது கருத்துகளைத் தெரிவிக்குமாறு கேட்டுக்கொள்ளப்பட்டார்கள். பல திருத்தங்கள் முன் மொழியப்பட்டன. அவற்றில் சில முகப்புரை பற்றியவை. ஆனால், அவற்றில் ஒன்று கூட நீதி பற்றியது அல்ல.

வரைவுக் குழு மார்ச் 23, 24, 27 ஆகிய நாள்களில் கூடி அந்தக் கருத்துகளையும், விமர்சனங்களையும் மதிப்பீடு செய்தது. அரசமைப்புப் பேரவையின் முந்தைய முடிவுகளிலிருந்து இந்த வரைவு சொல்லிலும் பொருளிலும் வேறுபட்டு இருந்தது. ஆகவே குடியரசுத் தலைவர் பிரசாத் ஒரு சிறப்புக் குழுவை அமைத்தார். அது வரைவு அரசமைப்புச் சட்டம், முன்மொழியப்பட்ட திருத்தங்கள், வரைவுக் குழுவின் கருத்து ஆகியவற்றைக் கவனமுடன் ஆராயும். அக்குழுவின் தலைவர் ஜவகர்லால் நேரு. வரைவுக் குழு உறுப்பினர்கள், ஒன்றிய அரசமைப்புச் சட்டக் குழு, மாநில அரமைப்புக் குழுக்கள் ஆகியவற்றின் உறுப்பினர்களும் அதன் உறுப்பினர்கள். இக்குழு 1948 ஏப்ரல் 10, 11 ஆகிய நாள்களில் கூடியது. அப்போது மேலும் சில

உறுப்பினர்கள் சேர்க்கப்பட்டார்கள். நசிருதீன் அகமதும் வந்திருந்தார். வரைவுக் குழு தன்னிச்சையாக இரகசியத் தீர்மானங்கள் எடுக்குமென்று அவர் சந்தேகப்பட்டார்.

சிறப்புக் குழுவின் 1948 ஏப்ரல் 18 அன்று நடந்த கூட்டம் குறிப்புகளை ஆராய்ந்தது;

> 1948 பிப்ரவரி 21 அன்று வரைவுக் குழுவின் தலைவர் இந்திய அரசமைப்புப் பேரவையின் தலைவருக்கு எழுதிய கடிதத்தில் கூறப்பட்டிருந்தவற்றைக் குழு ஆராய்ந்தது.
>
> முகப்புரை: முகப்புரைக்குத் தரப்பட்ட திருத்தங்கள் பின்னர் கவனிக்கப்படும். இறுதி முகவுரை அரசமைப்புப் பேரவையின் முடிவுக்கு விடப்படும்.[1]

இது வழக்கத்திற்கு எதிரானது. சிறப்புக் குழு அமைக்கப்பட்டதன் நோக்கமே வரைவு அரசமைப்புச் சட்டத்தில் வரைவுக் குழு கொண்டு வந்திருந்த மாற்றங்களை ஆராய்வதுதான். அவற்றில் முக்கியமானது ஏற்கெனவே ஒரு மனதாகத் தீர்மானிக்கப்பட்ட நோக்கங்களின் தீர்மானத்தில் செய்யப்பட்ட மாற்றம். டாக்டர் அம்பேத்கரின் முதல் குறிப்புகளில் ஒன்று நோக்கவுரையில் ஏற்படுத்தியிருந்த மாற்றங்கள்தான். நேரு அவருடைய வாக்குக்கு உண்மையாக இருந்தார் என்பது தெரிகிறது. கால மாறுதல்களுக்கு ஏற்ப வரைவுக் குழுவிற்கு நோக்கங்களின் தீர்மானத்தில் மாற்றம் செய்ய அதிகாரம் தரப்பட்டிருந்தது. இது அகமதுக்கு ஏற்றதாக இல்லை.

எப்படியிருப்பினும் நீதி பற்றிய பிரிவைப் பொறுத்த வரையில், டாக்டர் அம்பேத்கரின் கடிதம் அரசமைப்புப் பேரவையின் முடிவுகளுக்கு எந்த வகையிலும் முரணாக இல்லை. இந்தப் பிரிவில் எடுத்துக்கொள்ளப்பட வேண்டிய எந்தத் திருத்தங்களும் இல்லை.

பேரவையின் பல கூட்டங்களிலும் 'சமூக, பொருளாதார அரசியல் நீதி' என்பது பற்றி எதிர்க் கருத்துகள் எதுவும் வைக்கப்படவில்லை. சில விமர்சகர்கள் சில சொற்றொடர்களை மாற்றியமைக்கலாம் என்றுதான் சொன்னார்கள். அவற்றில் அழுத்தம் குறைவு என்றார்கள். நீதி என்பதற்குரிய மூன்று சொற்றொடர்களுக்கும் - சமூக, பொருளாதார, அரசியல்

ஆகியவற்றிற்கும் சமமான வலு தரப்பட வேண்டுமென்றுதான் கூறப்பட்டது. சொற்றொடர்களை மாற்றச் சொல்லவில்லை.

வரைவுக் குழுவின் உறுப்பினர்களில் மரியாதைக்குரிய உறுப்பினரான அல்லாடி கிருஷ்ணசாமி அய்யங்கார் பல ஆலோசனைக் குழுக்களில் பணிபுரிந்தவர். அவர் இந்தப் பிரிவைத் தீவிரமாக ஆதரித்தார்.

> சமூக, பொருளாதார, அரசியல் நீதி என்பது அதிகம் உறுதிபடச் சொல்லப்படவில்லை என்று கூறப்பட்டது. சமூக, பொருளாதார அரசியல் நீதி என்ற சொற்றொடர், இந்த நாட்டையும், இந்தப் பேரவையையும் எந்தக் குறிப்பிட்ட அரசியல் கொள்கைகளுக்குள்ளும் தன்னை உட்படுத்திக் கொள்ளவில்லை, மாறாக இன்றைய மக்களாட்சி நாடு ஒவ்வொன்றிலும் காணப்படும் அடிப்படை நோக்கத்தை வலிவுறுத்தவே தரப்பட்டது. வடிவமைக்கப்பட்ட அரசமைப்புச் சட்டம் முற்போக்கான சமுதாயத்துக்குத் தேவையான வளர்ச்சி, ஒத்துப் போதல் ஆகிய கூறுகளை உள்ளடக்கியிருக்கும் என்பதில் ஐயமில்லை.[2]

அரசமைப்புப் பேரவையும் இதனை ஏற்றுக்கொண்டது. அந்தச் சொற்றொடர் அப்படியே நீடித்தது.

42ஆம் திருத்தம்

மக்களவையில் அரசமைப்புச் சட்டத்திற்கு 42ஆம் திருத்தம் 1976ஆம் ஆண்டு கொண்டு வரப்படும் வரையில் அதுவே தொடர்ந்தது. 'நீதி' பற்றிய சொற்றொடரை மாற்றும் கருத்து அதுவரையில் முன்மொழியப்படவில்லை. திருத்தம் மூன்று சொற்றொடர்களை முகப்புரையில் சேர்த்தது. மதச் சார்பற்ற 'சோஷலிச, ஒருமைப்பாடு' ஆகியவை இணைக்கப்பட்டன. இப்போதிருக்கும் முகப்புரையில் அவை இடம்பெறுகின்றன. அது இவ்வாறு தொடங்கியது:

> **இந்திய மக்களாகிய நாம், இந்திய நாட்டினை இறையாண்மையும் சமநலச் சமுதாயமும் சமயச் சார்பின்மையும் மக்களாட்சி முறையும் அமைந்ததொரு குடியரசாக** நிறுவவும்...

அதாவது கடைசியில் நீதி பற்றிய வாக்கியத்தில் 1976இல் கூட பல தீர்மானங்கள் மக்களவையிலும் மாநிலங்கள் அவையிலும் கொண்டு வரப்பட்டாலும் எந்த மாற்றமும் செய்யப்படவில்லை. தள்ளுபடி செய்யப்பட்ட தீர்மானங்கள் சமூக, பொருளாதார அரசியல் நீதிக்கு மேலும் அதிகமான குறிக்கோள்கள் எப்படி நீதி நிலைநாட்டப்பட வேண்டும் என்பதைக் குறிக்கும் வகையில் இருக்க வேண்டும் என்று கொண்டு வரப்பட்டன.

எடுத்துக்காட்டாக, 'நீதி' என்பதில் மற்றதையும் சேர்க்க வேண்டும் என்று முன் மொழிந்தார்கள். அதாவது சமூக, அரசியல், பொருளாதார, மத நீதி என்று இருக்க வேண்டும் என்றார்கள். இன்னும் சிலர் இவ்வாக்கியப் பகுதிகளோடு வேறு சிலவற்றையும் சேர்க்க வேண்டும் என்று கூறினார்கள். 'வேலையின்மையே இல்லாமல் இருக்கும் சமூக அமைப்பை உண்டாக்குவது,' 'அரசாங்கத்தால் ஒரு குடிமகனுக்கும், இன்னொரு குடிமகனுக்கும் இடையில் எந்த வேறுபாடும் அற்ற ஒரு சமூக அமைப்பை உருவாக்குவது[3] ஆகியவை. இந்தத் திருத்தங்கள் எவையும் ஏற்றுக்கொள்ளப்படவில்லை. மேலே சொன்ன மூன்று சொற்கள் மட்டுமே சேர்க்கப்பட்டு முகப்புரை திருத்தப்பட்டது.

அம்பேத்கரின் அதிகாரம்

இப்போது அம்பேத்கரின் முகப்புரைக்கு வருவோம். அவருக்கு "நீதி' பற்றிய பிரிவை அமைப்பதில் எந்தச் சிக்கலும் இல்லை. நீதியை மூன்று பிரிவுகளாக (சமூகம், அரசியல், பொருளாதாரம்) என்று அவர் பிரித்திருப்பது குறிப்பிடத்தக்கது. இந்தச் சொற்கள் அமைப்பு நேருவின் 'தீர்மானம், அறிவிக்கை' ஆகியவற்றிற்கு முந்தியது. இவற்றின் அடிப்படையிலேயே நோக்கங்களின் தீர்மானம் பிறந்தது. உண்மையில் அந்தச் சொற்றொடர் இவற்றிற்கும் முக்கியமானது. 1917 ரஷியப் புரட்சியில் 'சமூக, பொருளாதார, அரசியல் நீதி' என்ற சொற்றொடரே முழுவதுமாக இருந்தது.

அடுத்த இயல் ரஷியப் புரட்சியிலிருந்து அவை பெறப்பட்டது என்று விளக்கும். மேலும் சமுதாய மக்களாட்சியில் விடுதலை சமத்துவம், சகோதரத்துவம் ஆகியவற்றிற்கு இணையானவை என்று காட்டும். இவை பிரெஞ்சுப் புரட்சியிலிருந்து பெறப்பட்டவை.

டாக்டர் அம்பேத்கருக்கு 'நீதி'ப் பிரிவை மாற்றுவதற்கு உரிமை இருந்தது. அவருடைய சொற்களே இறுதியானவை என்பது வரைவுக் குழுவின் குறிப்புகளிலிருந்து தெளிவாகும்.

> பல கூட்டங்களுக்கு வரைவுக் குழுவின் உறுப்பினர்கள் பலர் வருவதில்லை. எனவே டாக்டர் அம்பேத்கர் பொறுப்புகளை ஏற்க வேண்டியதிருந்தது. அவருடைய வேலை நீண்ட வரைவினைத் தயாரிப்பது மட்டுமல்ல. அரசமைப்புப் பேரவையில் விவாதங்களுக்குப் பதில் சொல்ல வேண்டியதிருந்தது. ஒவ்வொரு பிரிவாக விவாதத்திற்கு வரும்போது அதை ஏற்பதா வேண்டாமா என்று அவர்தான் முடிவு செய்ய வேண்டும். மேலும் புதிய சொற்றொடர்கள் முன்மொழியப்படும்போது அவற்றை ஆய்வுக்கு எடுத்துக்கொள்ள வேண்டியதிருந்தது. அரசமைப்புப் பேரவை சட்டமியற்றும் அவை, அரசமைப்புச் சட்டத்தை விரிவான விவாதங்களுக்குப் பிறகு சட்டமாக ஏற்கச் செய்வது கடினமான வேலை. எழுப்பப்பட்ட பல கேள்விகளுக்குப் பதில் சொல்லி ஏற்குமாறு செய்வது சீரிய செயல்.[4]

எனவே டாக்டர் அம்பேத்கர் 'நீதி' பிரிவில் எந்த மாற்றமும் செய்யவில்லை. இருபதாம் நூற்றாண்டு இந்தியாவில் சமூக நீதிக்காகப் போராடியவர் அவர். எனினும் 'நீதி' என்ற சொல் பற்றிய கருத்தாக்கத்தில் அவருக்கு ஆர்வமில்லை. ஒரு சமயம் அவர், "சுருக்கமாக நீதி என்பது விடுதலை, சமத்துவம், சகோதரத்துவம் ஆகியவற்றிற்கு இன்னொரு பெயர்,"[5] என்று குறிப்பிட்டார். அவருடைய உரைகளிலும், எழுத்துகளிலும் நீதி என்பதனை அவர் வரையறை செய்யவில்லை. ஆனால் 'கண்ணியம்', 'நாடு,' 'சகோதரத்துவம்,' ஆகியவற்றை விளக்கியிருக்கிறார். அநீதி என்ற சொல்லுக்கு எதிர்ப்பதமாக 'நீதியை'ப் பயன்படுத்தினார் என்று சொல்லலாம். ஆனால் அவருடைய 'நீதி' என்ற சொல்லின் பயன்பாடு பொதுவான பொருளையே சார்ந்திருந்தது. அநீதி என்பது ஒருவர் அனுபவிக்கும் துன்பத்தைக் குறிக்கிறது. நீதியைப் பொறுத்தவரையில் அதனை அவர் சட்ட வரையறைக்குப் பயன்படுத்தினார். சட்டம் சார்ந்த தீர்வு, ஒருவருக்கு நீதி தருவது என்கிற பொருளில் பயன்படுத்தினார். அதே சமயம் நீதியை அரசியல் தொடர்பாகவும் பயன்படுத்தினார். அரசியலில்

ஈடுபடச் செய்யும் ஒரு தூண்டுதலாகவே பயன்படுத்தினார். அறநெறி உணர்வுடன் செயல்படத் தூண்டும் ஓர் உணர்வு அது.

நீதி என்பது டாக்டர் அம்பேத்கருக்கு வெறும் உணர்வுப்பூர்வமான சொல் மட்டுமல்ல. அதன் செயல்பாடுகளையும், வரையறைகளையும் அவர் பட்டியலிடும்போது, சமூக நீதி, பொருளாதார நீதி, அரசியல் நீதி ஆகியவற்றின் உடனடித் தேவையைப் பற்றிப் பல இடங்களில் குறிப்பிடுகிறார். அவருடைய சமூக நீதி என்கிற கருத்தியல் பற்றிப் பல நூல்கள் கிடைக்கின்றன. அவருடைய எழுத்துகளிலும், இரண்டாம் நிலை ஆதார நூல்களிலும்[6] காணப்படுவது நீதிக்கான தேவைகள் பற்றியது. அவை அரசாங்கத்தின் செயல்பாட்டையும், தானாக முன் வந்து செய்ய வேண்டிய நீண்ட காலக் கொள்கைகளையும் வரையறுக்கின்றன. ஒரே நேரத்தில் அவை பல தளங்களில் ஒருங்கிணைந்து நடைமுறைப்படுத்தப்பட வேண்டும். எனவே அது செயல்படாமல் இருப்பதோ, ஒரு நிலைப்பாட்டை எடுப்பதோ அல்ல.

அரசியல் நீதி

நீதி என்பது ஒரு சிக்கலான பன்முகம் கொண்ட கருத்தியல். அதனுடைய கூறுகள் ஒவ்வொன்றும் தனித் தனியாக இருப்பவை அல்ல, ஒன்றையொன்று உள்ளடக்கியவை. அரசியல் நீதியை சமூக, சட்டப்பூர்வ, பொருளாதார அல்லது பாலின நீதிகளோடு வேறுபடுத்திப் பார்த்தோமென்றால், அது ஒன்றுக்கு முக்கியத்துவம் கொடுப்பதற்காகத்தான். அரசியல் நீதி ஒரு குறிப்பிட்ட துறைக்கு மட்டுமே உரியது அல்ல என்றாலும் வரையறை செய்யக்கூடிய சில கருத்துகளை வெளிப்படுத்துகிறது. எடுத்துக்காட்டாக, அரசியல் நீதிக்குரிய சில கேள்விகள் வருமாறு.

1. ‘தனி மனிதர் அல்லது ஒரு குழுமத்திற்குரிய அடிப்படை அரசியல் உரிமைகள் எவை?’

2. அரசாங்கத்தின் சரியான பங்கு என்ன?

3. மக்களாட்சியின் அடிப்படைக் கொள்கைகள் எவை?

4. எல்லாக் குடிமக்களும் ஏன் சமமானவர்கள், இந்தச் சமத்துவம் எவற்றில் வெளிப்படும்?

5. அரசியல் அதிகாரம் எப்போது சட்டப்பூர்வமானது, சட்டப்பூர்வமற்றது? அதிகாரத்தை அனுபவிப்பவர்களுடைய கடமை எவை?

6. சில அரசியல் குழுமங்கள் மற்றவற்றை விட உயர்வாக இருக்க வேண்டுமா?

டாக்டர் அம்பேத்கர் அவருடைய படைப்புகள் அனைத்திலும் அரசியல் நீதி தொடர்பான கேள்விகளையும், இக்கேள்விகள் ஒவ்வொன்றையும் பற்றிப் பேசுகிறார். அவருடைய கட்டுரைகள் சில: 'Evidence from Southborough Committee (1919) வட்ட மேசை மாநாட்டில் அவரது உரை (1930), Annihilation of Caste (1936) What Congress and Gandhi have done to the untouchables (1945), States and Minorities: What are their Rights and How to secure them in the Constitution of Free India (1947), Thoughts on Linguistic States (1955), புத்தரும் காரல் மார்க்சும் என்ற உரை (1956).[7]

சமூக, பொருளாதார, அரசியல் முரண்பாடுகளைத் தீர்ப்பதற்கு மக்களாட்சி முறையைப் பயன்படுத்த வேண்டும் என்பதில் அவர் உறுதியாக இருந்தார். மக்களாட்சி என்பதை அவர் எப்படி விளக்கினார்? வருங்காலத்திற்குத் தன்னையே வரையறை செய்துகொள்ளும் செயல்பாட்டில் ஈடுபட்டிருக்கும் சமத்துவமுள்ள சுதந்திரமான குடிமக்களின் அரசியல் அமைப்பாக மக்களாட்சியைப் புரிந்துகொண்டார். ஓர் அரசியல்வாதியாக, ஒரு வழக்கறிஞராக, வரைவுக் குழுவின் தலைவராக, பின்காலனிய இந்தியாவிற்கான மக்களாட்சி நிறுவனங்களை வடிவமைப்பதற்குத் தன்னை அர்ப்பணித்துக் கொண்டார்.

சமூக நீதியும், பொருளாதார நீதியும்

சமூக நீதியைப் பொறுத்தவரையில் நவீன இந்தியாவின் ஈடு இணையற்ற அறிஞராக டாக்டர். அம்பேத்கர் கருதப்படுகிறார் என்று நமக்குத் தெரியும். அவருடைய முதல் நூலான Castes in India: Their Mechanism, Genesis and Development இல் தொடங்கி Annihilation of caste என்ற சிறு நூல், Philosophy of Hinduism[8] வரையில், வாழ்நாளின் இறுதி வரையிலும் அவர் பேசிய உரைகள், எழுதிய கட்டுரைகள் உட்பட டாக்டர் அம்பேத்கர் சமூக நீதி, அதை அடையும் வழிகள், அவற்றிற்குள் உள்ள சமூக,

கொள்கை சார்ந்த அரசியல், பொருளாதாரத் தடைகள் ஆகியவை பற்றி அவர் கவனம் செலுத்தினார் என்பதைக் காட்டும். சமூக நீதியின் அடிப்படைப் பிரச்சினைகளைப் பொறுத்த வரையில் இருபதாம் நூற்றாண்டில் டாக்டர் அம்பேத்கரின் ஆய்வுக்கு உட்பட்ட பிரச்சினைகள் இருபத்தோராம் நூற்றாண்டின் முற்பகுதியில் நமக்கும் இருக்கின்றன.

சமூக நீதி அவருடைய கவனத்தில் எப்போதும் இருந்தது. ஆனால் அதே சமயம் பொருளாதார நீதி (சட்ட ரீதியான நீதி) அவருடைய கல்விசார் பயிற்சிக்கு உரியவை. டாக்டர் அம்பேத்கர் பல துறை வல்லுநர். அரசியல் அறிவியல், சமூக அறிவியல், வரலாற்று வரைவியல், மதங்கள் பற்றிய ஆய்வுகள் ஆகியவற்றில் அவர் புதுமையான பங்களிப்புகளை ஆற்றியிருந்தாலும், சட்டம், பொருளாதாரம் ஆகியவற்றிடையே முறையான தகுதிகள் பெற்றவர். அவர் பெற்ற பல பட்டங்களில் பொருளாதாரத்தில் M.Sc., D.Sc. ஆகியவையும், சட்டத்தில் பாரிஸ்டர் (பார்-அட்-லா) பட்டமும் அடங்கும்.

அவருடைய வாழ்வுக் காலத்திலும் பணி அனுபவத்திலும் பொருளாதார நீதியின் தன்மை பற்றிய அவருடைய புரிதல்கள் பரிணாம வளர்ச்சி அடைந்தன. பிற்படுத்தப்பட்ட, விளிம்பு நிலை மக்களுக்கு ஆதரவாக அரசின் கொள்கையையும், பொது மக்களின் கொள்கையையும் முன்னெடுக்கும் பணியை மேற்கொள்ள வேண்டும் என்று அவர் எதிர்பார்த்தார். பொருளாதாரத்தில் அரசாங்கத்தின் குறுக்கீட்டை அவர் ஆதரித்தார். அதே சமயம், அரசினை அனைவருக்கும் பிரதிநிதித்துவம் தரக் கூடியதாக, உடனடி நடவடிக்கை எடுக்கக் கூடியதான, கணக்கிட்டுக் காட்டும் கட்டாயம் உள்ளதாக மாற்றியமைக்கும். நேர்மறை உறுதிப்பாடுச் செயலுடைய வலிமையான கொள்கையை மேற்கொள்ள வேண்டுமென்று வற்புறுத்தினார்.

ஏற்கெனவே சொன்னது போல டாக்டர் அம்பேத்கர் சுதந்திரம், சமத்துவம், சகோதரத்துவம் ஆகியவற்றின் சொற்பொருளில் கவனம் செலுத்தினார். ஆனால் முகப்புரையை வரைவு செய்யும்போதும், இறுதிப்படுத்தும் போதும் நீதிப் பகுதியின் உறுப்புகளான சமூக, பொருளாதார அரசியல் நீதியில் எந்த மாற்றமும் செய்ய முனையவில்லை. இங்கே இந்த விஷயம் பற்றிக் குறிப்பிடக் காரணம் உண்டு. டாக்டர் அம்பேத்கர் நீதி என்கிற

கருத்தியலை எவ்வாறு அமைத்தார்? அவருடைய வாழ்நாள் முழுவதும் படைத்த எழுத்துகளிலும், பேச்சிலும் அந்தச் சொற்றொடரின் கருத்தியல் வரலாற்றைக் காண முயலவில்லை. மாறாக, அவருடைய உழைப்பு, செயல், பணி என அவரது வாழ்க்கையையே சாட்சியாக ஆக்கினார். நீதிக்கான வாழ்நாள் முழுவதுமான தேடுதல் என்றுதான் அதைச் சொல்ல முடியும்.

எனவே, முகப்புரைக்குப் பின்னால் இருக்கும் மனிதரை முழுவதுமாகப் புரிந்துகொள்ள அவருடைய வாழ்க்கை வரலாற்றைச் சுருக்கமாகப் பார்ப்போம். முன்னுரையில் சொல்லப்பட்ட கால கட்டமான 1930 ஜனவரி 26 முதல் 1950 ஜனவரி 26 வரையிலுள்ள வரலாற்றையும் பார்க்க வேண்டும்.

உயிரோட்டமுள்ள நீதி

நீதியின்பாற்பட்ட சிந்தனைகள், அதற்கும் பிற மனித விழுமியங்களுக்கும் இடையேயான தொடர்பு ஆகியவை பற்றிய தொடர்ந்த சிந்தனைக்கான தனிச் சிறப்பு வாய்ந்த கருத்துகள் டாக்டர் அம்பேத்கரின் வாழ்க்கையில் வெளிப்படுகின்றன. அவருடைய வாழ்க்கை வரலாறு வாழ்நாள் முழுவதுமான தேடுதலில் அடக்க முடியாத ஆர்வத்தை வெளிப்படுத்துகிறது. ஆனால், இதில் நகை முரண் என்னவென்றால், டாக்டர் அம்பேத்கரின் முழுமையான வாழ்க்கைக் கதை இன்னும் ஆங்கிலத்தில் சொல்லப்படாமலேயே இருக்கிறது. மராத்தி மொழியில் வாழ்க்கை வரலாறு முழுமையாகவும், சிறப்பாகவும் இருக்கின்றது. ஆங்கில வாசகர்களுக்கு டாக்டர் அம்பேத்கரின் வரலாற்றைச் சொல்ல இரண்டு அணுகுமுறைகள் மட்டுமே உள்ளன. முதல் அணுகுமுறை பக்தியோடு பார்க்கிறது.[9] (எ.கா., Gail Omvedt's Ambedkar: Towards an Enlightened India). ஏற்கெனவே அம்பேத்கரின் மேல் அனுதாபம் உள்ளவர்களுக்கு இவை போன்ற வரலாறுகள் உன்னதமானவை. ஆனால், அம்பேத்கரின் இயக்கத்திற்கு எதிர்நிலையில் உள்ளவர்களுக்கு அவை நடுநிலையான, புறவயப்பட்ட அடிப்படைநிலை கிடைப்பதில்லை.

இரண்டாவது அணுகுமுறை இதற்கு நேர் எதிரானது. இரக்கமற்ற அவதூறு (எ.கா. அருண் ஷோரின் *Worshipping False Gods*)[10] டாக்டர் அம்பேத்கரின் வாழ்க்கை பற்றி ஓரளவு அறிந்தவர்களுக்கு இந்த அணுகுமுறை குழப்பத்தை உண்டாக்கும்.

இப்படிப்பட்ட அணுகுமுறைகளுக்குக் காரணம் அவரைப் பற்றி விபரமான செய்தி கிடைக்காததுதான்.

நமக்கு வேண்டியது இருபதாம் நூற்றாண்டின் மிகப் பெரிய ஆளுமையான அவர் பற்றிய வாழ்க்கைக் கதை. அவரால் இன்றைய காலத்தில் பெற்றிருக்கும் சிறப்புகளுடன் அவருடைய வாழ்க்கைக் கதையாடலைப் பிறப்பிலிருந்து இறப்பு வரை சொல்லும் வரலாறு. அப்போதுதான் முகப்புரை எழுதப்பட்ட உயிரோட்டத்தை வெளிப்படுத்தும் அவருடைய கதையின் துணிவான, மற்றவர்களைத் தூண்டக்கூடிய தன்மை அனைவராலும் அறியப்படும். இங்கே அம்பேத்கரின் முழுமையான பயனுள்ள வாழ்க்கையின் தேர்ந்தெடுக்கப்பட்ட சில நிகழ்வுகளை மட்டும் குறிப்பிடுவோம். அவருடைய வாழ்க்கையானது போராட்டங்களும், சோதனைகளும் நிறைந்தது; வெற்றிக்கு இட்டுச் சென்ற அவருடைய விடாமுயற்சியையும் திறமையையும் காட்டும் கதை. முகப்புரையைப் போலவே, அம்பேத்கரின் வாழ்க்கைக் கதை ஒரு முன்மாதிரியாக ஆனது.

பல வழிகளில், உலகம் டாக்டர் அம்பேத்கருக்கு ஆயத்தமாகவும், ஆயத்தம் இல்லாமலும் இருந்தது. பத்தொன்பதாம் நூற்றாண்டில் அவருக்கு முன்னோடியாக ரானடே, பண்டித ரமா பாப், பூலே போன்ற சமூகச் சீர்திருத்தவாதிகள் இருந்தார்கள். அந்த வகையில் அவருக்காக உலகம் ஆயத்தமாகவே இருந்தது.

சமூகப் பணிகளை அரசியல், நீதி, பொருளாதாரம், வரலாற்றியல், சமூகவியல், மதம் ஆகிய வேறு துறைகளில் திருப்பி இந்தச் சமூகச் சீர்திருத்தவாதிகளின் கருத்தியல்களை ஆழப்படுத்தி, புரட்சிகரமாக ஆக்கி விரிவாக்கினார். இதற்கு உலகம் ஆயத்தமாக இல்லை. சில விஷயங்களில் இன்னும் கூட ஆயத்தமாக இல்லை.

இள வயது பீமிலிருந்து[11] டாக்டர் அம்பேத்கர் உரைகள்

1935ஆம் ஆண்டு சமயத்தில், டாக்டர் அம்பேத்கர் தன் வரலாற்றை முப்பது பக்கங்களில் எழுதினார். அது அரை குறையாகவே இருந்தது. இப்போது அதற்கு *Waiting for a Visa* என்ற தலைப்பு.[12] அவருடைய குழந்தைப் பருவத்திலும், பள்ளி நாள்களிலும் அனுபவித்த ஒதுக்கலையும், அவமானத்தையும் பற்றிய சிறிய கதைகள். குடிதண்ணீர் கிடைக்காதது, பள்ளியில் தனிமைப்படுத்தப்பட்டு ஒடுக்கப்பட்டது போன்ற பல நிகழ்வுகள்

பெரிய பிரச்சினைகளாக உருவெடுத்தன. இவற்றைப் பின்னர் அமைப்புரீதியாகவும் தேசிய அளவிலும் எதிர்கொண்டார்.

எல்பின்ஸ்டோன் பள்ளியிலிருந்து எல்பின்ஸ்டோன் கல்லூரிக்குப் போன ஆண்டுகளில் (1900-08) வரவிருந்ததற்கு இவை முன்னோடிகளாக இருந்தன. அவற்றில் குறிப்பிடத்தக்கது சாதி வெறி பிடித்த கல்லூரி ஆசிரியர் சொன்னதை இளம் பீம் எதிர்த்ததுதான். ஓர் ஆசிரியர் 'மகர்களுக்கு' (டாக்டர் அம்பேத்கரின் தீண்டத்தகாத சாதி) எல்லாம் உயர் கல்வி எதற்கு என்று கேட்டார். இந்த மோதலுக்குப் பதினைந்து ஆண்டுகளுக்குப் பிறகு சுதந்திரத்திற்கு முந்தைய வரலாற்றில் மிக அதிகம் படித்தவராக டாக்டர் அம்பேத்கர் திகழ்ந்தார். கொலம்பியா பல்கலைக் கழகத்திலும், லண்டன் ஸ்கூல் ஆஃப் எக்கனாமிக்சிலும் உயர் பட்டங்கள் பெற்றார்.

கொலம்பியா பல்கலைக் கழகத்தில் அவருடைய அனுபவத்தைச் சிறிது பார்க்கலாம், ஏனென்றால் அவை அவருடைய கல்விப் பயணத்தில் மையமாக[13] இருந்தன. நியூயார்க்கில் அவருடைய அனுபவம் பற்றி 1930இல் எழுதும்போது, இவ்வாறு கூறினார். "என்னுடைய வாழ்க்கையில் மிகச் சிறந்த நண்பர்கள் கொலம்பியாவில் என்னுடைய வகுப்புத் தோழர்கள்தான். அதுபோல ஜான் டியூயி, ஜேம்ஸ் ஷாட்வெல், எட்வின் செலிக்மன், ஜேம்ஸ் ஹார்வி ராபின்சன் ஆகிய பேராசிரியர்களும் கிடைத்தார்கள்.[14] இந்தப் பேராசிரியர்களில் ஜான் டியூவி என்ற பயன்வழிக் கொள்கையாளரின் தாக்கம் பெரியது.[15]

பல ஆண்டுகளுக்குப் பிறகு இந்திய அரசமைப்புச் சட்டம் இயற்றிய அவரது பணியைப் பாராட்டும் வகையில் டாக்டர் அம்பேத்கருக்குக் கௌரவப் பட்டம் வழங்க 1952 ஜூனில் அவருக்கு அழைப்பு வந்தது. அவரும் டாக்டர் அம்பேத்கர் ஜான் டியூயியைச் சந்திக்க ஆர்வமாக இருந்தார். ஆனால் 1952 ஜூன் 2 அன்று ஜான் டியூயி மரணமடைந்துவிட்டார். அம்பேத்கர் அவருடைய மனைவிக்கு எழுதிய கடிதத்தில், "எனக்கு மிகவும் மன வருத்தம். என்னுடைய ஆயுட்கால வாழ்க்கை அனைத்துக்கும் நான் அவரிடம் கடமைப்பட்டுள்ளேன். மிக உன்னதமான மனிதர் அவர்," என்று குறிப்பிட்டார்.[16]

1917இல் டாக்டர் அம்பேத்கர் இந்தியா திரும்பினார். கொலம்பியா பல்கலைக்கழகத்திலும், லண்டன் ஸ்கூல் ஆஃப்

எகனாமிக்சிலும் படித்துத் திரும்பினார். அங்கு படிப்பதற்காக அவர் பெற்ற உதவித்தொகைக் கடனை அடைக்க அவர் பரோடா மாநில அரசுப் பணியில் சேர்ந்தார். அவர் பெற்ற படிப்பு உதவித் தொகையைத் திருப்பித் தர வேண்டிய கட்டாயத்திலிருந்தார். சாதி வெறுப்பினால் அவருக்குத் தூங்கக் கூட இடம் கிடைக்கவில்லை. எனவே ஒரு பார்சியாகத் தன்னை அறிமுகப்படுத்திக்கொண்டு எலிகள் நிறைந்த ஒரு மேற்கூரை அறையில் தங்கினார். ஒரு பார்சிக் கூட்டம் அவரை யாரென்று தெரிந்துகொண்டதால் அவர்களிடமிருந்து தப்ப அவர் அங்கிருந்து ஓட வேண்டியதாயிற்று. பரோடாவிலிருந்து அவர் பம்பாய்க்குத் திரும்பினார்.

அரசியல் பொருளாதாரத் துறைப் பேராசிரியராக சைடன்ஹாம் கல்லூரியில் அவர் பணியில் சேர்ந்தார். அவருடைய தகுதிச் சான்றிதழ்கள் மற்றவர்களுடையவற்றை விட உயர்வாக இருந்தாலும், அங்கும் அவர் அவமானப்படுத்தப்பட்டார். மற்ற பேராசிரியர்கள் பயன்படுத்தும் பாத்திரங்களைத் தொட அவருக்கு அனுமதியில்லை. 1919இல் சவுத்பரோ குழுவின் முன் வாக்குரிமை பற்றி அவர் பேசினார். இதனால் அவர் கோலாலம்பூர் இளவரசர், சத்திரபதி ஸாகு மகாராஜின் கவனத்தைப் பெற்றார். அவர் டாக்டர் அம்பேத்கருக்குப் பண உதவி செய்துதர முன் வந்தார். அந்த உதவித்தொகையில் முக் நாயக் என்ற பத்திரிகையை அம்பேத்கர் ஆரம்பித்தார். அனைத்திந்திய தாழ்த்தப்பட்டோர் போராட்டத்தை நாகபுரியில் நடத்தினார்.

தனது ஊதியத்தில் சேமித்த தொகையுடன், ஷாகு மகாராஜின் உதவியும் கிடைத்ததால், டாக்டர் அம்பேத்கர் 1920ஆம் ஆண்டு லண்டன் திரும்பினார். அங்கு பொருளாதாரத்தில் M.Sc., D.Sc., பட்டங்களையும் சட்டப் படிப்பில் பட்டத்தையும் பெற்றார். ஜெர்மனி சென்று சமஸ்கிருதம் கற்றார். ஏனென்றால் இந்தியாவில் அது முடியாது என்று அவருக்குத் தெரியும்.

பட்டங்களுடன் மீண்டும் பம்பாய் திரும்பிய அவர், வழக்குரைஞராகப் பணி தொடங்க முயன்றார். ஆனால் அதற்கு பம்பாய் உயர் நீதிமன்றத்தில் பதிவு செய்யப் பணம் வேண்டியிருந்தது. அவருடைய நண்பர் நவாப் பட்டேல் அவருக்கு 500 ரூபாய் கடன் தந்தார். டாக்டர் அம்பேத்கர் பல முக்கிய வழக்குகளை நடத்தினார். அவை பெரும்பாலும்

கீழ்நிலை மக்களுக்காகவே இருந்தன. இதனால் பால கங்காதர திலகர் போன்ற முக்கியமான சக்தி வாய்ந்த ஆட்களுடன் மோத வேண்டியதாயிற்று.

காந்தியத் தொண்டர் P.N.ராஜ்போஜ்ஜின் ஒத்துழைப்புடன் அவர் பல போராட்டங்களை நடத்தினார். பொதுக் கிணற்றிலிருந்து தாழ்த்தப்பட்டவர்கள் தண்ணீர் எடுக்க அனுமதிக்கப்பட வேண்டுமென்று 1927இல் மகத் என்ற இடத்திற்குப் பேரணி நடத்தினார். அதுபோல, கலாராம் கோவில் சத்தியாகிரகம் போன்ற போராட்டங்களில் தாழ்த்தப்பட்டோர் கோயிலுக்குள் அனுமதிக்கப்பட வேண்டும் என்பதற்காகப் போராட்டம் நடத்தினார். 1927இல் டாக்டர் அம்பேத்கர் பொதுவெளியில் மனுஸ்மிருதியை எரித்தார். பகிஷ்கிந்த பாரத் என்ற பத்திரிகையைத் தொடங்கினார். அதன்மூலம் 'தபி' என்ற சொல் பிரபலமானது. 1927இல் டாக்டர் அம்பேத்கர் பம்பாய் மாநிலத்திற்கு ஒரு எம்.எல்.ஏ-வாக நியமிக்கப்பட்டார். பத்தாண்டுகள் எம்.எல்.ஏ-வாகப் பணியாற்றினார். 1928 மே 29 அன்று சைமன் கமிஷனுக்கு ஓர் அறிக்கையைச் சமர்ப்பித்தார். இது மற்ற வேண்டுகோள்களிலிருந்து முற்றிலும் மாறுபட்டது. அரசமைப்புச் சட்டத்திற்குட்பட்ட மக்களாட்சி பற்றியும், அதற்குள் தீண்டத்தகாதவர்களின் நிலை பற்றியும் அவ்வறிக்கையில் அம்பேத்கர் குறிப்பிட்டிருந்தார். இது அவரை அரசியல் உலகில் பிரபலமாக்கிற்று.

லண்டனில் 1930 வட்ட மேசை மாநாட்டில் தாழ்த்தப் பட்டோருக்காக அவர் செய்த வாதம் தேசிய அளவிலும், பன்னாட்டு அளவிலும் அவரை முதன்மைப்படுத்திற்று. 1931இல் நடந்த இரண்டாம் வட்ட மேசை மாநாட்டின் போதுதான் டாக்டர் அம்பேத்கருக்கும், எம்.கே.காந்திக்கும் இடையேயான வாழ்நாள் பூசல் தொடங்கிற்று. வட்ட மேசை மாநாட்டில் டாக்டர் கடுமையாகப் பேராடிய Communal Award (தாழ்த்தப்பட்டோருக்கான இட ஒதுக்கீடு) 1932ஆம் ஆண்டு வழங்கப்பட்டது. இதன் மூலம் தாழ்த்தப்பட்டோருக்காகத் தனித் தொகுதிகள் தரப்பட்டன. இதை எதிர்த்து காந்தி சாகும் வரை உண்ணாநோன்பைத் தொடங்கினார். இது டாக்டர் அம்பேத்கரைத் தர்மசங்கடமான நிலைக்குத் தள்ளிற்று. 1932இல் காந்தியோடு சமாதான உடன்படிக்கையில் கையெழுத்திடத் தள்ளப்பட்டார். அந்த உடன்படிக்கையின் பல பிரிவுகள்

அம்பேத்கருக்கு உடன்பாடு இல்லாதவை. எனவேதான் காந்தியை அவர் ஒரு மகாத்மா இல்லையென்றும் அபாயகரமான எதிரி என்றும், அந்தக் கால கட்டத்தில் காந்தி தனது நச்சுப் பல்லைக் காட்டிவிட்டார் என்றும் கூறினார்.

அம்பேத்கரின் காந்தி[17]

> அவருடைய சீடர்களைக் காட்டிலும் எனக்குக் காந்தியை நன்றாகத் தெரியும். அவர்கள் அவரிடம் பக்தர்களாக வந்தார்கள். அவரை ஒரு மகாத்மாவாகப் பார்த்தார்கள். நான் அவருடைய எதிரி. அவரை நான் மனிதராகப் பார்த்தேன். அவர் எனக்குத் தனது நச்சுப் பற்களைக் காட்டினார்.[18]

அவர் காலத்துப் பிற வரலாற்று நாயகர்களோடு, - அது அவருடைய கூட்டாளியான நேருவாக இருக்கட்டும், தாகூர் போன்ற நண்பர்களாகட்டும், முகமது அலி ஜின்னா போன்ற போட்டியாளர்களாக இருக்கட்டும், - அவருடைய உறவு நேர்மையானதாக, சிக்கலில்லாததாக, குழப்பமில்லாததாக இல்லை. இந்த உறவுகளில் மிகவும் சர்ச்சைக்குரியது காந்திக்கும் அம்பேத்கருக்குமுள்ள உறவு. அவர்களிடையே போட்டி இருந்தாலும், இந்த இரண்டு முக்கிய ஆளுமைகளைச் சரியாகப் புரிந்துகொள்வதற்கு அதனை ஆராய்வது இன்றியமையாதது. உபேந்திரா பக்சி கூறுவது போல, "காந்தி, நேரு ஆகியோருக்கும் அம்பேத்கருக்கும் இடையே உள்ள உறவுகளைப் புரிந்துகொள்ளாவிட்டால் வாழ்க்கை வரலாறு, வரலாறு ஆகியவற்றின் அடிப்படையில் காந்தி, நேரு போன்ற வரலாற்று ஆளுமைகளைப் புரிந்துகொள்வது முழுமையானதாக இருக்காது.[19]

காந்திக்கும், அம்பேத்கருக்கும் இடையேயான போட்டி சந்து முனை விவாதங்களிலும், செய்தித்தாள் கட்டுரைகளிலும், புத்தகங்களிலும், ஆவணப் படங்களிலும், நாடகங்களிலும் தொடர்கிறது. பெரும்பாலும் அம்பேத்கருக்கு ஆதரவான குழுக்கள் ஒரு புறமும், காந்திக்கு எதிரான குழுக்கள் இன்னொரு புறமும் இருக்கின்றன. காந்திக்கு ஆதரவான கூட்டம் ஒரு புறமும், அம்பேத்கருக்கு எதிரான கூட்டம் இன்னொரு புறமுமாக ஒன்றையொன்று கேவலமாக வசைபாடிக் கொண்டிருக்கின்றனர். காந்திக்கும் அம்பேத்கருக்கும் அவர்களது

வாழ்நாளில் இருந்த பல்வேறு வேறுபாடுகள் இன்னும் இந்த இருவருடைய ஆதரவாளர்களால் எடுத்தாளப்படுகின்றன. காந்திக்கும் அம்பேத்கருக்கும் இடையேயுள்ள வேறுபாடுகளை இராமச்சந்திர குஹா தெளிவாக எடுத்துரைத்திருக்கிறார்:

> காந்தி தீண்டாமையை ஒழித்து இந்து மதத்தைக் காப்பாற்ற விரும்பினார், ஆனால் அம்பேத்கர் இந்திய மக்களின் பிரதான மதத்திற்கு வெளியே அவருடைய மக்களுக்கு ஒரு தீர்ப்பைத் தேடினார். காந்தி, கிராமியக் கனவுக்காரர். விடுதலை பெற்ற இந்தியாவின் அடித்தளமாகத் தன்னாட்சி பெற்ற கிராமத்தை ஆக்க விரும்பினார். அம்பேத்கர் நகர வாழ்க்கையையும், நவீன தொழில் நுட்பத்தையும் ஆதரிப்பவர். அநீதியின் குகையாக இந்திய கிராமத்தை ஒதுக்கினார். காந்தி வன்முறையற்ற எதிர்ப்பை முன் வைத்த ஒரு தீவிரவாதி, அரசாட்சி முறையையே சந்தேகப்பட்டார். அம்பேத்கர் அரசமைப்புச் சட்டத்தில் உறுதியான நம்பிக்கை கொண்டவர். அரசாங்க அமைப்புக்குள்ளேயே பணியாற்றியவர். அரசின் உதவிகொண்டு சமூகப் பிரச்சினைகளுக்குத் தீர்வு காண முயன்றார்.[20]

இங்கே விவரிப்பது சுமுகமாகத் தீர்க்கப்படக் கூடிய ஒரு விவாதமாகத் தோன்றும். ஆனால் இந்த முரண்பாடு இணக்கத்துடன் தீர்க்கப்படக் கூடியதில்லை. அது சில வேளைகளில் ஒரு போராக, வாழ்வா, சாவா என்ற போராட்டமாக இருந்தது.

டாக்டர் அம்பேத்கர் இறக்கும் வரையில் 1932 பூனா உடன்படிக்கை அவரை முள்ளாகக் குத்தியது. அதன் விபரங்கள் வெளிப்பட வெளிப்பட தலித்துகளும், அம்பேத்கரியத்தவரும் கோபத்தில் கொதித்தார்கள். பிரிட்டிஷார் கொடுத்த தீண்டத்தகாதவர்களுக்கான தனி வாக்குரிமையை எதிர்த்து காந்தி உண்ணா நோன்பிருந்தது டாக்டர் அம்பேத்கரைக் கடுமையான இக்கட்டுக்கு உள்ளாக்கிற்று. அவர் தீண்டத்தகாதவர்கள் வாக்குரிமையைப் பெறுவதற்காக காந்தியை இறக்குமாறு விட்டு விட வேண்டும் அல்லது தீண்டத்தகாதவர்களுக்கான தனி வாக்குரிமை இல்லாத பொதுத் தேர்தல்கள் வேண்டும் என்ற காந்தியின் கோரிக்கைக்குச் சம்மதிக்க வேண்டும். இதனால் அரசியல் பிரதிநிதித்துவம் இல்லாது போகும், ஆனால் காந்தியின் உயிர் காப்பாற்றப்படும்.

இறுதியில் அம்பேத்கர் காந்திக்காக விட்டுக்கொடுத்தார். பூனா உடன்படிக்கை கையெழுத்தாயிற்று. காந்தி உண்ணாநோன்பைக் கைவிட்டார். இதன் பிறகு அம்பேத்கருக்கு காந்திய இயக்கத்தின் மேலும், அவரது அரசியல் முறைகளின் மேலும் கசப்புணர்வு அதிகமானது.

பல வரலாற்றாசிரியர்கள் இந்த நிகழ்வினைக் காந்திக்கும் அம்பேத்கருக்குமுள்ள கொள்கை அளவிலான மோதலாகப் பார்க்கிறார்கள். பழைய நிலைமை அதைவிடச் சிக்கலானது.[21] *1955*இல் *BBC* வானொலிக்குக் கொடுத்த ஒரு நேர்காணலில் காந்தியைப் பற்றி வெளிப்படையாகவே அம்பேத்கர் பேசினார். கடந்த ஆண்டுகளில் இருவருக்கும் இடையே இருந்த பகை உணர்வை மறைக்கவில்லை. நேர்முகம் கண்டவர் அவரிடம், அப்படியானால் காந்தியை ஒரு பழமைவாத இந்து என்ற சொல்கிறீர்களா?" என்று கேட்டார். அதற்கு அவர் தந்த விடை:

> ஆம், அவர் முழுக்க முழுக்க பழமைவாத இந்துதான். மேலும் அவர் ஒரு சீர்திருத்தவாதியாக இருந்ததே இல்லை. தீண்டாமை பற்றிய அவருடைய பேச்செல்லாம் தீண்டத்தகாதவர்களைக் காங்கிரசு கட்சிக்கு இழுக்கத்தான். அது ஒன்று; இன்னொன்று அவருடைய சுயராஜ்ஜிய இயக்கத்தைத் தீண்டத்தகாதவர்கள் எதிர்க்கக் கூடாது என்பது.. அதற்கு மேல் அவர்களை உயர்த்த வேண்டும் என்ற நோக்கம் அவருக்கு இருந்ததில்லை.[22]

அதே நேர்காணலில் அம்பேத்கர் காந்தியை ஒரு தந்திரமான அரசியல்வாதி, ஒரு மகாத்மா இல்லை என்று குறிப்பிட்டார். தீண்டத்தகாதவர்களைப் பற்றிய அவரது முடிவுகளும், அறிவுரைகளும் ஒரு கணக்கிடப்பட்ட அரசியல், சாதி அமைப்பில் உள்ளடங்கியிருக்கும் அநீதியையும், அதனை உடனடியாகக் கவனிக்க வேண்டிய அவசியத்தையும் ஏற்றதனால் ஏற்பட்ட அக்கறை அல்ல என்று அம்பேத்கர் கருதினார். தனித்துவமுள்ள சீக்கிய, இஸ்லாமிய இளைஞர்களுக்கு மாற்றாக, பல பட்டியலின வகைச் சாதிகளையும் இந்துக்கள் என்பதில் ஒன்றாகச் சேர்ப்பதுதான் காந்தியின் நோக்கம் என்று அவர் கண்டார்.

அதே சமயம் காந்தி அம்பேத்கரைத் தன் பக்கம் கவர எல்லா முயற்சிகளையும் மேற்கொண்டார், ஆனால் அதில் வெற்றி

பெறவில்லை. 1944 ஆகஸ்ட் 6 அன்று காந்தி அம்பேத்கருக்கு எழுதிய கடிதத்தில், இவ்வாறு குறிப்பிட்டிருந்தார்:

> நீங்களும், நானும் முக்கியமான இந்த விஷயத்தில் (தீண்டாமை) மாறுபட்ட கருத்துகளைக் கொண்டிருக்கிறோம் என்று எனக்குத் தெரியும். நாட்டின் பரந்த அரசியல் பற்றி நாம் வெவ்வேறு கோணங்களில் பார்க்கிறோம் என்பதையும் நான் அறிவேன். இந்தச் சிக்கல்களில் நான் சந்திக்கக் கூடிய ஒரு பொதுக் கருத்தினைக் காண விரும்புகிறேன். உங்களுடைய பேராற்றல் எனக்குத் தெரியும். தங்களை என்னுடன் பணியாற்றுபவராக, உடன் உழைப்பாளராக ஏற்க விரும்புகிறேன். ஆனால், தங்கள் அருகில் வர என்னால் இயலவில்லை. எனது தோல்வியை ஒப்புக்கொள்கிறேன். இரண்டு பேரும் சந்திக்கக்கூடிய ஒரு பொதுவான புள்ளியைத் தாங்கள் காட்ட முடியுமானால், நான் அதனைக் காண விரும்புகிறேன். அதற்கிடையில் இப்போதிருக்கும் துரதிர்ஷ்டமான வேறுபாட்டிற்கு நான் உட்பட வேண்டும்.[23]

1955இல் அம்பேத்கரின் மதிப்பீட்டின்படி, 'துரதிர்ஷ்டமான' அந்த வேறுபாடு அடுத்து வரும் நிகழ்ச்சிகள் எதனிலும் தீர்க்கப்படவில்லை என்பது தெளிவாகிறது. அந்தக் காலக் கட்டத்தின் அரசியல் காந்தியையும் அம்பேத்கரையும் மிகப் பல விஷயங்களில் எதிரிகளாகவே இருக்கச் செய்தது. அப்பிரச்சினைகள் அவர்களது ஆளுமைகளோடு தொடர்புடையவை. அவற்றை ஒட்ட வைப்பது இயலாத ஒன்று.

காந்தி வர்ணாச்சிரம அமைப்பை ஆதரித்தார் என்று அம்பேத்கர் உறுதியாக நம்பினார். அம்பேத்கர் அந்த வர்ணாச்சிரம அமைப்பை முழுமையாக எதிர்த்தார். அதனை ஒழித்துக் கட்டுவதில் முனைப்பாகவும் இருந்தார். காந்திக்கு எதிரான அம்பேத்கரின் முறையான ஆய்வு நூல்களில் குறிப்பாக Mr.Gandhi and the Emanicipation of the Untouchables, what Congress and Gandhi have odne to the untouchables[24] ஆகியவற்றில் வர்ணாச்சிரம அமைப்பு பற்றி காந்தியின் கருத்துகள் மேற்கோள் காட்டப்பட்டுள்ளன. அவை வெறுப்பை உமிழ்பவை. இந்தப் பிரச்சினை பற்றி காந்தியின் கருத்து அவருடைய தென்னாப்பிரிக்க நாள்களிலிருந்து இறக்கும் வரையில் எப்படி வளர்ந்தது என்று அம்பேத்கர் காட்டியுள்ளார். அதில்

காந்தி சாதிக்கும் வர்ணாச்சிரமத்திற்கும் உள்ள நுண்ணிய வேறுபாட்டைக் காண முற்படுவது ஒரு சொல் விளையாட்டு என்று காட்ட முற்படுகிறார்.

மேலும் காந்தி மனித சமூக, அரசியல், பொருளாதாரத்தின் நவீன காலத்திற்கு முந்திய அமைப்பில் மயங்கிக் கிடந்தார். அதற்கு நேர்மாறாக, அம்பேத்கர் ஒளி பெற்ற நவீனச் சிந்தனையாளர். இந்த முரண்பாடு கோட்பாட்டளவில் மட்டுமல்ல நடைமுறையிலும் இருப்பது. அதுவே அரசமைப்புச் சட்டத்தை உருவாக்குவதில் அடிப்படைப் பிரச்சினையாகவும் இருந்தது.

அரசமைப்புப் பேரவையில்

தொடக்கத்தில் சொல்லப்பட்டதுபோல, 1948 பிப்ரவரி 21 அன்று வரைவுக் குழுவில் தயாரிக்கப்பட்ட மாதிரி அரசமைப்புச் சட்டம் அரசமைப்புப் பேரவைக்கும், பொது மக்களின் பார்வைக்கும் அனுப்பப்பட்டது. அதனை, புதிதாக அமைக்கப்பட்ட சிறப்புக் குழு (1948 ஏப்ரல் 10இல் கூடியது) உட்படப் பல அமைப்புகள் ஆராய்ந்தன. வரைவுக் குழு மீண்டும் சிறப்புக் குழுவின் புதிய முடிவுகளை ஆராய அக்டோபர் 18, 20 ஆகிய நாள்களில் கூடியது. இந்த ஆய்வுகள் எல்லாம் முடிந்த பிறகு, வரைவு அரசமைப்புச் சட்டம் மீண்டும் அரசமைப்புப் பேரவையில் வைக்கப்பட்டது. 1948 அக்டோபர் 4 அன்று டாக்டர் அம்பேத்கரால் கொண்டு வரப்பட்ட தீர்மானத்தின் மூலம் 1948 நவம்பர் 4 முதல் 9 வரை விவாதிக்கப்பட்டது. முதல் வாசிப்பின்போது சொல்லப்பட்ட முதன்மையான குறை காந்தியின் சிந்தனை - குறிப்பாக அவரது கிராமக் குடியரசு - வரைவு அரசமைப்புச் சட்டத்தில் இடம் பெறாததுதான்.

அடுத்த இயலில் விளக்கப்படுவது போல, காந்தீயம் CAD-ஐ அச்சுறுத்திய ஒரு மாயத் தோற்றமாக அது இருந்தது. முதல் வாசிப்புக்கு அரசமைப்புப் பேரவை கூடிய அன்றே அதன் தலைவர் ராஜேந்திர பிரசாத் நிகழ்வுகளைத் தேசத் தந்தைக்கு அஞ்சலி செய்து தொடங்கினார், (CAD பதிவின் படி).

> மாண்புமிகு உறுப்பினர்களே, நிகழ்ச்சி நிரலில் குறிப்பிடப்பட்டவற்றை வரிசையாக எடுத்துக்கொள்வதற்கு முன்னர் நமது தேசத் தந்தைக்கு அஞ்சலி செய்ய

> எழுந்து நிற்குமாறு வேண்டுகிறேன். அவர் நமது மடிந்து போன தசைக்கும், எலும்புகளுக்கும் உயிரூட்டினார், நம்பிக்கையின்மை, தோல்வி மனப்பான்மையிலிருந்து நம்பிக்கை, சாதனை என்ற ஒளிக்கு நம்மைத் தூக்கி விட்டார், நம்மை அடிமைத்தனத்திலிருந்து உரிமைக்கு மீட்டார். அவருடைய ஆன்மா நம்மை வழி நடத்துவதாக. நமது இலக்கை நோக்கி இங்கே செல்ல அவரது வார்த்தையும், போதனையும் ஒளிப் பந்தமாக விளங்கின.[25]

1948 நவம்பர் 4 அன்று அம்பேத்கர் தனது உரையில் கிராம மாவட்டப் பஞ்சாயத்துடன் அடிப்படைத் தளங்களை எடுத்துக் கொள்ளப்படவில்லை என்பதை விளக்கினார். ஏனென்றால் பேரவை உறுப்பினர்கள் எல்லா அதிகாரத்தையும் ஊரக நிர்வாகங்களிடம் கொடுப்பதை எதிர்த்தார்கள். பிறகு காந்தியின் கருத்துகளுக்கு நேர்மாறாக, அம்பேத்கர் இந்திய கிராமங்களைப் பற்றிய தனது மதிப்பீட்டை முன் வைத்தார். ஊராட்சிகள் அவை நீண்டகாலம் இருந்திருக்கின்றன என்பதாலேயே அவற்றை நியாயப்படுத்த முடியாது, கிராமம் உள்ளூர் மரபுகளின் சாக்கடை, அறியாமை, குறுகிய மனப்பான்மை, சாதீயம் ஆகியவற்றின் கழிவுத் தொட்டி,[26] என்றார்.

இது அரசமைப்புப் பேரவையின் காந்திய உறுப்பினர்களை அதிர்ச்சியடையச் செய்தது. முதல் வாசிப்பின் பெரும்பகுதி அம்பேத்கரின் இந்தக் கருத்துக்கு எதிர்வினையாற்றுவதில் செலவாயிற்று. அவர்களில் ஒருவரான சேத் இவ்வாறு பேசினார்:

> இந்த உயர்ந்த அரசமைப்புச் சட்டத்தின் கட்டமைப்பில் எங்கேயாவது கிராமங்கள் பற்றிக் குறிப்பிடப்பட்டிருக்கிறதா என்று கேட்க விரும்புகிறேன். இல்லை, எங்கும் இல்லை. அரசமைப்புச் சட்டத்தின் மொத்தமும் நமது வாழ்க்கையிலிருந்து, அடியிலிருந்து மேலாக வளர்க்கப்படுவதற்கும் பதிலாக வெளியிலிருந்து இறக்குமதி செய்யப்பட்டு மேல்நோக்கி எழுப்பப்பட்டிருக்கிறது. அதிகாரத்தை ஓரிடத்தில் குவிப்பது அதனைச் சர்வாதிகாரத்திற்கு இட்டுச் சென்று பாசிசக் கொள்கைக்குக் கொண்டு செல்கிறது.[27]

காந்தி தனது *இந்து சுவராஜ்* நூல் முதலாக, சென்ற நூற்றாண்டின் தொடக்கம் வரையில் ஊரகத் தன்னாட்சி பற்றிக் குறிப்பிடுகிறார்.

இந்திய வாழ்க்கையின் உச்சக்கட்டமாகக் கிராமிய வாழ்க்கையை முன் வைக்கிறார். 1946இல் CWC உறுப்பினர்களைத் தன் பக்கம் இழுத்தார் காந்தி. அவர் நேருவிற்கு இவ்வாறு எழுதுகிறார், "இன்றைய கிராமங்களைப் பற்றி நான் பேசுகிறேன் என்று நினைத்தால் உங்களுக்குப் புரியாது, என்னுடைய கிராமங்கள்... எனது கற்பனையில் இருக்கின்றன."[28]

> ஊரகத் தன்னாட்சி என்பது பற்றி என்னுடைய கருத்து என்னவென்றால், தன்னுடைய முக்கியத் தேவைகளைப் பொறுத்த வரையில் மற்றவர்களைச் சாராமலும், தேவையானபோது ஒருவரோடு ஒருவர் சார்ந்திருத்தலும் ஆகும். எனவே, ஒரு ஊரின் முதன்மைக் கவலை அதற்குத் தேவையான உணவுப் பயிரையும் உடைக்குத் தேவையான பருத்தியையும் விளைவித்தல். அதனோடு கால்நடை, பொழுதுபோக்கு, குழந்தைகளுக்கும், பெரியவர்களுக்குமான விளையாட்டு என எல்லாவற்றுக்கும் இடம் ஒதுக்கப்பட்டிருக்கும். இதுபோக மீதி நிலம் இருந்தால் அதில், கஞ்சா, புகையிலை போன்றவை தவிர்த்து பிற பணப் பயிர்களை விளைவிக்கலாம். ஊருக்கென்று ஒரு நாடக அரங்கும், பள்ளியும், பொது மண்டபமும் இருக்கும். தூய்மையான நீர் வழங்கத் தேவையான நீர் ஆதாரங்கள் இருக்கும்.[29]

சாதி முறையானது நடைமுறையில் இருப்பதற்கும், காந்தியின் இலட்சிய வர்ணாச்சரமத்துக்கும் வேறுபாடு உண்டு. அதேபோல உண்மையான கிராமத்திற்கும், காந்தியின் கற்பனை ஊருக்கும் வேறுபாடு உண்டு. டாக்டர் அம்பேத்கருக்கு இரண்டுமே உடன்பாடு இல்லை. இந்த விஷயத்தில் அம்பேத்கரும் நேருவும் ஒத்த கருத்து உள்ளவர்கள். இந்தியக் கிராமம் உள்ளூர் மரபுகளின் கழிவுத் தொட்டி, அறியாமை, குறுகிய மனப்பான்மை, சாதிவெறி ஆகியவற்றின் குகை.

மேலும் தீண்டாமை எனும் நோய்க்கான காரணங்களையும், சிகிச்சையையும் பற்றி அம்பேத்கரும், நேருவும் கொண்டிருந்த கருத்தியல்களைப் பொறுத்தவரையில், காந்தி சொன்ன குடியரசுக் கோட்பாட்டில் சமூக வாழ்க்கையின் உண்மை நிலையை அம்பேத்கர் அடிக் கோடிட்டுக் காட்டினார்.

இந்திய கிராமங்கள் தீண்டத்தகாதவரைச் சுரண்டுவதற்கென்று அமைக்கப்பட்ட ஒரு வகைக் காலனியம். தீண்டத்தகாதவர்களுக்கு உரிமைகள் எதுவுமில்லை. காத்திருப்பது, பணி செய்வது அவர்கள் கடமை. அடங்கிக் கிடக்கவே அவர்கள் இருந்தார்கள். அவர்கள் வேலை செய்வதற்கும், சாவதற்கும் இருக்கிறார்கள். அவர்கள் கிராமக் குடியரசுக்கு வெளியில் இருப்பதால் அவர்களுக்கு எந்த உரிமையும் இல்லை. அவர்கள் இந்து அமைப்பு என்று சொல்லப்பட்ட ஒன்றிலிருந்து வெளியிலிருப்பதால் அவர்கள் கிராமக் குடியரசுக்கு வெளியில் இருக்கிறார்கள், இது ஒரு நச்சு வட்டம்.[30]

காந்தியின் கருத்துக்கு நேரெதிராக அம்பேத்கர் அடக்கி ஆளும் சமூக அமைப்பில் ஒரு மாதிரியாக, தீண்டத்தகாதவர்களுக்குச் சமூக, அரசியல், பொருளாதார இயக்கம் இல்லாத ஒன்றைக் கண்டார். காந்தி ஊரகத்தை லட்சியமான ஓர் இடமாகச் சித்திரித்தார். ஆனால் அம்பேத்கர் அதனைச் சிறைச் சாலையாக, சேரியாகச் சித்திரித்தார்.

இந்து சமுதாயம் தீண்டத்தகாதவர்கள் ஒதுக்கி வைப்பதை வற்புறுத்தியது. ஓர் இந்து தீண்டத்தகாதவர்கள் வசிக்கும் பகுதியில் வசிக்கமாட்டார். இந்துக்களின் பகுதிகளில் தீண்டத்தகாதவர்கள் குடியிருக்க அனுமதிக்கமாட்டார். முள்கம்பிக் கூடுகள் அசுத்தமான மக்களை அடைத்து வைத்துத் தூய்மையைப் பாதுகாக்கும் ஒரு முறை. ஒவ்வொரு கிராமத்திலும் ஒரு கெட்டோ – ஒரு சேரி உண்டு. இந்துக்கள் கிராமத்தில் வசிப்பார்கள். தீண்டத்தகாதவர்கள் இந்த கெட்டோக்களில் வசிப்பார்கள்.[31]

காந்தியும் அம்பேத்கரும் இந்த அடிப்படை நம்பிக்கைகளை விட்டு விலகவில்லை. இருவரும் தாங்கள்தான் தீண்டத்தகாதவர்களை விடுவிக்கும் காவலர்கள் என்று புரிந்துகொண்டிருந்தார்கள். ஆனால் எதிலிருந்து, எதை நோக்கித் தீண்டத்தகாதவர்கள் விடுவிக்கப்பட வேண்டும் என்பதில் அடிப்படையிலேயே மாறுபட்டார்கள்.

எப்படி இருந்தாலும், காந்தியின் கருத்துகள் அவருடைய கடைசிக் காலத்தில் அம்பேத்கரின் கருத்துகளுக்கு அருகில் வந்தன என்று சில வரலாற்று அறிஞர்கள் நம்புகிறார்கள்.

அம்பேத்கரின் விமர்சனத்துக்குத் தொடர்ந்து உட்பட்டு வந்ததால், தீண்டத்தகாதவர்களின் அரசியல் செயல்பாடு, வருணாச்சிரம் பற்றிய கருத்து ஆகியவை 1940களில் மாறி விட்டன என்று ஹரால்ட் G. கவர்ட் கருதுகிறார்.³² அரசமைப்பு வரைவுக் குழுவின் தலைவர் பதவிக்கு அம்பேத்கரை நியமிக்க காந்தியின் ஆதரவை அவர் சுட்டிக்காட்டுகிறார். காங்கிரஸ் தலைவர்கள் பலரும் அம்பேத்கரின் எதிர்ப்புப் பேச்சுகள், புதிய இந்தியாவின் குடியரசுத் தலைவராக, கற்பு நெறியும் துணிவும் கொண்ட பாங்கிய பெண்ணை நியமிக்க வேண்டுமென்று காந்தி சொன்னது ஆகியவற்றினால் கோபம் அடைந்திருந்ததால், அம்பேத்கரைத் தலைவராக நியமிக்க எதிர்ப்புத் தெரிவித்தார்கள். காந்தியின் கடைசிக் காலத்தில் அவருடைய கருத்தில் மாற்றம் ஏற்பட்டது என்ற வாதங்கள் வர்ணாச்சிரமப் பிரச்சினை பற்றி அவருடைய கருத்தில் ஐயத்தை ஏற்படுத்துகின்றன. ஏனென்றால் காந்திக்கும் அம்பேத்கருக்கும் இடையே சமாதானம் ஏற்படாமல் இருக்க இதுதான் அடிப்படைக் காரணமாக இருந்து வந்திருக்கிறது. அம்பேத்கர் இந்த வாதங்களில் நம்பிக்கை வைக்கவில்லை. காந்தியின் பிந்தைய கருத்து பற்றிய அம்பேத்கரின் புரிதல் அவருடைய கருத்தியலுக்கு ஒத்துப் போனதா என்பதை அம்பேத்கர்தான் சொல்ல வேண்டும்.

ஏற்றத்தாழ்வற்ற, நீதியை நிலைநாட்ட சாதி ஒழிக்கப்பட வேண்டும் என்பதன் தேவையைப் பற்றி அம்பேத்கரின் நிலைப்பாட்டுக்குக் காந்தியவாதிகள் பெருமளவில் வந்து விட்டார்கள் என்பதை இங்கே குறிப்பிட வேண்டும். இந்த விஷயத்திலாவது இன்றைய காந்தியவாதிகளும், அம்பேத்கரியத்தாரும் பகைமை கொள்வதற்குக் காரணம் இல்லை.

டாக்டர் அம்பேத்கரிலிருந்து பாபாசாகேபாக

1936இல் 'சாதியை அழிப்பது' என்கிற நீண்ட கட்டுரையை அம்பேத்கர் எழுதினார். சமூகச் சீர்திருத்தங்களுக்கான தொழிலாளர்களைக் கொண்ட ஓர் அமைப்புக்காக அதை எழுதினார். அந்த அமைப்பு இவர் எழுதிய சில பகுதிகளுக்கு எதிர்ப்புத் தெரிவித்தது. இந்தச் சர்ச்சைக்குரிய உரையைப் பின்னர் அம்பேத்கர் நூலாக வெளியிட்டார். பல பகுதிகளிலிருந்தும் மக்கள் அதனால் கவரப்பட்டார்கள். இந்து சமயத்தின் சாதிச்

சார்பினைப் பற்றி அம்பேத்கருக்கும் காந்திக்கும் இடையே இருந்து வந்த நீண்ட கால விவாதத்திற்கு அது தூபம்போட்டது.

1936ஆம் ஆண்டில் அம்பேத்கர் சுதந்திரத் தொழிற் கட்சியை (ILP) ஆரம்பித்தார். அது சாதியின் அடிப்படையினால் ஆனது அல்ல; மாறாக விருப்பின் அடிப்படையிலானது. அவர் இடதுசாரிகளோடு கை கோத்தார். மார்க்சியவாதிகளுக்கு இரு பக்கமும் பொதுவான பிரச்சினைகளை விவரித்தார். தொழிலாளரின் உரிமைகள் பற்றிய கருத்தாக்கம் என ஒன்றும் இல்லாத காலத்தில், அம்பேத்கர் அவர்களது உரிமைகளுக்கான போராளியாக ஆனார். மற்ற நாடுகள் தொழிலாளர்களின் நிலைகளைச் சீராக்க அமைப்பு ஒன்றை ஏற்படுத்தாத காலத்தில் அம்பேத்கர் 1942இல் தொழிலாளர்களுக்கு வேலை நேரத்தைப் பன்னிரண்டு மணியிலிருந்து எட்டாகக் குறைக்கப் போராடி வெற்றி பெற்றார். சங்கங்கள் அல்லது அமைப்புகளை ஏற்படுத்த அடிப்படை உரிமையை உறுதி செய்யும் அரசமைப்புச் சட்டத்தின் 19(C) பிரிவினையைக் கொண்டு வந்ததிலிருந்து அம்பேத்கருடைய தொழிலாளர்களுக்கான உறுதிப்பாடு தெளிவாகும்.[33]

1939 நவம்பரில் அம்பேத்கரின் ILP, குடும்பக் கட்டுப்பாடு பற்றிய ஒரு வரைவு அறிக்கையை வெளியிட்டது. வறுமையை ஒழிக்கக் குடும்பக் கட்டுப்பாடு அவசியமென்று அம்பேத்கர் வாதிட்டார். ஆனால், அந்த மசோதா ஆபாசமான ஒன்றாகக் கருதப்பட்டது. ஏனென்றால் அது பாலியல் பற்றியும், கருத்தடையைப் பற்றியும் வெளிப்படையாகப் பேசிற்று. ஆகவே அவருடைய கட்சியைத் தவிர வேறெந்தக் கட்சியும் அதற்கு ஆதரவு தரவில்லை.

ரிசர்வ் வங்கி (RBI)-யோடு அம்பேத்கருக்கு நெருங்கிய தொடர்பு உண்டு. இந்திய நாணயம், நிதிக்கான ராயல் கமிஷனுக்கு அவர் 1925-க்கு அளித்த வழிகாட்டுதல்களின்படி RBI உருவாக்கப்பட்டது. அது *The Problem of Rupee - Its Problems and its Solutions*[34] என்ற அவருடைய நூலை அடிப்படையாகக் கொண்டது.

1937இல் 'ஜெய் பீம்' என்ற குரல் முதன்முதலில் கேட்கப்பட்டது. ILP எம்.எல்.ஏ. பாபு ஹர்தாஸ என்பவரால் அது உருவானது. மகர் இனத்தின் வாழ்த்தாக அது இருக்கிறது. உலகம் முழுவதும் அம்பேத்கரிய சகத்துவக்காரர்கள் ஒருவரையொருவர் 'ஜெய் பீம்' என்று வாழ்த்திக்கொள்வதைக் கேட்கலாம்.

பாபா சாகேப்பிலிருந்து போதி சத்துவர் அம்பேத்கராக

1946-47இல் மத்திய நீர்ப்பாசனம், போக்குவரத்து ஆணையத்தை அமைப்பதற்கு அவர் பொறுப்பாளராக இருந்தார். தாமோதர் பள்ளத்தாக்குத் திட்டம், ஹிராக்குட் திட்டம், பன்சாகர் திட்டம் ஆகியவற்றை அமைப்பதில் அவர் பங்கு வகித்தார். குழந்தையாக இருக்கும்போது அவருக்குக் குடி தண்ணீர் கூடத் தரப்படவில்லை. பரோடாவில் அலுவலகப் பணியாளர்கள் அவருக்குத் தண்ணீர் கூடத் தர மறுத்துவிட்டார்கள். சீடன்ஹாம் கல்லூரியில் பேராசிரியராக இருந்தபோது, மற்றவர்களுக்கான தண்ணீரை அவர் குடிக்கக்கூடாது என்று சொன்னார்கள். மாறாக, பொது ஏரியில் தண்ணீர் குடித்ததற்காக அவரைக் கைது செய்தார்கள். இவற்றிற்கெல்லாம் பிறகும் 1947இல் எல்லோருக்கும் தண்ணீர் கிடைக்க அவர் வழி செய்யும் அதிகாரத்தைப் பெற்றார். ஆகவேதான் அம்பேத்கரை நீர் நிலைகளை மக்களுக்கு உரியதாக ஆக்கிய தந்தையென்று அழைப்பது பொருத்தமாக இருக்கும். இந்தக் கருத்தியல் இருபத்தி ஒன்றாம் நூற்றாண்டிலும் தொடர்கிறது.

1947 ஆகஸ்ட் நேருவின் அமைச்சரவையில் அம்பேத்கர் சட்ட அமைச்சராகப் பொறுப்பேற்றார். அவருக்கு வளர்ச்சித் துறை தரப்படும் என்று எதிர்பார்த்தார். மின்சாரம், போக்குவரத்து, உடல்நலம் முதலிய திட்டங்கள் மூலம் ஆதரவற்றவர்களின் வாழ்க்கைத் தரத்தை உயர்த்த அவர் பாடுபட்டிருப்பார். எனினும் சட்டத் துறையை ஏற்றுக்கொண்டு ஒன்றிய அமைச்சரவையில் நான்காண்டுகள் பணியாற்றிய பிறகு பதவி விலகினார்.

தனிப்பட்ட வாழ்க்கையைப் பொறுத்தவரையில், அம்பேத்கருக்கு 1940-களில் உடல் நோய்கள் ஏற்பட்டன. தனிமை அவற்றை இன்னும் அதிகமாக்கின. 1948இல் டாக்டர் சாரதா கபீர் என்ற மருத்துவரைத் திருமணம் செய்தார். அவர் ஒரு பிராமணப் பெண். ஆகவே அவருடைய சாதியினர் பலருக்கு இந்தத் திருமணம் பிடிக்கவில்லை. இந்தக் கலப்புத் திருமணம் ஒரு சதித் திட்டம் என்பது போன்ற கருத்துகள் இன்றளவும் பேசப்படுகின்றன. எனினும் காந்தி இருந்திருந்தால் இவருடைய இந்த முடிவு பற்றிப் பெருமைப்பட்டிருப்பார் என அம்பேத்கர் கூறினார் என்று கூறப்படுகிறது.

சட்ட அமைச்சர் என்ற முறையில் இந்து விதிமுறைச் சட்ட முன்வரைவை அம்பேத்கர் அறிமுகப்படுத்தினார். இதன்படி பெண்களுக்கு வாரிசு உரிமையும், சொத்தில் உரிமையும் தரப்பட்டது. அவரும் நேருவும், "இது இந்தியாவில் மக்களாட்சியைக் கொண்டு வர முக்கிய வழி என்றும், சாதி அமைப்பின் அடிப்படையிலான பழக்கங்களையும் வாதங்களையும் நீக்கும் என்றும் நம்பினார்கள்.[35] *எனினும் வலதுசாரிகளில் பலர் வேறு பிரிவுகளுடன் ஒன்று சேர்ந்து சட்ட முன்வரைவைத் தோற்கடித்தார்கள். அது மட்டுமல்ல, அம்பேத்கரைத் தனிப்பட்ட முறையில் அவமானப்படுத்தினார்கள், தாக்கினார்கள். நேருவும் கூட இந்த மசோதாவுக்கான தன் ஆதரவை நீக்கிக்கொண்டார். எனவே அம்பேத்கர் அமைச்சரவையிலிருந்து விலகினார்.*

பெண்களின் உரிமைக்காகப் போராடியவர்களில் அம்பேத்கரும் ஒருவர். 1916ஆம் ஆண்டு அவரது முதல் ஆய்வு உரையில், இந்தியப் பெண்களின் நிலைமை பற்றிப் பேசினார். அவருடைய பின்னாள் உரைகளிலும் எழுத்துகளிலும் பழமை இந்தியாவில் பெண்களுக்கு உயர்ந்த நிலை தரப்பட்டிருந்தது. எனினும், மனுஸ்மிருதியின் ஆணாதிக்கத்தால் ஏற்பட்ட பிற்போக்கு மாற்றங்களால் அவர்களது நிலை தாழ்ந்துவிட்டது என்றும் அவர் கருதினார். இவ்வாறு பெண்களுக்குக் கல்வி, சொத்து, மணமுறிவு ஆகிய உரிமைகள் மறுக்கப்பட்டன, அவர்களை ஒரு சொத்தாகக் கருதும் நிலையும் ஏற்பட்டது.[36]

1952 ஜனவரியில் அவர் நாடாளுமன்ற உறுப்பினர் பதவிக்குப் போட்டியிட்டார். அதில் N.S. கஜ்ரோல்கர் என்ற காங்கிரஸ்காரரால் தோற்கடிக்கப்பட்டார். கஜ்ரோல்கர் அம்பேத்கரைத் தோற்கடிப்பதற்காக V. சாவர்க்கர், இந்து மகா சபா ஆகியவர்களின் ஆதரவை அவர் பெற்றிருக்கலாம் என்று சொல்லப்படுகிறது. அம்பேத்கர் இறப்பதற்கு முன்னர் ரிபப்ளிகன் பார்ட்டி ஆஃப் இந்தியா என்கிற ஒரு புதிய அரசியல் கட்சியின் அமைப்புச் சட்ட விதிகளை எழுதினார். கட்சியானது தொடக்கத்தில் நன்றாக இருந்தாலும் அவருடைய மறைவுக்குப் பிறகு சிதறிப் போய்விட்டது.

அம்பேத்கர் தனது வாழ்க்கையின் கடைசிப் பத்தாண்டுகளில் Riddles in Hinduism[37] *என்ற நூலை எழுதினார். இந்த நூல் மிகுந்த சர்ச்சைக்குள்ளானது. இதனை இந்து மதத்தின்*

வெறுப்பினால் எழுதப்பட்ட நூல் என்று சொன்னார்கள். ஆனால், உண்மையில் அவர் கூர்மையான பகுத்தறிவுவாதத்தை இந்து மதத்தின் மேல் வைத்தது போலவே புத்த மதத்தின் மேலும் வைத்திருந்தார். மதம் பகுத்தறிவிற்கு உட்பட்டிருக்க வேண்டுமென்றும் பிரிவினையைச் சொல்லாமல் ஒற்றுமைக்கான விழுமியங்களை வளர்க்க வேண்டுமென்றும் விடாமல் அவர் வலியுறுத்தி வந்ததற்கு *The Buddha and his Dhamma*[38] என்ற அவருடைய நூல் சாட்சி.

1948ஆம் ஆண்டில், அம்பேத்கர் தனது தனிப்பட்ட நம்பிக்கையாகவும், இந்து சமயத்திற்கு மாற்றைத் தரும் ஒரு சித்தாந்தமாகவும் புத்த மதத்தை நோக்கிச் சென்றார். 1956 டிசம்பர் 14 அன்று அவர் புத்த மதத்தைத் தழுவினார். அவரோடு ஆயிரக்கணக்கானோரும் புத்த மதத்தில் சேர்ந்தார்கள். இதன் மூலம் அவர் 1935இல் இப்போதைய மராட்டியத்திலிருக்கும் யோவா என்கிற இடத்தில் இந்துவாகப் பிறந்தாலும் இந்துவாகச் சாக மாட்டேன் என்று அறிவித்ததை நிறைவேற்றினார். இப்போது மில்லியன் மக்கள் இருக்கும் நவயானா அல்லது புதிய புத்த மதத்தினருக்கு அம்பேத்கர் ஒரு போதி சத்துவர், விடுதலை வழியில் இட்டுச் செல்பவர்.

மேலைப் புத்தமத அமைப்பின் தலைவர் சங்கரக்சிதா, அம்பேத்கர் இறப்பதற்கு முன்னர் அவரைச் சந்தித்தை உருக்கமாகச் சொல்கிறார். அம்பேத்கர் மிகுந்த நோய்வாய்ப்பட்டிருக்கிறார். இடியாக முழங்கக் கூடிய அவரால் இப்போது தெளிவாகப் பேச முடியவில்லை. சங்கரக்சிதாவிடம் மிகவும் உணர்ச்சி வசப்பட்டு எதையோ சொன்னார். ஆனால் தெளிவாகக் கேட்கவில்லை. ஆகவே, சங்கரக்சிதா தனது காதை அம்பேத்கரின் உதடுகளுக்கு அருகில் வைத்துக் கேட்டார். அவைதான் அம்பேத்கர் அந்தத் துறவியிடம் சொன்ன கடைசி வார்த்தைகள். அவரிடம்தான் அம்பேத்கர் ஆயிரக்கணக்கான புதிதாக மனம் மாறினவர்களுக்கு, புத்த மதம் கல்வி தரும் பொறுப்பை ஒப்படைத்திருந்தார். அந்தக் கடைசி வார்த்தைகள், "இன்னும் நன்றாகச் செயல்பட வேண்டியதிருக்கிறது. நிறைய செய்ய வேண்டும்."[39]

இந்த வாழ்க்கை வரலாறு முழுமையானது அல்ல. மிகச் சுருக்கமானது. எனினும் பி.ஆர்.அம்பேத்கரின் பண்பு நலன், அவரது விடாப்பிடியன உறுதி, மனநிலை ஆகியவை பற்றி இது காட்டுகிறது. நமக்கு இந்திய அரமைப்புச் சட்டத்தின்

முகப்புரையைத் தந்தவரைப் பற்றிக் கூறுகிறது. அதனை வளரச் செய்யும்போது சில சொற்றொடர்களைச் சேர்த்தார். முந்தைய அடிப்படையின் வரலாற்று மூலங்களிலிருந்து பெறப்பட்ட தகுதியற்ற சொற்களை விட்டுவிட்டார். ஆனால், ஒரு சொல்லைக்கூட அவர் மாற்றவில்லை. அதுதான் ‘நீதி’ நேருவின் கருத்து உடையை அணிந்து வந்த கருத்தியல்கள்.

1946ஆம் ஆண்டு அம்பேத்கர் இதனை வரையறுக்கும் பணியில் இறங்கியபோது நீதி என்ற கருத்தியல் முன்னெடுத்து வைக்கப்பட்டிருந்ததை அம்பேத்கர் அதனை மீள் வரையறை செய்து மாற்றி அமைக்க முடிவு செய்தார். நோக்கங்கள் தீர்மானத்தைச் சட்டகமாக்கும் முயற்சியில், அவர் தன்னுடைய முன்மொழியப்பட்ட முகப்புரையைக் கொண்டு வந்தார். அது சமூகம், பொருளாதாரம், அரசியல் என்கிற மூன்று பிரிவுகளாக்கப்பட்டிருந்த நேருவின் முறையையே பின் தொடர்ந்தார். ஆனால் ஏற்றத் தாழ்வுகளை நீக்குதல் பற்றிப் பேசும்போது ‘நீதி’ என்பதற்கு அடர்வான பொருள் கொடுத்தார். அதாவது நேருவின் வாக்கியம் சமூக, பொருளாதார, அரசியல் நீதியைப் பெறுதல் என்று சொன்னது. ஆனால் அம்பேத்கர் நீதியைப் பெறுதல் என்பதற்குச் சமூக, அரசியல், பொருளாதார ஏற்றத்தாழ்வுகளைக் களைதல் என்று பொருள் கூறினார்.

இவ்வாறுதான் டாக்டர் அம்பேத்கரின் வாழ்க்கை கழிந்தது. இளம் வயது முதல் இறப்பு வரையிலும் அவர் இந்திய மக்களுக்குச் சமூக நீதியைப் பெற்றுத் தர, உறுதி செய்யப் போராடினார். அவரிடமிருந்த திறமைகள் முதல் அனைத்தையும், சிறுபான்மையினருடைய ஒடுக்கப்பட்ட சாதியினருடைய (தலித்துகள்) சமூக, அரசியல், பொருளாதார ஏற்றத் தாழ்வுகளை நீக்கப் போராடினார்.

எனவேதான், நீதி பற்றிய முகப்புரையின் கருத்தாக்கத்தை ஆழமாக ஆராயும்போது, கருத்தியல் வரலாற்றிலிருந்து வேறொரு பாதையை எடுத்து அம்பேத்கர் வாழ்ந்த அனுபவங்கள் பக்கம் கவனத்தைத் திரும்பினேன். அவருடைய வாழ்க்கை நீதியோடு வாழ்ந்த வாழ்க்கை. நீதி என்ற உருவில்லாக் கருத்தியலை ஆராயும்போது டாக்டர் அம்பேத்கரின் அந்தச் சொல்லின் உண்மையான பொருளைக் காண்கிறோம்.

2
தன்னுரிமை:
தன்னாட்சி யாருடைய பிறப்புரிமை?

டாக்டர் அம்பேத்கரின் முகப்புரை 1948, பிப்ரவரி 6 அன்று வந்தது. வரைவுக் குழுவில் அது இறுதி செய்யப்பட்டு அரசமைப்புப் பேரவையில் சமர்ப்பிக்கப்பட்டது. 1948ஆம் ஆண்டு முழுவதும் புதிதாக வந்துகொண்டிருந்த அதிகாரக் குழுக்களின் உள்ளிருந்தும் வெளியிலிருந்தும் அது ஆய்வு செய்யப்பட்டது, விமர்சனத்திற்கும் உட்படுத்தப்பட்டது. 1948 நவம்பர் 4 அன்று அரசமைப்புப் பேரவையில் ஒரு தீர்மானமாகவும் முன்மொழியப்பட்டது. ஒரு வாரம் முழுவதும் முதல் வாசிப்பு நடந்தது. அப்போது அரசமைப்புச் சட்டத்தின் வரைவுச் சட்டகம், கோட்பாடுகள் ஆகியவற்றின் அடிப்படையில் பொதுவாக விவாதிக்கப்பட்டது. அரசமைப்புச் சட்டத்தில் காந்தியம் இல்லாதது குறித்த எதிர்ப்புகள் வந்தன; அதனை ஜவகர்லால் நேருவின் துணையோடு அம்பேத்கர் எதிர்கொண்டார். அடுத்த வாரம் பிரிவு பிரிவாக விவாதத்திற்கு எடுத்துக் கொள்ளப்பட்டது. இது இரண்டாம் வாசிப்பு என்று கூறப்பட்டது. 1948 நவம்பர் 15இல் தொடங்கி 1949 அக்டோபர் 17[1] அன்று வரையில் விவாதம் தொடர்ந்தது. திருத்தப்பட்ட வரைவு மீண்டும் ஆய்வுக்கு உட்படுத்தப்பட்டது. முகப்புரை முதல் நாளன்று எடுத்துக்கொள்ளப்படவில்லை; கடைசி நாளன்று எடுத்துக்கொள்ளப்பட்டது.

உரிமைப் பிரிவு

முந்தைய இயலில் கூறப்பட்டது போல, நீதிக்கான மூன்று பிரிவுகள் பற்றி எந்த விமர்சனமும் வைக்கப்படவில்லை. ஆனால்

தனியுரிமை, சமத்துவம், உடன் பிறப்புரிமை ஆகிய மூன்று பிரிவுகள் பற்றி அதிகளவில் குறுக்கீடுகளும், திருத்தங்களும் வந்தன. நேருவின் நோக்கங்கள் தீர்மானத்திலுள்ள 'நீதி' வாக்கியத்தை அம்பேத்கர் தொடவில்லை. ஆனால் 'உரிமை' பற்றிய வாக்கியத்தை மாற்றினார். 1947 ஜனவரி 22 அன்று ஏற்றுக்கொள்ளப்பட்ட நோக்கங்கள் தீர்மானத்தில், உரிமை என்பது இவ்வாறு கூறப்பட்டிருந்தது:

சிந்தனை, அதன் வெளிப்பாடு, கோட்பாடு, சமய நம்பிக்கை, வழிபாடு இவற்றில் தன்னுரிமை ஆகியவற்றை இந்தியாவின் குடிமக்கள் அனைவருக்கும் கிடைப்பதை உறுதிப்படுத்தும்.[2]

அம்பேத்கர் முன்மொழிந்த முகப்புரையில், இந்திய அரசமைப்புச் சட்டத்திற்குப் பொருத்தமுடைய வாக்கியப் பகுதிகள் உள்ளன. அவருடைய முன்மொழிவு முகப்புரையில் இவ்வாறு கூறப்பட்டிருந்தது:

(ii) ஒவ்வொரு குடிமகனுக்கும், பேச்சுரிமை, மதத்தைப் பின்பற்றும் உரிமை ஆகியவற்றைப் பராமரிக்க.

(iv) ஒவ்வொரு குடிமகனும் தேவையிலிருந்தும், அச்சுறுத்தல்களிலிருந்தும் விடுபடும் உரிமையை அனுபவிக்கச் சாத்தியமாக்க.[3]

வரைவுக் குழு 1948 பிப்ரவரியில் வரைவு செய்யப்பட்டு, நவம்பர் 1949இல் ஏற்றுக்கொள்ளப்பட்ட முகப்புரையின் இறுதி வடிவத்தில், தன்னுரிமை பற்றிய பிரிவு இவ்வாறு கூறியது.

சிந்தனை, நம்பிக்கை, தொழில், கூட்டியக்கம், செயல் ஆகியவற்றில் சட்டத்திற்கும் பொது ஒழுக்க நெறிக்கும் உட்பட்ட **சுதந்திரம்**.[4]

அப்படியானால் அதன் முந்தைய வாசகங்களிலிருந்து வேறுபட்ட உரிமை / தன்னுரிமை ஆகியவற்றில் ஒரு பிரிவு எப்படி வந்தது?

சிவப்பு உரிமைகள் அல்லது நீல உரிமைகள்

பல மாற்றங்கள் ஏற்பட்டன. பட்டியலில் எண்ணிக்கை குறைந்து விட்டது. நேர்மறையானவை இவை. நேருவின் பட்டியலில் எண்ணம், கோட்பாடு, சமய நம்பிக்கை, வழிபாடு, தொழில் சங்கம் அமைத்தல், செயல் ஆகியவை இருந்தன. அவற்றோடு

அம்பேத்கரின் பட்டியலில் பேச்சு, மதம் ஆகியவையும் இருந்தன. அவருடைய பட்டியலில் எதிர்மறையான தேவை, அச்சம் ஆகியவற்றிலிருந்து விடுதலையும் சேர்ந்தன. ஆனால் இறுதி முகப்புரையில் தன்னுரிமை பற்றிய பிரிவில் தரப்பட்ட உரிமைகள் பன்னிரண்டில் ஐந்து மட்டுமே இடம் பெற்றிருந்தன. எண்ணம், அதன் வெளிப்பாடு, கோட்பாடு, மத நம்பிக்கை, வழிபாடு ஆகியவை மட்டுமே இடம் பெற்றிருந்தன. பேச்சும், மதமும் கூடத் தேவையற்றதாக இருந்தாலும் வெளிப்பாடு என்ற சொல்லும் மத நம்பிக்கை என்கிற சொல்லும் அதே பொருளை உடையவை. ஆனாலும் பத்து உரிமைகள் / தன்னுரிமைகளில் பாதி மட்டுமே இறுதியில் இடம் பெற்றன.

எண்ணிக்கையில் மட்டும் குறையில்லை. தரத்திலும் குறைவு ஏற்பட்டது. நீக்கப்பட்ட உரிமைகள், தன்னுரிமைகள் ஆகியவை சமுதாய உரிமைகள் (சிவப்பு உரிமைகள் என்று அழைக்கப்பட்டன) அரசியல் உரிமைகள் (நீல உரிமைகள்) சம்பந்தப்பட்டவை அல்ல. தொழில் உரிமை, சங்கம் அமைத்தல், செயல்பாடு ஆகியவற்றில் உரிமை, தேவை, அச்சம் ஆகியவற்றிலிருந்து விடுபடும் உரிமை - இந்த உரிமைகள் எல்லாமே தொழிற் சங்கங்களாலும், இடதுசாரி இயக்கங்களாலும் முன் வைக்கப்பட்டன. அவற்றிற்குத் தீர்வு காண்பது மிகவும் கடினம். எப்படி நியாயம் காண்பது என்பதும் கடினம்.

அரசமைப்புப் பேரவையில் நீண்ட விவாதங்கள் நடந்தன. அவை உரிமைகள், தீர்வுகள் பற்றியவை. எந்த உரிமைகள் அடிப்படை உரிமைகள், அரசமைப்புச் சட்டத்தில் வழிகாட்டும் கொள்கைகள் (Directive Principles of the State Policy) போன்றவை எப்பகுதியில் சேர்க்க வேண்டும் என்பது பிரச்சினை. வழிகாட்டும் கொள்கைகள் பிரச்சினைக்குரிய பிரிவுகளுக்கு எல்லாம் புகலிடமாயிற்று. அரசமைப்புச் சட்டத்தில் நியாயப்படுத்தக் கூடிய உரிமைகள் எனில் நியாயப்படுத்த முடியாத உரிமைகள் எவை என்று தெளிவாக்கப்பட வேண்டியிருந்தது. குடிமை, அரசியல் உரிமைகள் நியாயப்படுத்தப்படக் கூடியவை. ஏனென்றால் அரசாங்கம் நடவடிக்கை எடுப்பதை அவை தடை செய்யும். ஆனால் சமூக, பொருளாதார உரிமைகள் நியாயப்படுத்த முடியாதவை. ஏனென்றால் இவற்றில் அரசாங்கத்தின் நேரடி நடவடிக்கைகள் தேவைப்படும். இப்படி உரிமைகளைப் பிரிப்பதை வரைவுக் குழுவின் பெரும்பாலான

உறுப்பினர்கள் ஏற்றுக் கொண்டார்கள். இவ்வாறுதான் அடிப்படை உரிமைகளுக்கும் அரசுக் கொள்கையில் வழிகாட்டுக் கொள்கைகளுக்கும் வேறுபாடுகள் கொண்டு வரப்பட்டது. சமூக நீதியின் முக்கியப் பகுதிகளும் சமூக நீதியின் பெரும் பகுதிகளும், இவ்வாறு வழிகாட்டும் கொள்கைகளுக்கு அடியில் கொண்டு வரப்பட்டன. ஏனென்றால் அரசமைப்பு கட்டுப்படுத்தும் பிற பிரிவோடு சேர்ப்பது சர்ச்சைக்குரியதாகக் கருதப்பட்டது. அதேபோல, தொழிலாளர் தொடர்பான உரிமைகளும் முகப்புரையிலிருந்து எடுக்கப்பட்டன. என்றாலும் பெரும்பாலான கருத்துகள் அரசமைப்புச் சட்டத்திலேயே இடம்பெறவில்லை. சில அடிப்படை உரிமைகளிலேயே சேர்க்கப்பட்டன.[5]

விடுதலையா? தன்னுரிமையா?

குறிப்பிட்ட உரிமைகள், தன்னுரிமைகள் ஆகியவற்றைத் தேர்ந்தெடுப்பது நீதிமன்றத்து வினாக்களைப் பொறுத்தது. எந்த உரிமைகளுக்கு நியாயம் கேட்டு நீதிமன்றத்திற்குப் போகலாம், எவற்றிற்குப் போக முடியாது என்பது பற்றிய கேள்வி அது. ஆனால், அடிப்படையில் பெயர் பற்றிய ஒரு பிரச்சினையும் இருக்கிறது. முகப்புரையில் தன்னுரிமை (libert) என்ற சொல்லே பயன்படுத்தப்படுகிறது. விடுதலை (freedom) என்ற சொல் பயன்படுத்தப்படவில்லை. இதனைக் கூர்ந்து ஆராய வேண்டும்.

நேருவின் நோக்கங்கள் தீர்மானம் விடுதலைகளைப் பற்றி மட்டுமே பேசியது; தன்னுரிமையைப் பற்றி இல்லை. அம்பேத்கர் தனது States and Minoritiesஇல் முன்மொழிந்த இரண்டு சொற்களையுமே பயன்படுத்துகிறார். விடுதலை தன்னுரிமைகள் என்கிற இரண்டு சொற்களும் பயன்படுகின்றன.[6] எனினும் இறுதியில் அம்பேத்கர் தன்னுரிமை என்ற சொல்லையே ஏற்றுக்கொள்கிறார். கடைசியில் ஏற்றுக்கொள்ளப்பட்ட முகப்புரையில் விடுதலை (freedom) என்ற சொல்லின் இடத்தில் தன்னுரிமை liberty என்ற சொல்லே உள்ளது.

ஏன் அப்படி?

மேம்போக்காகப் பார்க்கும்போது, இரண்டு விளக்கங்கள் காணப்படுகின்றன. முதலாவது அவை இரண்டும் ஒன்றுக்குப் பதிலாக இன்னொன்றைப் பயன்படுத்துமாறு பொருளுடையவை. அவை இரண்டுமே வேறு வேறு வேர்ச் சொற்களிலிருந்து

வந்தவைதான். வித்தியாசமான சமூக அரசியல் வரலாற்று மரபுகளிலிருந்து வந்தவை. தன்னுரிமை என்கிற *liberty* லத்தீன் மொழியிலிருந்து வந்தது. விடுதலை என்ற *freedom* ஜெர்மானிய மொழி மூலத்திலிருந்து வந்தது. இரண்டாவதாக, அம்பேத்கர் உடன் பிறப்புரிமை (சகோதரத்துவம்) என்கிற சொல்லை முகப்புரையில் சேர்க்க வேண்டியிருந்ததால் 'விடுதலைக்குப்' பதிலாகத் தன்னுரிமையை ஏற்றுக்கொண்டார். பிரெஞ்ச் புரட்சியின் முக்கிய வாக்கு *தனியுரிமை, சமத்துவம், சகோதரத்துவம்* என்பதுதான். அதில் விடுதலையைச் சேர்ப்பது முரண்பாடாக இருக்கும்.

இவை மேலோட்டமான காரணங்கள்தான். ஆழமான காரணங்களும் உள்ளன.

ஒரு காந்திய அரசமைப்புச் சட்டம்

வரைவு அரசமைப்புச் சட்டத்தின் முதல் வாசிப்பின்போது எழுப்பப்பட்ட பிரச்சினைகளில் முக்கியமானது கிராமத்தை அடிப்படையாகக் கொண்ட தன்னாட்சிக்கு முக்கியத்துவம் தரும் காந்தியம் - அதற்கு மாறான நவீன சமூக மக்களாட்சியின் அடிப்படையிலான அம்பேத்கரின் கருத்தியல். காந்தி - அம்பேத்கர் விவாதம் 1930-களில் லண்டனில் நடந்த வட்ட மேசை மாநாட்டிலேயே தொடங்கிற்று. அந்த மோதல் பூனா உடன்படிக்கையின்போது உச்சக் கட்டத்தை அடைந்து, அரசமைப்புச் சட்டத்தை வரைவு செய்யும்போதும் தொடர்ந்தது. நோக்கங்களின் தீர்மானத்தை இயற்றியவர்கள், நேருவின் குழுவினர் பிற்போக்கான காந்திய கருத்துகள் உள்ளே வராமல் பார்த்துக்கொண்டார்கள். இருப்பினும் அதன் விளைவுகளை எதிர்கொள்ள வேண்டியது இரண்டாண்டுகள் நடந்த அதன் மூன்று வாசிப்புகளின் போதும் அம்பேத்கரின் வேலையாயிற்று.

காந்தியின் ஆதரவாளரான ஜே.பி.கிருபாளினி 1949 அக்டோபர் 7 அன்று நீண்ட உரையாற்றினார். அடிப்படை உரிமைகளுக்கான துணைக் குழுவின் தலைவர் அவர். அதில் தனியுரிமை பற்றிய பிரிவு பற்றி இவ்வாறு குறிப்பிட்டார்:

> நாம் இந்த முகப்புரையில் கூறியிருப்பது சட்டப்பூர்வமான, அரசியல் கொள்கைகள் மட்டுமல்ல. அவை, ஒழுக்க நெறி சார்ந்த ஆன்மிகக் கோட்பாடுகள். வன்முறை

தவிர்ப்பு ஓர் ஒழுக்க நெறி, ஆன்மிகக் கொள்கை. எண்ணம், வெளிப்பாடு, கொள்கை, மத நம்பிக்கை, வழிபாடு ஆகியவற்றில் தனியுரிமை வேண்டும் என்று சொல்வோம். இதனுடைய உட்பொருளையும் நாம் புரிந்துகொள்ள வேண்டும். இந்த விடுதலைகள் எல்லாம் வன்முறை நீங்கிய அடிப்படையிலேயே உறுதியளிக்கப்பட வேண்டும். வன்முறை இருந்தால், எண்ணத்தில் உரிமை இருக்காது. அதனை வெளிப்படுத்தும் உரிமை இருக்காது. மத நம்பிக்கை, கொள்கை, வழிபாடு ஆகிய உரிமைகளும் இருக்க முடியாது.[7]

'காந்தியக் கொள்கைகளின் மனசாட்சிக் காவலரான[8] கிருபாளினி விடுதலைப் போராட்டத்தில் காந்தியப் பின்புலம் பற்றி மென்மையாகக் குறிப்பிட்டார். அதன் ஆன்மிகத் தலைமைகளைக் கோடிட்டுக் காட்டினார். ஆனால் காந்தியக் கருத்துகளைச் சேர்க்க வேண்டுமென்று நேரடியான மோதல்களும் இருந்தன. அவற்றில் பல முகப்புரை பற்றியவை. 1948 நவம்பர் 4 அன்று நடந்த முதல் வாசிப்பின் போது அம்பேத்கர் அரசமைப்புச் சட்டத்தினை காந்தியமயமாக்க வேண்டுமென்ற காந்தியவாதிகளின் கூக்குரலைத் தள்ளுபடி செய்தார். காந்திய கனவுகளுக்கு இசைய அரசமைப்புச் சட்டம் இருக்க வேண்டுமென்று காந்தியவாதிகள் சொன்னார்கள். 1930 ஜனவரி 26 அன்று அது வலியுறுத்தப்பட்டது. அன்று முதல் 1950 ஜனவரி 26 வரையில் அது தொடர்ந்தது. 1948 நவம்பர் 4 அன்று அரசமைப்புக் கூட்டத்தின் தொடக்கம் இது:

மாண்புமிகு உறுப்பினர்களே, நமது நாட்டுத் தந்தைக்கு அஞ்சலி செலுத்துவதற்காகத் தங்கள் இடத்தில் எழுந்து நிற்குமாறு வேண்டுகிறேன். அவரே அடிமைத்தனத்திலிருந்து விடுதலைக்கு இட்டுச் சென்றவர். அவர் ஆன்மா மட்டும் வழி நடத்தட்டும்.[9]

இருபதாம் நூற்றாண்டின் முற்பகுதியில் 'விடுதலை'க்கும், 'தன்னாட்சி'க்குமான தொடர்பு இருந்து வந்திருக்கிறது. இரண்டு சொற்களையுமே அம்பேத்கர் ஐயப்பாட்டோடு நோக்கினார்.

இந்து பெரும்பான்மையோடு தொடர்புடைய, விடுதலை ஆன்மிகப்படுத்தும் தலைமையை அம்பேத்கர் விரும்பவில்லை. பிராமண இந்து மதத்தில், சித்தாந்த ரீதியாக விடுதலை இயக்கம்

சேர்ந்தால் யாருக்கு விடுதலை, யாருக்குத் தன்னுரிமை வேண்டும் என்று அம்பேத்கர் கேள்வி எழுப்பினார்.

ஒரு நூற்றாண்டுக்குப் பின்னரும் கூட அம்பேத்கர் கேள்வி கேட்ட கருத்தியலை அரசியல் வரலாற்றறிஞர்கள் பின்பற்றுகிறார்கள். 2013இல் குர்பிரித் மகாஜன் தனது புத்தகத்தில் 'freedom' என்கிற இயலில் என்ன சொல்கிறார் என்று பார்ப்போம்:

> காலனிய ஆட்சியில் இருந்த மக்களுக்கு விடுதலை என்பது ஓர் ஆன்மிகத் தாகம், மனிதன் என்பதற்கான வரையறை. விடுதலையை அனுபவிக்கக் கூடிய சமூக அரசியல் சூழல்கள் இல்லாததால், இந்த வேட்கை ஆன்மிகத் தலைமை பெற்றது பிரிட்டிஷ் ஆட்சியில் அடக்கப்படாவிட்டாலும் நிறைவு பெறவில்லை. விடுபட்டு இருக்க வேண்டும் என்ற ஆசை தன்னாட்சியுள்ள ஒரு தனி மனிதனாக இருப்பதற்கு அல்ல, மாறாகத் தானாகத் தீர்மானிக்கக் கூடிய அரசியல் சமூகமாக இருக்க வேண்டும் என்கிற ஆசை. இதுதான் தன்னாட்சி (ஸ்வராஜ்) என்பதன் பொருள்.[10]

இவ்வாறு ஆன்மிக மயமாக்குதல் தன்னுரிமையோடு தொடர்புடையதாக விடுதலை ஆகிற்று. நவீன இந்தியாவின் மொத்தக் கதையாடலில் எல்லோரையும் உள்ளே சேர்க்காத இந்து தேசியக் கருத்தை உள்ளே நுழைத்தது. மஹாஜனுடைய விடுதலை பற்றிய இயலில் திலகர், அரவிந்தர், விவேகானந்தர், காந்தி ஆகியோரின் செயல்கள் முக்கியத்துவம் பெற அம்பேத்கர் சொல்லப்படாமலே விடுபட்டதில் வியப்பில்லை.

இதேபோன்ற கருத்தைத்தான் அனன்யா வாஜ்பாயின் *Righteous Republic* என்ற நூலும் கூறுகிறது. இந்திய குடியரசுக்கு சுயராஜ்ஜியம் தேவை என்பதற்கு முக்கியத்துவம் கொடுக்கிறது.[11] ஆனால் அந்த அம்மையாருடைய நூலில் அம்பேத்கர் பற்றிய இயலில் தன்னாட்சி பற்றிய விமர்சனம் எதுவுமே இல்லை. ஆனால், அவர் தன்னுடைய முன்னுரையில் நவீன இந்தியாவைக் கட்டமைப்பதே தன்னாட்சிதான் என்ற கருத்தத்தைக் கூறுகிறார். தன்னாட்சி, விடுதலை இயக்கம் ஆகியவற்றை ஆன்மிகப்படுத்தும்போது அங்கே அம்பேத்கர் பற்றிப் பேச இடமில்லை. மகாஜன் எல்லோருக்குமான விடுதலையை இந்து சுயராஜ்ஜிய இயக்கத்தின் குறுகிய நோக்கங்களோடு சமனப்படுத்தினார்.

விரும்பப்பட்ட, போராடப்பட்ட அரசியல் விடுதலை என்பது, பால கங்காதர திலகர் அழுத்தமாகக் குறிப்பிட்டது போல, ஒருவருடைய பிறப்புரிமை[12] என்று எழுதினார்.

இதற்கு நேர்மாறாக அம்பேத்கர் சொன்னார்:

"திலகர் தீண்டாத்தகாதவராகப் பிறந்திருந்தால், 'தன்னாட்சி எனது பிறப்புரிமை' என்கிற முழக்கத்தை எழுப்பியிருக்க மாட்டார். மாறாக, 'தீண்டாமையை அழித்தல் எனது பிறப்புரிமை' என்ற முழக்கத்தையே எழுப்பியிருப்பார்.[13] தன்னுரிமை என்கிற கருத்தாக்கம் யாருடைய பிறப்புரிமை என்று நமக்குத் தெரியும். ஆனால் சுயராஜ்ஜியம் - தன்னாட்சி - என்பது யாருடைய பிறப்புரிமை?

சமத்துவம் இல்லையெனும் விடுதலை[14]

காந்தியும் மற்றவர்களும் சொன்னதுபோல இந்தியர்கள் ஏகாதிபத்திய ஆட்சியில் அடிமைகள் என்றால், அம்பேத்கர் அங்கம் வகிக்கும் தீண்டத்தகாதவர்கள் 'அடிமைகளுக்கு அடிமைகள்'.[15] தன்னாட்சி என்பதை இந்துப் பேரின இந்தியாவிற்கான விடுதலை என்ற கருத்தியலுக்கும், தாழ்த்தப்பட்ட வகுப்புகள் அல்லது தலித்துகளின் விடுதலை என்ற கருத்தியலுக்கும் இடையே மோதல் இருப்பது தவிர்க்க முடியாதது.

விடுதலை என்ற கருத்தாக்கம், நாம் இது பற்றிச் சென்ற இயலில் பார்த்தது போலவே காந்திக்கும் அம்பேத்கருக்கும் இடையே உள்ள முரண்பாடுகளைக் கொண்டு வரும். அம்பேத்கரைப் பொறுத்தவரையில் தலித்துகளுக்கான அல்லது தலித் தன்னாட்சிக்கான முதல் நிபந்தனையாக எல்லோருக்கும் விடுதலை என்பதாக அது இருக்க வேண்டும். தலித் தன்னாட்சி என்பது தன்னாட்சிக்கு முன் நிபந்தனையாக மட்டும் இருக்காது. உண்மையான இந்திய விடுதலையாகவும் இருக்காது. தனியுரிமை என்பதன் அடையாளமாக, அளவுகோலாக இருக்கும். அப்படியானால் அது நேரடியான உள்ளாட்சி மட்டுமல்ல. அதற்கு ஒழுக்க நெறி ஆன்மிகச் சிறப்பு அர்த்தங்களும் தரப்படும். இதைத்தான் காந்தியவாதிகள் சொன்னார்கள்.

காந்தி அடிக்கடி இதை வலியுறுத்துவார். 1920இல் *Young India*-வில் இவ்வாறு எழுதினார்:

> அரசுக்கு எதிரான ஒத்துழையாமை என்பது, ஆளப்படுபவர்களுக்கு இடையேயுள்ள ஒத்துழைப்பு என்றாகிறது. இந்துக்கள் தீண்டாமை என்ற பாவத்தை விட்டு விடாவிட்டால், ஓராண்டானாலும் ஒரு நூற்றாண்டானாலும் தன்னாட்சி இருக்காது.[16]

பத்தாண்டுகளுக்குப் பிறகு காந்தி வட்ட மேசை மாநாட்டின்போது இதையே சொன்னார்.

> தன்னாட்சி அடைவதற்கு இந்து முஸ்லீம் ஒற்றுமையும் அதன்படி எல்லா வகுப்பினர் மத்தியில் ஒற்றுமையும் அடிப்படையென்று காங்கிரசு கருதியதுபோலவே தீண்டாமை என்ற சாபத்தை நீக்குவதையும், முழுச் சுதந்திரம் பெறுவதற்கான விலக்க முடியாத நிபந்தனையாகக் கருதுகிறது.[17]

ஆனால் வேறு சமயங்களில் இந்த நிலையிலிருந்து அவர் விலகிப்போனார்.

> ஒரு நிருபர் நான் தீண்டப்படாதவர்களுக்காக என்ன செய்கிறேன் என்று கேட்டார். 'ஆங்கிலேயர்களை அவர்களது இரத்தக் கறை படிந்த கைகளைக் கழுவ வேண்டுமென்று சொல்வதற்கு முன்னர் 'இந்துக்களாகிய நாம் நமது இரத்தக் கறை படிந்த கைகளைக் கழுவ வேண்டாமா?' என்று கேட்டார். பகுத்தறிவுடன் கேட்கப்பட்ட சரியான கேள்வி இது. அடிமைப்பட்ட நாட்டின் உறுப்பினர் ஒருவர் ஒடுக்கப்பட்ட வகுப்பினரை அடிமைத்தளத்திலிருந்து மீட்க முடியுமென்றால், என்னையே விடுவித்துக்கொல்வதற்கு முன்னால் சாத்தியமென்றால், நானும் இன்றே செய்வேன். ஆனால் அது இயலாத வேலை.[18]

இந்த வார்த்தைகள் காந்தியும், அவரது காங்கிரசும், தீண்டாமை ஒழிப்பு தன்னாட்சிக்கு முன்னால் வரவேண்டுமென்று சொல்லும்போது அவர்கள் உண்மையாக இல்லை என்பதைக் காட்டுகின்றன என்று அம்பேத்கர் கருதினார். காந்தி இது பற்றிச் சரியாகச் செயல்படவில்லை என்பதை காந்தியின் எழுத்துகளிலிருந்து மேற்கோள் கொடுத்து வெளிப்படுத்தினார்.

இதற்கு மூன்று ஆதாரங்களை அம்பேத்கர் முன் வைத்தார். முதலாவது பர்தோலி நிகழ்வில் நடந்ததை ஆவணப்படுத்தினார்.

அந்தத் திட்டத்தில் நான்காவதாக இருப்பது, 'தாழ்த்தப்பட்ட வகுப்பினரை அவர்களது சமூகம், அறிவு, ஒழுக்கம் ஆகியவற்றின் நிலைமையை மேம்படுத்த ஒன்று திரட்டுவது. அவர்களது குழந்தைகளை அரசுப் பள்ளிகளுக்கு அனுப்பி மற்ற குடிமக்கள் போலவே சாதாரண வசதிகளைப் பெறச் செய்வது.[19] செயல் திட்டத்தின் நான்காவது உட்பிரிவைச் செயல்படுத்துவதற்குத் தேவையான நிதி வழங்கப்படவில்லை. மேலும் அதன் தலைவர் பதவியிலிருந்து விலகிக்கொண்டார். ஆகவே பர்தோலி திட்டத்தை நடைமுறைப்படுத்துவதை மேற்பார்வை செய்த குழு அனைத்திந்திய இந்து மகாசபைக்குக் கொடுத்தது. 1923இல் இந்து சமுதாயத்திலிருந்து இந்தத் தீண்டாமை என்ற தீயதை நீக்கும் பொறுப்பை மகாசபையிடம் ஒப்படைத்தது.[20] 'இவ்வாறு தீண்டத்தகாதவர்களுக்காகக் காந்தியும் காங்கிரசும் மேற்கொண்ட நடைமுறைப்படுத்தப்பட வேண்டிய திட்டம் முடிவுக்கு வந்தது,' என்று எழுதினார் அம்பேத்கர்.[21]

இரண்டாவது, ஏற்கெனவே சென்ற இயலில் குறிப்பிட்டது போல, அம்பேத்கர் மகாட், நாசிக் ஆகிய இடங்களில் போராட்டத்தைத் தொடங்கினார். பொதுக் குளத்தில் தாழ்த்தப்பட்ட வகுப்பினர் தண்ணீர் எடுக்கவும், கோவில்களில் நுழையவும் உரிமைகளை நிலைநாட்டுவதற்கு இந்தப் போராட்டம். இந்துக்களுக்கு எதிராகத் தீண்டத்தகாதவர்கள் நடத்தியது. இந்தியர்கள் பிரிட்டிஷாருக்கு எதிராக நடத்திய போராட்டம் அல்ல. எனவே காந்தி இதனை எதிர்த்தார். காங்கிரசும் ஆதரவு தரவில்லை.[22] போராட்டக்காரர்கள் தனிமைப்படுத்தப்பட்டார்கள். அவர்களது போராட்டத்தைத் தடுக்க பல முயற்சிகளும் நடந்தன.

மூன்றாவது ஆதாரமாக அம்பேத்கர் குறிப்பிட்டது தலித்துகளுக்குத் தன்னுரிமை வழங்குவதைத் தன்னாட்சிக்கு முன் நிபந்தனையாக வட்ட மேசை மாநாட்டில் வைத்ததில் நேர்மையும் உண்மையும் இல்லை. இரண்டு பாதுகாப்புகள் அரசமைப்புச் சட்டத்தில் இடம் பெற வேண்டுமென்று தலித் பிரதிநிதிகள் கேட்டார்கள். அவை, போதுமான பிரதிநிதித்துவத்துக்கு உரிமை (இட ஒதுக்கீடு), பத்தாண்டுகளுக்குத் தனித் தொகுதிகள் என்பதுதான். இவற்றைக் காந்தி கடுமையாக எதிர்த்தார். எப்படி இந்த விஷயங்கள் பின்னர் பூனா உடன்படிக்கையில் தீர்க்கப்பட்டன என்பது விரிவாக ஆராயப்பட்டிருக்கிறது. காந்திக்கும், அம்பேத்கருக்கும் இடையில் ஏற்பட்ட பிளவும் விளக்கப்பட்டது. விடுதலை

(freedom) என்பதில் தன்னாட்சி (சுயராஜ்யம்) அடங்கியிருக்கிறது என்ற அம்பேத்கரின் புரிதலைப் பற்றிப் பார்க்கலாம்.

விடுதலை அல்லது தன்னாட்சி

சுயராஜ்யம் அல்லது தன்னாட்சி என்ற சொல்லும் அதன் உட்பொருளும் அம்பேத்கருக்கு ஏற்புடையன அல்ல. எனினும் அவர் அந்தச் சொல்லை அவ்வப்போது, தனக்குச் சாதகமாகப் பயன்படுத்திக்கொண்டார். அம்பேத்கரின் எழுத்துகளிலும் பேச்சுகளிலும் அந்தச் சொல் 215 முறை வருகிறது. 1920 முதல் 1950 வரையிலான அவரது சிந்தனை வளர்ச்சியைப் பார்த்தோமென்றால் அச்சொல்லை மிகவும் திறமையுடன் கையாளுவதில் தேர்ந்துவிட்டார். இறுதியில் அவர் 1956இல் புத்த மதத்தைத் தழுவுவதை நியாயப்படுத்தவும் அதையே பயன்படுத்தினார்.

இருப்பினும் அதற்கு முன்னர் பல விஷயங்கள் நடந்திருந்தன. அவருடைய வட்ட மேசை மாநாட்டில் தொடக்க உரை தன்னாட்சி என்ற அவரது புரிதலை விளக்குகிறது. அவர் 1930ஆம் ஆண்டு ஆற்றிய உரை அவருடைய புரிதலுக்கு நம்மை நேரடியாக இட்டுச் செல்கிறது.

பிரிட்டிஷ் இந்தியாவின் மொத்த மக்கள் தொகையில் ஐந்தில் ஒரு பகுதியினரான தாழ்த்தப்பட்ட வகுப்பினர் ஒரு தனிக் குழுவாக இயங்குகின்றனர். அவர்கள் இந்துக்களோடு சேர்க்கப்பட்டாலும் அவர்கள் எந்த வழியிலும் இந்துக்களோடு சேர்த்துக்கொள்ளப்படுவதில்லை. அடிமைக்கும், பணியாளுக்கும் இடைப்பட்டது அவர்களது நிலை. அடிமைத்தனத்தில் இருக்க அவர்கள் கட்டாயப்படுத்தப்படுகிறார்கள். பிறரோடு அவர்கள் உறவுகொள்வது தடை செய்யப்பட்டது, அவர்கள் தீண்டத்தகாதவர்கள் என்பதால் அவர்களுக்குச் சமமான வாய்ப்பு மறுக்கப்படுகிறது. சாதாரண குடிமை உரிமைகள் கூட மறுக்கப்படுகின்றன.

தாழ்த்தப்பட்டவர்கள் பிரிட்டிஷாரை வைதீக இந்துக்களின் கொடுங்கோன்மை அடக்குமுறையிலிருந்து விடுவிக்க வந்தவர்களாக வரவேற்றார்கள். ஆனால் பிரிட்டிஷ்காரர்கள் இவற்றை நீக்க ஏதாவது செய்தார்களா? பிரிட்டிஷாரின்

வருகைக்கு முன்னர் காவல் துறையில் எங்களை அனுமதிக்கவில்லை. பிரிட்டிஷார் அனுமதிக்கிறார்களா? பிரிட்டிஷார் வருவதற்கு முன்னர் இராணுவத்தில் பணிபுரிய நாங்கள் அனுமதிக்கப்படவில்லை. இப்போது சேர முடியுமா? எங்களுடைய நிலையில், அடிப்படையில் எந்த மாற்றமும் நிகழவில்லை.

உடனடித் தேவையான நீதி கிடைக்கச் சமூக, பொருளாதார வாழ்க்கைச் சட்டத்தை மாற்றத் துணிச்சலுடையவர்கள் அதிகாரத்திலிருக்க வேண்டும். பிரிட்டிஷ் அரசு இதனைச் செய்யாது. மக்களுடைய, மக்களுக்காக, மக்களால் நடத்தப்படும் அரசு ஒன்றே இதைச் சாத்தியமாக்கும்.

எங்களுடைய குறைகளை எங்களைத் தவிர வேறு யாரும் தீர்க்க முடியாது என்பதை நாங்கள் உணர்கிறோம். அரசியல் அதிகாரம் எங்கள் கைகளில் இல்லாத வரையில் இது சாத்தியமாகாது. தன்னாட்சி அரசமைப்பில் தான் எங்கள் கைகளில் ஆட்சி அதிகாரம் கிடைக்கும் வாய்ப்பு உள்ளது. அது இல்லாமல் எங்கள் மக்களுக்கு மீட்பே இல்லை.

சுய ஆட்சி என்ற கருத்து இதற்கு முன்னர் எங்கள் மேல் முன்னர் ஏவி விடப்பட்ட அடக்கு முறைகளும் கொடுங்கோன்மையும், அநீதிகளும், தன்னாட்சியில் திரும்ப வரும் அச்சத்தைக் கொண்டு வருகிறது. எங்கள் சகோதரக் குடிமக்களோடு நாங்களும் இந்நாட்டின் அரசியல் இறையாண்மை உள்ள குடிமக்களாக, போதுமான விகிதாச்சாரத்தில் நிலை நிறுத்தப்படுவோம் என்ற நம்பிக்கையில் தவிர்க்க முடியாத அந்த ஆபத்தை ஏற்கத் தயாராக இருக்கிறோம்.[23]

இந்த மனத்தை உருக்கும் பேச்சு விடுதலை அல்லது தன்னாட்சி ஆகியவற்றிலுள்ள மையக் கருத்தைக் கொடுக்கிறது. தலித்துகள் இந்துக்களோடு சேர்க்கப்பட்டாலும் அவர்களை அந்தச் சமூகத்தில் சேர்க்காமல் அவர்களை வெளியே விரட்டுவதாகச் செய்யப்படுகிறது. உள்ளே வைத்துக்கொண்டே அவர்களை வெளியில் நிற்க வைக்கும் முயற்சி இது. எனவேதான் நாட்டு விடுதலைக்குப் பிறகு 'வெளியே இருத்தி உள்ளே வைத்துக் கொள்வார்கள்' என்று அவர்கள் அஞ்சினார்கள். தலித்துகள் பரம்பரை பரம்பரையாக வெளியில் நிறுத்தப்பட்டார்கள்.

பிரிட்டிஷார் அவர்களுக்கு விடுதலை தருவார்கள் என்று தவறான நம்பிக்கை வைத்திருந்தார்கள். பிரிட்டிஷார் ஏற்கெனவே இருந்த சமூக அமைப்பை அப்படியே வைத்துக்கொண்டார்கள். சமூக, குடிமை வாழ்க்கையிலிருந்து தீண்டத்தகாதவர்கள் விலக்கி வைக்கப்படுவதைத் தொடர்ந்தார்கள். ஆகவே, இந்துக்கள் கைகளில் நூற்றாண்டுகளாக அடக்குமுறைக்கும், கொடுங்கோன்மைக்கும் ஆளானார்கள் என்பது நினைவிற்கு வந்தாலும், தனி ஆட்சி விரும்பத்தக்கதாக இருந்தது. இப்போது நாட்டு விடுதலைக்குப் பிறகும் ஒதுக்கப்படுவதைத் தடுக்க இந்திய அரசு மக்களுடையதாக, மக்களால் ஆனதாக இருக்க வேண்டும். அதாவது தலித்துகள் (அப்போது மக்கள்தொகையில் ஐந்தில் ஒரு பகுதியினர்) அரசியல் இறையாண்மையில் பங்கு கொள்ள அனுமதிக்கப்பட வேண்டும்.

இறுதியாக, தலித்துகளே அவர்களது குறைகளை ஏற்று, மாற்றுத் தேட வேண்டும் என்று அம்பேத்கர் தெளிவாக்கினார். அவர்களுக்காகச் செய்யப்படக் கூடாது, அவர்களால் செய்யப்பட வேண்டும். இது ஒரு நகைமுரண். ஏனென்றால் தங்களுக்கு ஆட்சி அதிகாரம் பெற அவர்களுக்கு தன்னாட்சி தேவைப்படுகிறது. அதே சமயம் தன்னாட்சி பெற அவர்கள் அதிகாரம் பெறுபவர்களாக ஆக்கிக்கொள்ள வேண்டியிருந்தது.

அம்பேத்கர் இந்த இரட்டைச் சிக்கலில் இருப்பது காந்திக்கு நன்றாகவே தெரியும். அவர் நிலைமைகளை விபரமாகவே விளக்கினார். அதற்கு ஒரு வழி, இந்துத்துவத்தில்தான் இருக்கிறதென்று அம்பேத்கருக்கு அறிவுரையும் வழங்கினார்.

> *நாட்டின் தாழ்த்தப்பட்ட உறுப்பினர்களுக்கு மூன்று வழிகள் இருக்கின்றன.*
>
> *1. அடிமைகளாக்கி ஆட்சி செய்யும் அரசின் உதவியை நாடுவதால், அவர்களுக்கு உதவி கிடைக்கும். ஆனால் அது அடுப்பிலிருந்து நெருப்புக்குள் விழுந்தது போலாகும். குற்றத்திற்கு உட்படுவதை விடுத்து அவர்களே குற்றம் செய்பவர்களாக ஆவார்கள்.*
>
> *2. இரண்டாவது, இந்து மதத்தை விட்டுவிட்டு ஒட்டு மொத்தமாக மதம் மாறுதல்.*

3. தன் உதவி, தற்சார்பு, அதோடு பஞ்சமர் அல்லாத இந்துக்கள் கொடுக்கும் உதவியோடு செயல்படுவது. நல்ல வழி எதுவென்றால் பஞ்சமர்கள் முழு மனதோடு இன்றைய அரசியல் அடிமைத்தனத்தை வீழ்த்திக்கொண்டிருக்கும் தேசிய இயக்கத்தில் சேர்வது.[24]

முப்பதாண்டுகளுக்குப் பிறகு, அம்பேத்கர் இந்த ஆலோசனைகள் பற்றிச் சிந்தித்தார்.

காந்தி தன்னாட்சி கேட்டபோது நான் அவரை ஆதரித்தேன். அவரிடம் ஒரேயொரு கேள்விதான் கேட்டேன். தன்னாட்சி என்று அழைக்கப்படுகின்ற அமைப்பில் தலித்துகளின் இடம் என்ன? எங்கள் மக்கள் வாழ்க்கையில் ஒரு இடத்தையாவது பெறுவார்களா? கல்வி பெறுவார்களா? தன்னாட்சியில் தீண்டத்தாதவர்களை அடக்கி ஆளுதல் இருக்காதா?[25]

இதற்கிடையில், காந்தி சாகும் வரையில் உண்ணாவிரதம் இருக்கும் வரையில், (அதுதான் பூனா உடன்படிக்கையில் அம்பேத்கர் கையெழுத்திடக் காரணமாக இருந்தது) காந்தியின் அறிவுரைக்கு அம்பேத்கர் செவி சாய்த்தார். 1930இல் வட்ட மேசை மாநாட்டில் கலந்துகொள்ள ஒப்புதல் தந்தபோது, காங்கிரஸ் கலந்துகொள்ள மறுத்தாலும், அம்பேத்கர் சொன்னார், "எனது மக்களுக்கு நன்மையானவற்றைக் கேட்பேன். தன்னாட்சிக் கோரிக்கைகளையும் வலியுறுத்துவேன்," என்றார்.[26] இரட்டைச் சிக்கல் பற்றிய எளிமையான அறிக்கை. அம்பேத்கரின் மக்களுக்கு (அவர்களில் தலித்துகளும், தலித்துகளல்லாதவர்களும் அடங்கியிருப்பர்) நல்லது என்பது தன்னாட்சியும், தன்னாட்சி அல்லாததும்.

யாருடைய தன்னாட்சி?

தன்னாட்சி என்பதை வரையறுக்க முடியாது என்று சித்தரஞ்சன் தாஸ் சொன்னார். சொல்லுக்குப் பல விளக்கங்கள் தரப்பட்டன. சில எல்லோரும் சொல்லும் சொல்லுக்குச் சொல்லான பொருள், முழு சுயராஜ்ஜியம் என்றால் முழு சுதந்திரம்.[27] சில சமயங்களில் வஞ்சப் புகழ்ச்சியாகவும் இருக்கும். தன்னாட்சி என்பது மிக உயர்ந்த பரவச நிலை, மிகச் சிறந்த ஊக்கி.[28] காந்தியின் புரிதல் ஆழமானது, சிக்கலானது. சுயராஜ்ஜியத்தைத் தன்னாட்சி என்றும், அரசியல் ஒழுக்க நெறியில் தனியாள்

ஆட்சி என்றும் பொருள் கொண்டார் காந்தி. அதற்கு மேலாக அவர் முகமையின் அடிப்படையில் விளக்கம் தந்தார். தன்னை நிலைநிறுத்திக் கொள்ளும் வகையில் இந்தியா தேவையான அதிகாரத்தை உண்டாக்கிக்கொள்ள வேண்டும். தன்னாட்சி என்பது அதிகாரம், தனது உறுதியை நிலைநாட்டிக் கொள்ளல் ஆகிய கூறுகளைக் கொண்டிருக்கும். தன்னாட்சிக்கு எதிர்ச் சொல்லாக முடக்குவாதம் என்ற பிம்பத்தைக் கொண்டு வந்தார். 'முடக்குவாதம் வந்தவர் தனது கையை நீட்ட என்ன செய்ய வேண்டும்? முடக்குவாதத்தைக் குணமாக்க வேண்டும்,' என்றார்.[29] இறுதியாக அச்சொல்லை மற்றவர்கள் பயன்படுத்துவதன் விளக்கங்களும் இருந்தன. காந்தியச் சுயராஜ்ஜியம் ஒரு முரண்: வெளிநாட்டு ஆதிக்கத்திலிருந்து விடுதலைக்காக நின்றது. அரசியல் அமைப்பை உடைப்பது என்பது அதன் பொருள். ஆனால் சமூக அமைப்பை அப்படியே வைத்துக்கொண்டது; ஒரு வகுப்பை இன்னொன்று வாரிசுரிமைப்படி ஆதிக்கம் செலுத்துவதை அனுமதித்தது, அதுவும் நிரந்தரமாக. இதுதான் சுய ஆட்சியின் முரண்.[30]

சிலருக்குச் சுயராஜ்ஜியம் என்பது விடுதலையைக் குறிக்கவில்லை; மாறாக, கொடுங்கோல்களையும், அடிமைத்தனத்தையும் குறிக்கிறது. இது அச்சப்பட வேண்டிய ஒன்று. அம்பேத்கர் தனது Annihilation of Caste என்ற நூலை இவ்வாறு முடிக்கிறார்:

> தன்னாட்சிக்கான போராட்டத்தில் நாடு முழுவதும் உங்கள் பக்கம் இருக்கிறது. ஆனால் சாதியை ஒழிப்பதில் நீங்கள் நாடு முழுவதும் அதுவும் நமது நாட்டோடு சண்டை போட வேண்டும். ஆனால் அது தன்னாட்சியை விட முக்கியமானது. இந்துக்களுக்கான சுயராஜ்ஜியம் நமது அடிமைத்தனத்தை நோக்கி எடுத்து வைக்கும் ஒரு அடி.[31]

எனவேதான் அம்பேத்கர் சுயராஜ்ஜியம் தீண்டத்தகாதவர்களுக்குத் தூக்குக் கயிறாக ஆகிவிடக் கூடாது என்பதற்காகப் போராடினார்.[32] சுயராஜ்ஜிய அரசமைப்புச் சட்டத்தின் கீழ் பெரும்பான்மைக் கொடுங்கோலாட்சியிலிருந்து தலித்துகள் காக்கப்பட வேண்டும்.[33] இந்தக் கருத்து அவருடைய எழுத்துகளிலும் பேச்சுகளிலும் திரும்பத் திரும்ப வலியுறுத்தப்படுகிறது.

சுயராஜியம் என்பது பிரிட்டிஷ் ஆதிக்கத்திற்குப் பதிலாக இந்துக்களின் ஆதிக்கத்தை இடம் பெறச் செய்துவிடும்.

அவர்களுடைய எல்லா உரிமைகளும் பாதுகாக்கப்படும் என்ற உறுதிப்பாடு இல்லாவிட்டால் விடுதலை பெற்ற இந்தியாவில் தலித்துகள் உரிமையுடையவர்களாக இருக்க மாட்டார்கள். சுயராஜ்ஜியம் என்பது இந்துராஜ் (சுய ஆட்சி என்பது இந்து ஆட்சி)[34]

எனவே இறுதியாக அம்பேத்கர் இந்தக் கேள்வியோடு முடித்தார்.

> காங்கிரசின் குடி ஆட்சி (இந்தியாவின் அடிமை வகுப்புகளுக்கு) என்ன நன்மையைச் செய்துவிட முடியும்? காங்கிரசுக் கட்சி முன் வைக்கும் சுயராஜ்ஜியத்தால் அவர்களது வாழ்க்கை இருளடைந்ததாகத்தான் இருக்கும் என்று அவர்களுக்குத் தெரியும். அது காந்தியவாதமாக இருக்குமேயானால், சர்க்காவையும், கிராமத் தொழில்களையும், சாதி வேறுபாடுகளையும், பிரம்மச்சாரியத்தையும் (புலனடக்கத்தையும்) பசுவுக்கு மரியாதையையும் பரப்பும் ஒன்றாகவே அது இருக்கும். தன்னாட்சி என்பது எப்படி இருக்க வேண்டுமென்பதை ஆளும் வகுப்புகளிடம் விடப்பட்டால், அதன் முக்கிய அம்சம் அடிமை வகுப்புகளை அடக்கியாளுவதாகவே இருக்கும்.[35]

தன்னாட்சி பற்றித் தீண்டத்தகாதவர்கள் மட்டும் அஞ்சுகிறார்கள் என்று அம்பேத்கர் நம்பவில்லை. சிறுபான்மை இனத்தவர் எத்தனை அச்சத்திலிருக்கிறார்கள் என்பதற்குச் சான்றுகள் தந்தார். எடுத்துக்காட்டாக, இது பற்றி ஒரு இந்தியக் கிறிஸ்தவர் எழுதிய கடிதத்தை Young Indiaவில் வெளியிட்டார்.

> இந்திய மண்ணில் பிறந்து வளர்ந்த சுத்தமான இந்திய முன்னோர்கள் கொண்ட இந்தியக் கிறிஸ்தவன் இந்த நாட்டின் பழைய வரலாற்றைப் பாராட்டாமல் எப்படி இருக்க முடியும்? இந்துக்களும் இஸ்லாமியர்களும் இந்திய கிறிஸ்தவரின் உணர்வுகளைப் புரிந்துகொள்ள முடியாதது ஏன்? இந்தியாவின் தேசிய உணர்ச்சி உச்சக் கட்டத்தில் இருப்பது இந்தியக் கிறிஸ்தவர்களை சிறுமைக்கு உள்ளாக்குவதாக உணர்வதும், வருங்காலத்தில் அவர்களுக்குப் பாதுகாப்பு இருக்காது என்று அஞ்சுவதும் ஏன்?[36]

இந்தியக் கிறிஸ்தவர்களில் ஒரு சில முக்கியமானவர்களைத் தவிர பெரும்பாலான இந்திய கிறிஸ்தவச் சமூகம் சுய ஆட்சிப் போராட்டத்தில் தீவிரப் பங்கு கொள்ளவில்லை என்றும் அவர்கள் அது பற்றி ஐயத்தோடும், அச்சத்தோடும் இருக்கிறார்கள் என்றும் அம்பேத்கர் கருதினர்.

சுயஆட்சி என்பது வெவ்வேறு சமூகங்களுக்கும் வெவ்வேறு பொருளைத் தந்தது என்பதை அம்பேத்கர் அறிந்தே இருந்தார். காந்தி சொன்னது மேற்கோள் காட்டப்படுகிறது: "முஸ்லீம்களுக்கு, தன்னாட்சி என்பது காலிஃபாத் பிரச்சினையில் பயனுள்ள வகையில் இந்தியா செயல்பட வேண்டுமென்று பொருள்படும்.[37] இந்துக்களுக்கு தன்னாட்சி பற்றிய சாவர்க்காரின் புரிதலைப் பகுப்பாய்வுக்கு உட்படுத்துகிறார்:

> "இந்துக்களுக்குத் தன்னாட்சி என்பது அவர்களது சுயராஜ்ஜியம், அவர்களது இந்துத்துவா, இந்துக்கள் இல்லாதவர்களால் ஆதிக்கம் செலுத்த முடியாத அளவிற்குத் தங்களை நிலைநாட்ட முடிய வேண்டும்.[38]

சுயராஜ்ஜியத்தின் ஒரு பகுதியாக இந்தியாவிற்கு 'இந்துஸ்தான்' என்ற பெயரை வைத்துக்கொள்ள வேண்டும் என்றால், சமஸ்கிருதத்தைத் தெய்வீக மொழியாக வைத்துக்கொள்ள வேண்டும் என்றும், தேவ நகரி எழுத்துகளுடன் கூடிய இந்தி மொழியைத் தேசிய மொழியாக ஆக்க வேண்டும் என்றும் சாவர்க்கர் வலியுறுத்தினார். சாவர்க்கரின் நிலைப்பாடு பற்றி அம்பேத்கர் கூறுவது.

> "சாவர்க்கர் உருவாக்கின தனி ஆட்சி அமைப்பு இஸ்லாமியர்கள் மேல் ஆதிக்கம் செலுத்துவது இந்துக்களிடம் கொடுக்கப்படும், அதன் மூலம் அவர்களது அகந்தைக்குத் தீனி கிடைக்கும். ஆனால், அது இந்துக்களுக்கு நிலையான அமைதியான வாழ்க்கையை உறுதி செய்ய முடியாது. ஏனென்றால் இஸ்லாமியர்கள் பயங்கரமான ஒரு மாற்றத்திற்குப் பணியமாட்டார்கள்."[39]

அம்பேத்கர் இவ்வாறு சுயராஜ்ஜியம் பற்றிய அவரது புரிதலைக் காந்தியுடைய புரிதலோடு ஒப்பிட்டார். இது முக்கியமானது. ஆறாம் இயலில் தேசத்தை பற்றிப் பேசும்போது இந்தக் கருத்தாக்கம் இடம் பெறும்.

அம்பேத்கர் சித்தரஞ்சன் தாஸ் முதலானோருடைய கருத்தியல் பற்றியும் குறிப்பிடுகிறார். அவர் ஜோதிராவ் பூலே தன்னாட்சியை எதிர்த்தது பற்றியும், மகாத்மா பூலேவோடு இணைந்தது பற்றியும் குறிப்பிட்டார்.

சுயராஜ்ஜியம்: ஆரிய சமாஜத்திலிருந்து மகாத்மா பூலே வரையில்

அரசியல், ஒழுக்க நெறி, மதம், இருப்பியல் ஆகிய பல வழிகளில் தன்னாட்சி என்பதற்குப் பொருள் தரப்பட்டிருக்கிறது என்பது அம்பேத்கருக்குத் தெரியும். அவர் ஆர்ய சமாஜத்தின் ஷ்ரதானந்த சன்னியாசி எழுதிய கடிதத்திலிருந்து மேற்கோள் காட்டினார். அம்பேத்கர், தீண்டாமை என்ற சாபம் இந்திய சமுதாயத்திலிருந்து நீக்கப்பட வேண்டும் என்ற அவருடைய கூற்றுக்கு மரியாதை தந்தார். மேலும் அவர், காங்கிரஸ் தன்னாட்சி பெறும் முயற்சிகளில் வெற்றி பெற வேண்டுமென்றால் அதுவே முன் நிபந்தனை என்று கூறியிருந்தார். இந்தக் கடிதத்தில் சாமியின் அரசியல் சார்ந்த ஆனால் ஆன்மிகப் பின்னணியில் அவர் தன்னாட்சியைப் புரிந்து கொண்டிருப்பது தெளிவாகிறது. “தேசியத் தன்னுணர்வும், தீவிரமான இருத்தலும் சுய ஆட்சியில்லாமல் இருக்க முடியாது. சந்நியாசியாகிய நான் பாலியல் தூய்மைக்காகவும், உண்மையான தேசிய ஒருமைப்பாட்டுக்காகவும் எனது வாழ்நாளை அர்ப்பணிப்பேன்.”[40]

சித்தரஞ்சன் தாஸ் எவ்வாறு தன்னாட்சியைப் புரிந்து கொண்டார் என்பது பற்றியும் அம்பேத்கர் நீண்ட விளக்கம் தருகிறார். அவரும் காந்தியும் அவரவரின் அரசியல் திட்டத்திற்கு வசதியாகப் பொருள்கொண்டார்கள் என்று அம்பேத்கர் கூறுகிறார். மொத்த விடுதலையில்லாமல். டொமினியன் அந்தஸ்து (ஆட்சி உரிமை மட்டுமே உள்ள நிலை) போதுமென்றால், தன்னாட்சி என்பதற்கு ஆழமான பொருளுண்டு. தாசின் சொற்களில் “சுதந்திரம் என்பது தன்னாட்சி என்பதை விடக் குறுகிய பொருளுடையது. பிரிட்டிஷார் நம்மை நமது விதிக்குக் கையளித்து விட்டுப் போகிறார்கள் என்ற பொருளில் இந்தியா சுதந்திர நாடாக இருக்கலாம். ஆனால், தன்னாட்சி என்ற எனது புரிதலை அது கொடுக்காது,” என்றார் தாஸ்.[41]

அம்பேத்கர் இக்கருத்தினை விமர்சித்தாலும், தன்னாட்சி பற்றிய தாசின் புரிதல் சிக்கலானது, ஆனால் ஆழமானது.

மேலும் அவருடைய கருத்து சில விஷயங்களில் அம்பேத்கரின் கருத்துக்கு ஒத்துப்போகிறது.

> "எனது சிந்தனையின்படி, சுய ஆட்சி என்பது இந்திய மக்களின் பல்வகைக் கூறுகளையும் ஒன்றிணைக்கும் சுதந்திரம் இருக்க வேண்டும் என்பதை உள்ளடக்கியது என்று கருதுகிறேன், இது முதலாவது. இரண்டாவதாக, இப்பணியைத் தேசிய அளவில் தொடர வேண்டும். இரண்டாயிரம் ஆண்டுகள் பின்னால் போகாமல், நமது தேசிய ஒளியும் தன்மையும் தரும் வெளிச்சத்தில் முன்னேற வேண்டும்."[42]

தாஸ் இங்கே பிரிட்டிஷ் ஆட்சியிலிருந்து விடுதலை பெற்ற பிறகு இருக்க வேண்டிய உள்நாட்டு ஒற்றுமை ஒருமைப்பாடு ஆகியவற்றை முதன்மைப்படுத்துகிறார். மேலும் சுய ஆட்சிக்கு வருங்காலக் கருத்தியலைக் கொடுத்தார். பின்னோக்கி ஒரு பொற்காலத்தை நோக்கிச் செல்லவில்லை. பல்வகைக் கூறுகள் என்று சொன்னபோது அவர் முஸ்லீம்களை மட்டுமில்லாமல் தலித்துகளையும் உள்ளடக்கிப் பேசினார் என்று புரிந்து கொள்ள முடியும். அப்படிப் பார்க்கும்போது இது அம்பேத்கர் சொன்னதுபோல ஆகிறது. வட்ட மேஜை மாநாட்டில் அம்பேத்கர் பேசியதுடன் ஒத்துப் போகிறது. தாஸ் வகுப்புகளுக்காக அல்ல, மக்களுக்காக சுய ஆட்சியைத் தேடினார் என்று சொல்லப்படுகிறது. 'எது சுயராஜ்ஜியம்?' என்ற அவரது உரையிலும், சுயராஜியம் உண்மையானதாக இருக்க வேண்டுமென்றால், அது நடுத்தர வர்க்கத்தினரின் புரட்சியிலிருந்து மக்கள் புரட்சியை வேறுபடுத்திக் காண வேண்டும் என்றார். இருவருடைய கருத்துகளும் பல வழிகளில் ஒத்துப் போனாலும் தாசைப் பற்றியோ அவர் சுயராஜ்ஜியத்தைப் பற்றிக் கொண்டிருந்த புரிதலைப் பற்றியோ அம்பேத்கர் பாராட்டிப் பேசவில்லை. அம்பேத்கரைப் பொறுத்தவரையில் தாஸ் காந்தியின் அடியொற்றியே சென்றதால், இந்தச் சொற்களுக்குப் பொருளில்லை. அவற்றிலிருந்து தாழ்த்தப்பட்டோரை விடுவிக்க எந்தச் செயலும் வரவில்லை.

இதற்கு நேர் எதிராக, அம்பேத்கரின் புரட்சிகரமான சமூக வரலாற்று ஆய்வு நூலான *Who were the shudras?*[43] பூலேயின் நினைவிற்கு அர்ப்பணிக்கப்பட்டிருந்தது. தன்னாட்சி பற்றிய அவருடைய கருத்தையே பூலேக்கு அம்பேத்கர் ஏற்றிப்

பேசினார். சுய ஆட்சிக்கும் மேலாகச் சமூகச் சமத்துவம், விடுதலை ஆகியவற்றிற்கு முதன்மையைப் பூலே கொடுத்தார் என்று அம்பேத்கர் சொல்கிறார். அம்பேத்கர் எழுதிய அர்ப்பணத்திலிருந்து இது தெளிவாகிறது. பூலேவைப் பற்றி இவ்வாறு குறிப்பிடுகிறார்:

> அவர் நவீன இந்தியாவின் மிகப் பெரிய சூத்திரர். இந்துக்களில் மிகவும் தாழ்த்தப்பட்ட வகுப்பினர் அவர்களுடைய அடிமை நிலையை மேல் வகுப்பினருக்குக் காட்டியவர். இந்தியாவுக்கு வெளிநாட்டு ஆட்சியிலிருந்து விடுதலை பெறுவதை விடச் சமூக மக்களாட்சி மிக முக்கியம் என்று போதித்தவர்.⁴⁴

தன்னாட்சி பற்றிய ஐந்து இந்து மனப் போக்குகள்:

இவ்வாறு பூலேயைச் சமூக விடுதலைக்காகப் பாடுபட்டவர் என்று அம்பேத்கர் கூறியபோது, அது பின்னர் Who were the Sudhras? என்ற நூலுக்கு அவர் அடுத்த முன்னுரையில் தந்திருக்கும் பிரிவின் முன்னோட்டமாக இருக்கிறது. இந்துக்களை அவர் ஐந்து பிரிவுகளாகப் பிரித்தார். இந்த வகுப்புகளையும் தன்னாட்சி பற்றிய ஐந்து வெவ்வேறு மனப்போக்குகளாக இங்கு விளக்குகிறார் என்று நான் கருதுகிறேன்.

1. இந்துக்களில் ஒரு வகுப்பினர் இருக்கிறார்கள், அவர்கள் வைதீகர்கள். இந்து சமூக அமைப்புக்கள் தவறான எதனையும் உள்ளே விடமாட்டார்கள். அவற்றைச் சீர்திருத்துவது என்றால், அவர்களுக்கு அது தெய்வ நிந்தனை.

2. ஆரிய சமாஜ்வாதிகள் என்று அறியப்படுபவர்கள் இன்னொரு வகை. அவர்கள் வேதங்களை வேதங்களாக மட்டுமே நம்புகிறவர்கள்.

3. இந்து சமூக அமைப்பு தவறு என்று ஏற்றுக் கொள்பவர்கள். ஆனால் இந்தப் பிரிவினர் அதைத் தாங்க வேண்டிய அவசியமில்லை என்று நினைப்பவர்கள். சட்டம் அதை மதிப்பதில்லையாதலால் அது இன்னும் இறக்காவிட்டாலும் இறந்துகொண்டிருக்கிறது என்பது அவர்களது வாதம்.

4. நான்காவது பிரிவினர் அரசியல் நோக்கம் கொண்டவர்கள். இந்த மாதிரி விஷயங்களை அவர்கள் கண்டுகொள்வதில்லை. அவர்களுக்குச் சமூகச் சீர்திருத்தத்தை விடத் தன்னாட்சி முக்கியம்.

5. ஐந்தாவது பிரிவினர் பகுத்தறிவுவாதிகள். சமூகச் சீர்திருத்தம் மிக முதன்மையானது, தன்னாட்சியை விட முக்கியமானது என்று கருதுபவர்கள்.[45]

ஐந்தாவது பிரிவினர்களுக்குத் தான் பூலேவுக்கு அம்பேத்கரின் அர்ப்பணிப்பு பொருந்தும். முதற் பிரிவு சனாதனவாதிகள், ஒரு வேளை ராஷ்ட்ரிய சுய சேவக் சங்கமும் *(RSS)* அதில் இருக்கும். அம்பேத்கர் இவர்களைப் பார்த்து அவர்களது புனித நூல்கள் தாக்கப்பட்டால் வன்முறையில் இறங்குபவர்கள் அப்பாவிகள் போலத் தோன்றுபவர்கள்.[46]

இரண்டாவது வகையினரில் சவர்க்கரின் கூட்டம் அடங்கும். சுவாமி ஷ்ரதானந்தாவின் இந்து சுயராஜ்ஜியம் என்ற கோட்பாடு அடங்கும். நூல் இந்த இரண்டாவது வகையினரைக் கடுமையாகத் தாக்குகிறது என்றார் அம்பேத்கர்.[47] அம்பேத்கர் மூன்றாவது வகையினரை விவரிக்கவில்லை. நான்காவது வகையினர் காந்தி, சி.ஆர்.தாஸ் ஆகியோரின் காங்கிரஸ்; அரசியல் நோக்கம் கொண்ட இந்தப் பிரிவினர் பற்றிக் கவனம் கொள்ள வேண்டிய அவசியமில்லை' என்றார்.[48] இவ்வாறு அம்பேத்கர் இந்த வகையினரைக் கண்டுகொள்ளாமல் விட்டது விவரிக்கப்படுகிறது. இந்தப் பிரிவினரைத்தான் தன் பக்கம் இழுக்க அம்பேத்கர் பாடுபட்டு வந்தார். ஆனால் இந்தப் பிரிவினரைப் பற்றிய விரிவான கருத்துப் பிரிவினை பற்றிய அவரது நூலில் கிடைக்கிறது.

திரு.காந்தியின் தலைமையின் கீழ் இந்து சமூகம் அரசியல் மனநோய் வியாதியாக ஆகாவிட்டாலும், அரசியல் பற்றி வெறித்தனமாக இருந்தது. ஒரு காலத்தில் இந்துக்களின் மத்தியில் சமூகச் சீர்திருத்தம் கொண்டிருந்த இடத்தை ஒத்துழையாமை, சட்ட மறுப்பு, தன்னாட்சி பற்றிய கூக்குரல் ஆகியவை பிடித்துக்கொண்டன. அரசியல் போராட்டத்தின் குழப்பத்தில் இந்துக்களுக்கு வேறு தீமைகள் இருப்பதே தெரியாமல் போயிற்று. அப்படித் தெரிந்தவர்களும் சமூகச் சீர்திருத்தத்தைவிட அரசியல் சீர்திருத்தம்

முக்கியமானதென்று கருதினார்கள். அப்படியே அவர்கள் அக்கருத்தை ஏற்றுக்கொள்ளுமாறு கட்டாயப்படுத்தினாலும் அரசியல் அதிகாரத்தை முதலில் பெறாவிட்டால் சமூகச் சீர்திருத்தம் இருக்க முடியாது என்று வாதிட்டார்கள்.[49]

ஐந்தாவது பிரிவினர்தான் அந்தப் புத்தகத்தை வரவேற்பார்கள் என்று அம்பேத்கர் கருதினார். அவருடைய புத்தகங்களை அவர்கள்முன் வைத்தார். இந்தப் பிரிவினர் சமூகச் சீர்திருத்தத்திற்கு அதிக காலமும், பெரு முயற்சியும் தேவை என்றாலும் அதன் அவசரத் தேவையை நம்பினார்கள்.[50] இந்தப் பிரிவில் அம்பேத்கரும் இருந்தார். ஏனென்றால் அப்போது அவர் ஓர் இந்து. தனி ஆட்சிக்குப் பிறருடைய கருத்தாக்கத்திற்கும் மேலாக தலித் மீட்டெடுப்பு முன்னுரிமை பெற்றிருந்தாலும், அவர் தன்னாட்சி என்பதற்காக அவர் கொண்டிருந்த புரிதல் அத்தனையையும் உள்ளடக்கியதாக இருக்காது. தன்னாட்சி என்பது எவ்வளவு முக்கியமென்றால் அதை காங்கிரசிடம் விட்டு விட முடியாது. "இந்தியாவின் தன்னாட்சியில் 60 மில்லியன் தீண்டத்தகாதவர்களின் தலைவிதியும் அடங்கியிருக்கிறது என்பது அவர்களுக்குத் தெரியாதா?"[51] என்று அம்பேத்கர் அழுத்தம் திருத்தமாகக் கேட்டார்.

தலித் சுயராஜ்ஜியம்

காங்கிரசிலிருந்த இந்துக்களாலும், முஸ்லீம்களாலும் நடத்தப்பட்ட கீழ்த்தரமான சதிகள் பற்றி அவர் செய்த விமர்சனத்தின் மூலமாக அம்பேத்கரின் சுயராஜியம் பற்றிய உண்மையான கருத்தை அறிய முடியும்.

"சுயராஜ்ஜியம் என்பது மக்களுக்குத் தொண்டாற்றக் கிடைக்கும் வாய்ப்பா? அல்லது இந்துக்கள் முஸ்லீம்களை வெற்றி கொள்ளவும், முஸ்லீம்கள் இந்துக்களை வெற்றி கொள்ளவும் கிடைத்த வாய்ப்பா? தன்னாட்சி என்பது மக்களால் மக்களுக்காக நடத்தப்படும் மக்களுடைய ஆட்சியாக இருக்க வேண்டும். இந்துக்களும் முஸ்லீம்களும் அவர்களுக்குள்ளேயே சதித் திட்டங்களைத் தீட்டுவதால், ஒரு சாரார் மற்றவர்களை வெற்றி கொள்ளத் திட்டம் தீட்டினார்கள். நமக்கு எதற்குத் தன்னாட்சி? அப்படிப்பட்ட தன்னாட்சி வர மக்களாட்சியில் நம்பிக்கையுள்ள நாடுகள்

ஏன் அனுமதிக்க வேண்டும்? அது ஒரு வகைப் பொறி, ஒரு மாயை, விகாரம்."[52]

அம்பேத்கரின் கருத்துப்படி தேசியம் என்பது ஒரு வழி (means), முடிவு (end) அல்ல. தன்னாட்சியின் மதிப்பு அதனால் கட்டமைக்கப்படுகின்ற சமுதாயத்தால் நிர்ணயிக்கப்படுகிறது.[53] சுயராஜ்ஜியம் என்பது நியாயப்படுத்தப்பட வேண்டுமென்றால், அது உயர் சாதியினருக்கும், கீழ் நிலைப்பட்டவர்களுக்கும் அரசாங்கத்தைக் கொண்டு வர வேண்டும். அது மக்களால் நடத்தப்படுகின்ற அரசாக இருக்க வேண்டும், மக்களுக்காக இருந்தால் மட்டுமே போதாது. இதை நடத்திச் செல்ல ஒரு முகமை இருக்கும். காந்தியும் அம்பேத்கரும் அதைத்தான் சொன்னார்கள். ஆனால், காந்தியின் கருத்தியலில் அந்த முகமை சாதி இந்துக்களுக்கு உரியது. தீண்டாமை என்ற பாவத்திற்கு அவர்கள் பிராயச்சித்தம் செய்ய வேண்டும். எடுத்துக்காட்டாக, அரிசன சேவச் சங்கத்தில் சாதி இந்துக்கள் இருக்க வேண்டும். அரிசனாக அங்கு வேலை செய்யக் கூடாது.[54] ஆனால் அம்பேத்கரைப் பொறுத்தவரையில் தன்னாட்சி என்பது ஆழமாக மக்களாட்சித் தத்துவத்தின் அடிப்படையில் இருக்க வேண்டும். தீண்டத்தகாதவர்களின் முகமையோடு கட்டப்பட்டிருக்க வேண்டும். தலித்துகளே தங்கள் நிலைமைக்குக் காரணமென்று ஏற்றுக்கொண்டு, அவர்களுடைய குறைகளுக்காகவும், அவர்கள் அனுபவித்த அநீதிகளுக்காகவும் அவர்களே போராட வேண்டும்.

காங்கிரஸ் தலைமை, மேல் சாதியினர் தாழ்த்தப்பட்டவர்கள் மேல் கொண்டிருந்த வெறுப்புணர்வுக்கு அம்பேத்கர் பல எடுத்துக்காட்டுகளைக் கொடுத்தார். பால கங்காதர திலகர் சுயராஜிய இயக்கத்தின் தந்தை எனப் போற்றப்படுவார். தாழ்த்தப்பட்டவர்கள் நாடாளுமன்றத்தில் தனிப் பிரதிநிதித்துவம் வேண்டும் என்று போராட்டம் நடத்தும்போது, எண்ணெய் எடுப்பவர்கள், புகையிலை வணிகர்கள், வண்ணான் முதலியவர்களெல்லாம் ஏன் நாடாளுமன்றத்திற்குப் போக விரும்புகிறார்கள் என்று எனக்குப் புரியவில்லை என 1918ஆம் ஆண்டு சொன்னார். "அவர்களது வேலையெல்லாம் சட்டத்திற்குப் பணிந்து போவது மட்டும்தான், சட்டம் இயற்ற ஆசைப்படக் கூடாது," என்றார்.[55] இது அம்பேத்கரின் புரிதலுக்கு நேர்மாறானது. தலித்துகள் போராடாவிட்டால், அந்தப் போராட்டத்தை அவர்களே நடத்தாவிட்டால்,

"தன்னாட்சி என்பது மக்களால் ஆன ஆட்சியாக இருக்காது, ஆளும் வகுப்பின் அரசாக இருக்கும். மக்களுக்கான அரசு என்பது ஆளும் வகுப்பு அது எப்படி இருக்க வேண்டுமென்று கருதுகிறதோ அப்படி இருக்கும்."[56]

இருப்பினும், மக்கள் ஏழ்மைக்குத் தள்ளப்பட்டதைப் போலவே அவர் தன்னாட்சிக்காரர்களுக்கு ஆதரவளிக்கத் தள்ளப்பட்டார் என்று கூறுகிறார். மேல் சாதியினர் மக்களாட்சி பற்றிப் பேசுவதைத் தலித்துகள் கேட்கும்போது அவர்களுக்கு அது சாத்தான் வேதம் ஓதுவதுபோல இருக்கிறது என்றார். அதே சமயம், சுயராஜ்ஜியம் இல்லாவிட்டால், தங்களையே ஆட்சி செய்யும் சமூகத்தில் காணப்படும் மேலே மேலே செல்ல வேண்டும் என்ற உந்து சக்தியை எந்த இந்தியனும் உணர மாட்டான் என்று குறிப்பிட்டார்.

தலித் சுயராஜ்ஜியம் என்பது அல்லது விடுதலை பெற்ற இறையாண்மையுள்ள நாட்டின் அரசியல் இறையாண்மையில் உரிமையுடன் கூடிய சமமான பங்களிப்பு இருப்பது என்பது அம்பேத்கரும் தலித்துகளும் நீண்ட நாள்களாக அனுபவித்த இரட்டைக் கட்டிலிருந்து விடுவித்தது. எப்படி இருப்பினும், பிரிட்டிஷ் ஆட்சியும், வெளிநாட்டு ஆதிக்கமும், முகப்புரை வரைவு செய்யப்படும்போது கரைந்துபோனது. இந்த நீண்ட கடினமான, சிக்கல் மிகுந்த முயற்சியில் அவருடைய மக்களுக்கான தனிப் பிரதிநிதித்துவத்தை அம்பேத்கரால் பெற முடியாது போயிற்று. தீண்டத்தகாதவர்கள் அடிமைகளின் அடிமைகள் இல்லை. ஆனால் உள்நாட்டு ஆதிக்கம் என்னவாயிற்று? இன்னும் அவர்கள் அடிமைதானா?

தலித் சுயராஜ்ஜியமாக புத்த மதம்

தீண்டப்படாதவர்களில் நிலை குறித்து காந்தி பேசியபோது அவர்களுக்கு மூன்று வழிகள் இருக்கின்றன என்று கூறினார். அந்த மூன்று வழிகளில் பிரிட்டிஷாருக்கு ஆதரவு தரும் வழியினுடைய ஆபத்துகள் பற்றி எச்சரித்தார். உண்மையின்மை அல்லது சந்தர்ப்பவாதத்தின் காரணமாக கிறிஸ்துவ மதத்தையோ, வேறு எந்த மதத்தையோ தழுவுவது என்பது இரண்டாவது வழி. இதை அவர் ஏற்றுக்கொண்டார். தீண்டத்தகாதவர்களுக்கு இருக்கும் ஒரே வழி, இந்து மதத்தில் முழுமையாக நுழைந்து, இந்து சமயத்தில் மீட்பைத் தேடுவது. இதுவரையில், அம்பேத்கர்

சொன்ன முதலாவது, மூன்றாவது வழிகளைப் பற்றிப் பேசினோம். தீர்வு காண முடியாத குழப்பத்தில் அம்பேத்கரும், தலித்துகளும் கட்டுண்டவர்களாக ஆனார்கள். அம்பேத்கர் இரண்டாவது வழியை எடுத்துக் கொண்டார்.

சென்ற இயல் அவர் புத்த மதத்தைத் தழுவியதோடு முடிந்தது. இவ்வாறு மதம் மாறியதால் அவருக்கு என்ன சாதகம், என்ன பயன் என்று கேட்டபோது அவர் கீழ்க்கண்டவாறு விடை தந்தார்.

> தன்னாட்சியால் இந்தியாவுக்கு என்ன லாபம்? இந்தியாவிற்குத் தன்னாட்சி அவசியம் என்பது போல மதம் மாறுவது தீண்டத்தகாதவர்களுக்கு அவசியம். இரண்டு இயக்கங்களுக்கும் அடிப்படை நோக்கம் விடுதலைதான்.[57]

தான் மதம் மாறியதை இவ்வாறு நியாயப்படுத்தினார். தன்னாட்சி என்று கருதியவையையே முன் வைத்தார். அந்த நேரத்தில் அந்தச் சொல்லின் அதிகாரத்திலும் சொல்லாடல் பயன்பாட்டிலும் அவர் தேர்ந்து விட்டார். அக்கருத்தியலில் அவர் மதிக்கத்தக்கவற்றைக் கண்டுபிடித்து அதனைக் காத்து வந்தார். அவருடைய நோக்கங்களிலும், விருப்பங்களிலுமுள்ள பழமைவாதங்களை நீக்கிவிட்டார்.

அம்பேத்கரின் பயன்பாடு தன்னுரிமை தரும் விடுதலைக்குரியது. அதே சமயம் செயல்பாடான, தாமே விரும்பி ஏற்ற மதமாற்றமும், இந்து சுயராஜ்ஜியத்தை ஆதரிக்காத நிலைப்பாடும்தான் தலித் தன்னாட்சி. அவருடைய இரட்டை நிலைக் குழப்பத்தைப் புத்த மதம் நீக்கிவிட்டது. அது தன்னாட்சி, ஏனென்றால் அந்த மதம் இந்திய மண்ணில் பிறந்தது. எனவே விடுதலை, தன்னுரிமையை அவர் பிரிட்டிஷ் அல்லது அயல்நாட்டுக் கருத்துகள் சடங்குகள் மூலம் தேடவில்லை. மதம் என்கிற வலையில் கிறிஸ்தவர் போல இல்லாமல், இஸ்லாம் போல இல்லாமல், யூத மதம் போல இல்லாமல் அதனுடைய புண்ணிய இடங்கள் நாட்டுக்குள்ளேயே இருக்கின்றன. இதனால் சாவர்க்கரின் இந்து சுயராஜ்ஜியம் என்கிற கருத்தியலைப் பின்பற்றுவோரின் வாதத்தை மழுங்கடித்து விட்டார். அதே சமயம், இந்து அடிமைத்தனத்திலிருந்து வெளியே வருவதற்கான இலக்கு புத்த மதம். வெளிநாட்டு ஆட்சியிலிருந்து விடுதலை என்பதால் அது தன்னாட்சி; இந்து விடுதலை இந்துப் பேராதிக்கத்திலிருந்து விடுதலை.

லட்சுமி நரசுவின் *The Essence of Buddhism*[58] என்ற நூலுக்கு 1948ஆம் ஆண்டு அவர் அளித்த முகவுரை இதனைக் குறிப்பிடுகிறது:

> பேரா.நரசு 19ஆம் நூற்றாண்டின் உயர்ந்த மனிதர். அவர் ஐரோப்பிய அகந்தையை நாட்டுப் பற்றோடும், வைதீக இந்து மதத்தை மரபுகளை உடைக்கும் ஆர்வம் கொண்டும், புரட்சியாளர்களைத் தேசியத் தொலைநோக்குடனும், தீவிர கிறித்தவத்தைப் பகுத்தறிவுப் பார்வையுடனும் எதிர்கொண்டார். இவை எல்லாவற்றையுமே புத்தரின் போதனைகளில் மாறா நம்பிக்கை என்கிற கொடியின் கீழ் செய்தார்.[59]

பிரச்சினைக்கான அம்பேத்கரின் நீண்ட தேடல் முடிவுற நீண்ட காலம் ஆயிற்று. அடிமை வாழ்வின் ஒரு தளை தானாகவே நீங்கிற்று. இரண்டாவது அப்படியே இருந்தது. அரசியல் அமைப்பு மாறிற்று. ஆனால் சமூக அமைப்பு மாறவில்லை. அம்பேத்கர் தனது வாழ்க்கையின் இறுதியை நெருங்கும் வேளையில், தலித்துகளைச் சட்டியிலிருந்து அடுப்பில் போடாத ஒரு சமூக அமைப்பிற்குக் கொண்டு செல்லும் வழியைக் கண்டுபிடித்தார். அதுதான் புத்த மதத்திற்கு மாறுதல். இதுதான் தலித் சுயராஜ்ஜியம் என்னும் புத்த மதம்.

தன்னாட்சி இல்லை, விடுதலை இல்லை, ஆனால் தன்னுரிமை

அம்பேத்கர் தனது முகப்புரையில் 'விடுதலை' என்கிற சொல்லுக்குப் பதிலாகத் தன்னுரிமை என்ற சொல்லைப் பயன்படுத்துவதற்கான விளக்கங்கள் சரியானவையே. தன்னுரிமை என்பது அரசியல் சார்ந்தது, தத்துவார்த்தமானது இல்லை. மூன்று பக்க வரையறைக்கு விடுதலை என்ற சொல்லை விட அது மிகப் பொருத்தமானது. அம்பேத்கர் குறிப்பிட்ட முடிவுகளை எடுத்து, தனது சொற்களைக் கவனமாகத் தேர்ந்தெடுத்த சூழலை நாம் கவனத்தில் வைக்க வேண்டும். தேசிய இயக்கத்தின் நீண்ட வரலாறு, அதில் சுயராஜ்ஜியத்தின் கருத்தியல் நிலைப்பாடு, சுயராஜியம் என்பதுடன் தொடர்புள்ள விடுதலை என்ற சொல்லைக் குழப்பிப் புதிராக ஆக்கியது. இரண்டு கருத்தியல்களும் தீண்டத்தகாதவர்களை வெளியே வைத்தது (இன்றைய அரசியல் கருத்தியல் வரலாறுகளில் இன்றும் தொடர்கிறது), ஆகியவை அம்பேத்கர் அவருடைய

புதிய முகப்புரையில் இவற்றை விட்டுவிடுவதற்குக் காரணமாக இருந்தன.

'விடுதலை' என்கிற கருத்தியல் பிராமணியம் பரவிய சுயராஜ்ஜியத்தால் மாசுபட்டுவிட்டது என்றால், சாதி ஒடுக்கு முறையிலிருந்து விடுதலை பெறுவது ஒவ்வொரு தலித்தின் பிறப்புரிமை என்று சொல்லும் ஆவணத்தில் அதன் கசடு ஏன்? சுயராஜ்ஜியம் என்பதை மறந்துவிடுங்கள். தனியுரிமை என்பது ஒவ்வொரு இந்தியனின் தலித்துகள், தலித்துகள் அல்லாதவர்கள் ஆகியோரின் பிறப்புரிமை.

அப்படியானால் விடுதலையை விட, தனியுரிமை மிகவும் ஏற்புடையது ஆகிற்று. ஒவ்வொரு இந்தியனின் விடுதலையைப் பெறுவதை முன் நிபந்தனையாகவும், அளவுகோலாகவும் கொண்ட தலித் தனியுரிமை, - எழுபது ஆண்டுகளுக்கு முன்னரும் இப்போதும். அம்பேத்கரின் கருத்துப்படி, இந்திய அரசமைப்புச் சட்டத்தின் முகப்புரை சுட்டிக்காட்டுகின்ற புரட்சியின் சாரம் ஆயிற்று.

3

சமத்துவம்: அரசமைப்புச் சட்டம் ஒரு புரட்சி

அரசமைப்புச் சட்டத்தின் சமத்துவம் என்கிற பிரிவு 1950 ஜனவரி 26 அன்று இருந்தது போலவே மாறாமல் இருக்கிறது. 1948இல் வரைவுக் குழு வரைவு செய்ததாகவே இருக்கிறது.

சமுதாயப் படிநிலை, வாய்ப்பு, நலம் ஆகியவற்றில் சமத்துவம்...[1]

இது மிகவும் சுருக்கமாக இருக்கிறது. நேருவின் நோக்கங்களின் தீர்மானத்தில் (ஜனவரி 1947) 'சமத்துவம்' பிரிவு இவ்வாறு காணப்படுகிறது:

5. இந்திய மக்கள் அனைவருக்கும், சமுதாயப் படிநிலை வாய்ப்பு, சட்டத்தின் முன்பும் சமத்துவம் உறுதி செய்யப்பட்டு பாதுகாக்கப்படுகின்றன.[2]

ஆனால், அம்பேத்கரின் முன்மொழிந்த முகப்புரையில் சமத்துவம் என்கிற பிரிவு இல்லை. ஆனால் சமத்துவமின்மை என்பது இருக்கிறது.

iii. ஒடுக்கப்பட்ட வகுப்பினருக்கு நல்ல வாய்ப்புகள் தந்து சமூக, அரசியல், பொருளாதார ஏற்றத்தாழ்வுகளை நீக்குவதற்கு.[3]

அரசமைப்புச் சட்டத்தில் சமத்துவம்

அம்பேத்கரின் முன்மொழிவு முகப்புரையில் 'சமத்துவம்' என்பது பற்றிய பிரிவு இல்லாததற்குக் காரணம் இன்றைய முகப்புரையில் சொல் சிக்கனம் கருதி இச்சொற்கள் விடப்பட்டது போலத்தான். ஏனென்றால் அம்பேத்கரின் 1947 அரசமைப்புச்

சட்டத்தில் விரிவான விளக்கங்கள் தரப்பட்டிருக்கின்றன. நமது அரசமைப்புச் சட்டம் மதம், இனம், சாதி, பிறப்பிடம், பாலினம் (பிரிவு 15) ஆகியவற்றின் அடிப்படையில் அரசாங்கம் பாகுபாடு படுத்துவது சட்டத்திற்குப் புறம்பானதென்று கூறுகிறது; பொது இடங்கள் அனைத்தையும் சமமான உரிமையுடையதாக ஆக்குகிறது (பிரிவு 15(2); தீண்டாமையை ஒழிக்கிறது (17), விருதுப் பட்டங்களை நீக்குகிறது (18) பொதுப் பணிகளில் வாய்ப்புகள் அனைவருக்கும் தரப்படுவதை உறுதியளிக்கிறது (16); சட்டத்தின் முன்பாகச் சமத்துவத்தையும் சட்டத்தின் பாதுகாப்பையும் நியாயப்படுத்தக்கூடிய உரிமைகளாக ஆக்குகிறது(14). இந்தக் குறிப்பிட்ட உரிமைகள் அரசமைப்புச் சட்டத்தின் உள்ளே தரப்படுவதால், முகப்புரையில் சொல்லப்படவில்லை. ஆகவே தான், அதன் சாரத்தைச் சுருக்கமாகத் தருகிறது.

இதனால் அரசமைப்புப் பேரவையில் இதுபற்றிய விவாதம் இல்லை. ஆனால் அரசமைப்புச் சட்டத்தின் பிரிவுகளைப் பற்றிய விவாதம் விரிவாகவே நடந்தது. அன்று கேட்கப்பட்ட கேள்விகள் இன்றும் பொருந்தும். சமத்துவத்தைக் கடைப்பிடிக்கும்போது எவற்றைச் சமனப்படுத்தப் போகிறோம்?

இந்தியாவில் சமத்துவம் என்பது பற்றிய முரண்பாடுகள் இந்தியக் குடியரசு பிறந்து 1950 ஜனவரி 26 அன்றே தொடங்கி இன்றும் தொடர்கிறது. அரசமைப்புச் சட்டத்தில் ஏற்படுத்தப்பட்ட திருத்தங்கள் இதனைக் காட்டுகிறது. 1951இல் பிரிவு 15 உட்பிரிவு 4 தொடர்பாக 1951 அன்று திருத்தம் கொண்டு வரப்பட்டது. அண்மையில் பிரிவு 15, 16 உட்பிரிவு (6)-இல் கொண்டு வரப்பட்ட திருத்தம் சமத்துவம் பற்றியது. இரண்டுமே சர்ச்சைக்குரியவை. எழுபது ஆண்டுகளாகவே அரசமைப்புச் சட்டத்தின் புரட்சிகரமான சமத்துவம் பற்றிய கொள்கை பெரும் போராட்டத்திற்கு உட்பட்டதாகவே இருக்கிறது.

கடந்த எழுபது ஆண்டுகளாக மட்டுமில்லை, இந்தியாவில் சாதி, பாலினப் பாகுபாடுகள் பற்றிய விமர்சனங்கள் இருந்து வந்திருக்கின்றன. பன்னிரண்டாம் நூற்றாண்டில் சவேஷ்வராவில் காணப்பட்டது. பிறகு கபின், ரவிதாஸ், துக்காராம், குருநானக், ஜோதிராவ் பூலே ஆகியோர் காலத்தில் இருந்தது. பெரியார், அயோத்தி தாசன் ஆகிய சிந்தனையாளர்கள் - போராளிகள் - அம்பேத்கர் உட்படப் பலரும் போராடி வந்திருக்கிறார்கள்.

அம்பேத்கர் முகப்புரையில் கூறியிருப்பது இந்த எதிர்ப்புப் போராளிகளின் வரலாற்றுச் சாரம்தான்.

அம்பேத்கர் சமத்துவத்திற்கான போராட்டம் தொடங்கியதைப் பன்னிரண்டாம் நூற்றாண்டுக்கு முந்தியே எடுத்துச் செல்கிறார். சமத்துவத்தின் வரலாறு பற்றி எழுதத் திட்டமிட்டிருந்த நூலின் தலைப்பே இதனை விளக்கும். அதன் தலைப்பு *Revolution and Counter - Revolution in Ancient India.* இவ்வாறு சமத்துவத்துக்கு எதிரான போராட்டத்தை முற்கால இந்தியாவிற்குக் கொண்டு செல்கிறார்.

பண்டைய இந்தியாவில் புரட்சியும், எதிர்ப் புரட்சியும்

அம்பேத்கரின் ஆய்வுப்படி பார்த்தால், இந்தியாவின் பதிவு செய்யப்பட்ட நாகரிக வரலாறு சமத்துவத்திற்காக நடந்த போராட்டமாகக் கருத நேரிடும். இதை எழுதத்தான் அவர் தனது கடைசி காலத்தில் திட்டமிட்டிருந்தார்.

இருபதாம் நூற்றாண்டின் புரட்சிகரச் சமத்துவவாதிகளில் ஒருவராக அம்பேத்கர் கருதப்படுகிறார். சமத்துவம் என்ற கருத்தியல் அவருக்கு மிக உகந்தது. இந்தியாவில் சமத்துவத்தின் வரலாற்றை அந்த நூலில் எழுத அவர் வரைவுத் திட்டம் தீட்டியிருந்தார். அது பல பாகங்களைக் கொண்டது. இந்தியத் துணைக் கண்டத்தில் சமத்துவம் என்ற கோட்பாடு வேர் விடத் தொடங்கிய தொன்மை இந்தியாவில் புத்த சமயத்தின் வளர்ச்சியையும், வீழ்ச்சியையும் எழுதத் திட்டமிட்டிருந்தார். அம்பேத்கரின் நூலுடைய முதன்மைக் கருத்தின்படி புத்த சமயத்தின் வீழ்ச்சிக்குக் காரணம் சமத்துவத்தை எதிர்த்த புரட்சியின் விளைவுதான். இந்த எதிர்ப் புரட்சியைத் *(Counter - Revolution)* தொடங்கியது இவர்கள்தான்:

1. அரசியலில் மௌரியர் அரசைக் கவிழ்த்த புஷ்யமித்ர ஷிங்கர்.

2. சட்ட முறைப்படி, தர்ம சாத்திரங்கள், குறிப்பாக மனுஸ்மிருதி.

3. சித்தாந்தப்படி, சாதியில் இறுகிப்போன வைதீகத் தத்துவத்தால் நிரந்தரநிலைக்குக் கொண்டு வரப்பட்டது. (குறிப்பாக மிமாம்சாவும், வேதாந்தமும்), மதக் கோட்பாடுகள் அனைத்திந்திய அளவில் பரவியது (அதாவது வர்ணாசிரம தர்மம்).

அம்பேத்கரின் கருத்துப்படி இந்த எதிர்ப் புரட்சி மனுஸ்மிருதி எழுதப்பட்ட காலத்திலிருந்து, அது 1950 அரசமைப்புச் சட்டத்தினால் அழிக்கப்படும் வரையில், அதாவது அடிப்படைச் சட்டத்தினால் ஒரு புதிய சமத்துவப் புரட்சியை ஏற்படுத்தப்படும் வரையில் இருந்தது.

வரலாறு பற்றி மார்க்சியச் சிந்தனைக்கு மறுப்பு

அம்பேத்கரின் திட்டமிடப்பட்ட நூலுடைய தலைப்பின் இரண்டாம் பகுதி பண்டைய இந்தியாவைப் பற்றியது. அப்படியானால் முதல் பகுதி எதைப் பற்றியது? பத்தொன்பதாம் நூற்றாண்டில் ஃபிரெட்ரிக் ஏஞ்சல்ஸ் கட்டுரைகளை வெளியிட்டார். அவற்றில் காரல் மார்க்சின் பங்களிப்பு இடம் பெற்றது. கட்டுரைகளின் தலைப்பு - 'புரட்சியும், எதிர்ப் புரட்சியும்', பின்னர் அந்தக் கட்டுரைகள் மார்க்ஸ், ஏஞ்செல்ஸின் புத்தகமாக Revolution and Counter - Revolution in Germany[4] என்ற தலைப்பில் வெளியானது. இந்தியாவில் பிரபல மார்க்சியவாதியான எம்.என்.ராய் Revolution and Counter - Revolution in China[5] என்ற புத்தகத்தை எழுதினார். அம்பேத்கருக்கு ராயை நன்கு தெரியும். நூல் முழுவதையும் அவர் படித்தார். ராய் இந்தியாவிலுள்ள தீண்டாமையை முழுவதுமாகப் புரிந்துகொள்ளவில்லை என்று அம்பேத்கர் கருதினார். அம்பேத்கர் பண்டய இந்தியாவில் புரட்சியும், எதிர்ப் புரட்சியும் என்ற நூலை எழுதியபோது ராயினுடைய புத்தகத்தை மனதில்கொண்டிருந்தார் என்பதில் ஐயமில்லை.

மார்க்சிய வரலாற்று வரைவியலின் அடிப்படைக் கருத்தியல் போலில்லாமல் இங்கு வகுப்பு வாரி பகைமை இல்லை; மாறாக, சாதிப் பகைமை இருந்ததென்பது அம்பேத்கரின் வாதம்.

> இந்தியாவின் வரலாறு புத்த சமயத்திற்கும், பிராமணியத்திற்கும் இடையே ஒழுக்க நெறி முரண்பாட்டு வரலாறுதான். இந்த உண்மை வெகுவாகக் கண்டுகொள்ளப்படவில்லை. எனவே, உடனே இதனை ஏற்றுக்கொள்ள ஒருவரும் இல்லை.[6]

ஒருவரும் இல்லை என்பதில் மார்க்சிய வரலாற்று ஆசிரியர்களையும் உட்படுத்திக்கொண்டார். இந்திய மார்க்சியவாதிகளை அவரது நூலில் தாக்கினார் என்பதற்குப் போதுமான ஆதாரம் இருக்கிறது. இந்த நூலை எழுதியபோது இந்துப் பழமைவாதத்தின் மேல்

ஒரு கண் பதிந்திருந்தது. குறிப்பாக, இந்து தனியாள் சட்டம், சொத்துரிமை, வாரிசு உரிமை ஆகியவற்றை மக்களாட்சி முறைக்கு உட்படுவதைக் கடுமையாக எதிர்த்தார்கள். அவர் நாடாளுமன்றத்தில் கொண்டு வந்த இந்து சட்ட வரைவினைத் தோற்கடிக்க அனைத்தையும் செய்தவர்கள் அவர்கள். இன்னொரு கண், இந்திய மார்க்சிஸ்டுகள் மேல் பதிந்திருந்தது. அவர்கள் சித்தாந்த ரீதியாகவே சந்தேகத்திற்கு உள்ளானவர்கள் என்றும், சமூக அளவில் ஆபத்தானவர்கள் என்றும் அவர் கருதினார். அவர்களோடு இணைந்து செயலாற்ற அவர் மேற்கொண்ட முயற்சிகளெல்லாம் வீணாயின. இது சாதீயத்தினால்தான் என்று அம்பேத்கர் நம்பினார். பொதுவுடைமை இயக்கத்திலுள்ள தனியாட்களால் அதை உதறித் தள்ள முடியவில்லை.[7]

மார்க்சிய அம்பேத்கரிடமுள்ள புரட்சித் தன்மையை மீளவும் வெளிக்கொணர வேண்டும் என்று கூறுகிறார்கள். இங்கு புரட்சி வாதம் என்பது அம்பேத்கரிடமுள்ள இன்னும் வெளிக்கொணரப்படாத புரட்சிக் கருத்து. அம்பேத்கர் இந்த நூலை எழுதும்போது தன்னைப் புரட்சிகரமானவர் என்றும் இந்திய மார்க்சியவாதிகளை விட அதிமான புரட்சிச் சிந்தனை உள்ளவர் என்றும் கருதினார். இது எம்.என்.ராயின் எழுத்தோடு ஒப்பிடும்போது தெரிகிறது. ஆனால், ராய் அதனை முன் வைத்தாரே தவிர, இந்திய வரலாற்றில் முக்கியக் கொள்கைகளோடு அவர் இணைக்கவில்லை.

அவருடைய *Materialsm* என்ற நூலில் ராய் எழுதினார்:

> இந்தியப் பொருள்முதல் வாதிகளின் ஆன்மிகப் புரட்சி இறுதியில் புத்த சமயத்தின் எழுச்சியில் முடிந்தது. வேதகால இயற்கை மதத்தை நீக்கிப் பிராமண ஆதிக்கத்திலிருந்து விடுவித்தது. வேதாந்தச் சூத்திரங்கள் புத்த மதத்தை எதிர்க்கவே எழுதப்பட்டன என்று உள் ஆதாரங்கள் நிரூபிக்கின்றன. எனவே உபநிடதங்களில் பதிவு செய்யப்பட்ட சிந்தனையின் விளைவுகள் இல்லை. முந்தைய உபநிடதங்களும் வேதாந்தச் சூத்திரங்களும் பல நூற்றாண்டு இடைவெளிக்குப் பின் எழுதப்பட்டன. அந்தக் கால கட்டத்தில் இந்தியாவின் ஆன்மிக வளர்ச்சி பொருள் முதல் வாதத்தை நோக்கிச் சென்றது. கனதா, கபிலா முதலானோர் அதை முன் வைத்தார்கள். பின்னர் வந்த புத்த மதத்தாரும், சமண மதத்தாரும் பகுத்தறிவை முன் வைத்தார்கள். புத்த

மதம் தோற்கடிக்கப்பட்ட பின்னர் தான் பிராமணியப் பழமைவாதத்தின் சித்தாந்தத்தில் வேதாந்த தத்துவமும், பல தெய்வக் கோட்பாடும் மீட்டெடுக்கப்பட்டன.[8]

அம்பேத்கரின் கருத்தாக்கம் ராயினுடையதை ஒத்திருந்தது. புத்த மதம் புரட்சி பகுத்தறிவு வாதப் பொருள் முதல் வாதம் என்ற கருத்தியலைக் கொண்டு வந்தது. வேதகால இயற்கை மதத்தை நீக்கி, இந்தியாவைப் பல நூற்றாண்டுகள் வரையில் பிராமணிய ஆதிக்கத்திலிருந்து விடுவித்திருந்தது என்றார் அம்பேத்கர். இந்தப் புரட்சி தோற்றுப் போனது என்றும் பிராமணிய வைதீகச் சித்தாந்தம் மீண்டும் வந்தது என்றும் கூறிய ராயின் முடிவோடு அம்பேத்கர் ஒத்துப் போனார்.

புத்த மதம் ஒரு புரட்சி. ஃபிரெஞ்ச் புரட்சி போல மிகப் பெரியது. அது மதப் புரட்சியாகத் தொடங்கினாலும், அதை விட மேலே சென்றது. அது சமூக அரசியல் புரட்சியாக ஆயிற்று[9] என்று அம்பேத்கர் எழுதினார்.

இருவருக்கும் இடையேயுள்ள முக்கிய வித்தியாசம், அம்பேத்கருக்கு சமத்துவம் என்பது புரட்சியின் அடிப்படைக் கொள்கை, குறிப்பாக பாலின, சாதி சமத்துவம். இந்திய வரலாற்றை ஆயிரம் ஆண்டுகள் முன் வரையில் பார்த்தால்,அது பாலின, சாதிய சமத்துவத்திற்கான போராட்டம் என்பது புரியும். இந்தப் போராட்டத்தில் சமத்துவத்திற்கான போராட்டமும், சமத்துவத்திற்கு எதிரான எதிர்ப் புரட்சிகளும் இருந்தன. இந்தப் போராட்டம் மார்க்சியவாதிகள் சொல்வதுபோல வகுப்புவாரிப் போராட்டம் அல்ல. மாறாக, பிராமணியம் பற்றியது. அதன் அடிப்படை படிநிலைகளுள்ள சமத்துவமின்மை.

படிநிலைகளுள்ள சமத்துவமின்மை

மார்க்சிய வகுப்புப் போராட்டம், நடுத்தர வர்க்கத்தாருக்கும், தொழிலாளர் வர்க்கத்தாருக்கும் இடையேயானது. ஆனால் படிநிலைச் சமத்துவமின்மை என்பது சாதிகளுக்கு இடையேயான பகைமை. அதே சமயம் ஒத்துழைப்பையும் ஊக்குவிக்கிறது. பிராமணியக் கோட்பாட்டில் மேல் தட்டில் பிராமணர்களும், அதற்குக் கீழே சத்திரியர்களும், அவர்களுக்கும் கீழே வைசியர்களும் இருந்தார்கள். ஆனால் சூத்திரர்களுக்கு

மேலானவர்கள், பிந்தைய வரலாறு கூறுவதுபோல இந்தச் சாதிகள் தீண்டத்தகாதவர்களுக்கும் மேலே இருந்தன.

மார்க்சிய வர்க்கப் பகை போன்ற சாதாரணச் சமத்துவமின்மை புரட்சிக்கு வித்திடும் வெறுப்பை உண்டாக்கும். ஆனால் படிநிலையுள்ள சமத்துவமின்மை அதைக் கொண்டாட எல்லாப் பிரிவினரையும் அழைக்கும். எல்லோருமே அதன் பயன்களை அனுபவிப்பார்கள். எனவே இங்கே புரட்சி ஏற்படுவது அரிது. இந்தியாவின் நீண்ட வரலாறு முழுவதும் பழமையும், சமத்துவமின்மையும் நிலையாக இருக்க இதுவே காரணம். இங்கே மார்க்சியப் புரட்சிக்கு இடமில்லை. நிலையான படிநிலை கொண்ட சமத்துவமின்மை அமைப்பில், ஒவ்வொரு சாதியினரும் அவர்களுக்குக் கீழுள்ள சாதியினரை ஆதிக்கம் செய்யலாம், சுரண்டப்படலாம். அந்தச் சாதியும் அதற்கு மேலுள்ள சாதியினரால் ஆதிக்கம் செய்யப்படும்.

சாதி அமைப்பை உண்டாக்கிய வர்ணாச்சிரம தர்மத்திற்கு வெளியே உள்ள தீண்டப்படாதவர்களுக்குக் கீழே தான் ஒரு சாதியும் இல்லை.[10] இது சாதியப் புரட்சிக்கு தூண்டுதலாக இருக்கலாம். ஆனால், அது இன்னொரு சமத்துவமின்மையால் மழுங்கடிக்கப்படுகிறது. அதுதான் படிநிலைச் சமத்துவமின்மையில் ஓர் அங்கமான ஆணாதிக்கம். பிராமண ஆணாதிக்கம் ஆணைப் பெண்ணுக்கு மேல் வைக்கிறது. பிராமணப் பெண்கள் பிராமண ஆணுக்குக் கீழேதான். ஆனால், அதே பெண் சத்திரிய ஆண்களுக்கு மேலே இருக்கிறாள். இதேபோல, கீழே வந்தால், தீண்டப்படத் தகாத ஆண்களும் அதிகாரம் செலுத்திச் சுரண்டுவதற்கு ஓரினம் இருக்கிறது. அதுதான் தீண்டத்தகாத பெண்கள். இது பிராமணிய ஆணாதிக்கம். இங்கே எல்லாச் சாதியினரும், பாலினத்தாரும் தரவரிசைப்படுத்தப்படுகிறார்கள்; அங்கங்கே நிறுத்தப்படுகிறார்கள். சமத்துவமின்மைக்கு உட்படுத்தப்பட்டு ஆதிக்கம் செலுத்தப்படுகிற கூட்டம் இன்னொன்றின் மேல் ஆதிக்கம் செலுத்துவதால் அந்தக் குறை ஈடு செய்யப்படுகிறது. ஆனால், தீண்டப்படாத பெண்கள்தான் கடைசி நிலையில் இருப்பவர்கள். அடிநிலையிலும் அடிநிலையாக இருப்பவர்கள். அவர்களுக்கு இந்த அமைப்பில் எந்த நிவாரணமும் கிடைக்காது. எளிதில் பாதிக்கப்படக் கூடியவர்கள். அவர்களால், அமைப்பை மாற்றியமைக்க எதுவும் செய்ய இயலாது.

பிராமண ஆண்கள்தான் இந்த அமைப்பில் அதிகம் பயனடைபவர்கள். அரசியலில் அவர்கள் முதன்மையானவர்கள். மௌரியரின் புத்த சமய ஆட்சியைக் கவிழ்த்த புரட்சியைத் தூண்டியவர்கள். அதனைச் சட்டப்பூர்வமாகச் செயல்படுத்துபவர்கள் (மனுஸ்மிருதி). சித்தாந்த அடிப்படையில் மேலாதிக்கம் செலுத்துபவர்கள். சாதிக் கடமை தர்மம் என்பதைப் பல வடிவங்களில் கொடுக்கும் பிராமணத் தத்துவமும் இலக்கியமும் சான்று. எனினும் இடைப்பட்டோரும் அவர்கள் இடம் என்னவென்று தெரிந்து எப்போதும் இருக்கும் நிலையே தொடர அவர்கள் வேலையைச் செய்கிறார்கள். பிராமணிய ஆணாதிக்கம் என்பது பிராமண ஆண்கள் கடைப்பிடிக்கும் நடைமுறைகளைக் குறிக்கவில்லை. மாறாக இந்தியாவிலுள்ள ஆணாதிக்கப் படிநிலையை விவரிக்கிறது. படிநிலை கொண்ட சமமின்மையின், கட்டமைப்பின் அடிப்படையில் பாகுபாட்டில் நம்பிக்கை வைத்து நடைமுறைப்படுத்தி, பிரச்சாரம் செய்து ஊக்குவிக்கும் யாரும் அவருடைய சாதி, பாலினம் எதுவாக இருந்தாலும், பிராமணியத்தைக் கடைப்பிடிப்பவராக ஆகிறார். பெண் வெறுப்பைக் கடைப்பிடிக்க ஓர் ஆண் இருக்க வேண்டும் என்பது அவசியமில்லை. அதுபோல பிராமணர் மட்டுமே பிராமணியத்தைக் கடைப்பிடிக்க வேண்டும் என்பதில்லை.[11]

அம்பேத்கர் தனது சாதி பற்றிய பகுப்பாய்வில், ஆணாதிக்கம் பிராமணியத்தின் இரட்டைச் சகோதரி என்பார்.[12] சாதியும், பாலினமும் ஒன்றாகச் சேர்ந்து கலப்புத் திருமணமில்லாத அமைப்பைத் தொடரப் பயன்படுத்தப்பட்டன. இது சாதி அமைப்பின் சாரம்.[13] இது இந்திய வரலாற்றில் பல வழிகளில் நிறைவேற்றப்பட்டது. குழந்தைத் திருமணம், கட்டாயமாக்கப்பட்ட கைம்பெண் நிலை, சதி ஆகியவை எடுத்துக்காட்டு. இவை அனைத்தும் பெண்ணின் பாலினத்தைக் கட்டுப்படுத்தப் பயன்பட்டன. சமத்துவமில்லாத கட்டமைப்பை ஒரு சேர வைத்திருந்தன.

அம்பேத்கர் இந்து சட்ட (code) முன் வடிவினை ஏன் கொண்டு வந்தார் என்பது இதனால் தெளிவாகிறது. அந்தச் சட்ட முன் வடிவு பெண்களுக்குச் சொத்து உரிமையும் வாரிசு உரிமையும் தரக் கொண்டு வரப்பட்டது. இந்தியாவில் உண்மையான மக்களாட்சியைக் கொண்டு வர இது அவசியமென்று அம்பேத்கர் நம்பினார். இது சாதி அமைப்பின் பழக்க வழக்கங்களையும்

அதற்கான தர்க்க நிலையையும் நீக்கி விடுமென்று அவர் கூறினார்.¹⁴ ஆனால், ஏற்கெனவே சொல்லப்பட்டது போல, பல சக்திகள் ஒன்று சேர்ந்து அந்தச் சட்ட முன் வடிவைத் தோற்கடித்தன. தனிப்பட்ட முறையில் அம்பேத்கரைத் தாக்கவும் அதைப் பயன்படுத்தினர். நேருவே தனது ஆதரவை அரசியல் காரணங்களுக்காக விலக்கிக்கொண்டார். இதன்பிறகு 1951 இறுதியில் அம்பேத்கர் பதவி விலகினார். அவருடைய இந்திய வரலாற்றின் இயல்களை எழுதத் தொடங்கினார். அந்த நூல் அவர் இறந்தபோது முழுமையடையாமல் போய்விட்டது.

நூல்களின் அமைப்பு

அம்பேத்கர் இந்த நூலை எழுதப் பல ஆண்டுகள் செலவழித்தார். அவர் இறந்த ஐந்து மாதங்களுக்கு முன்னர் 1956 ஜூனில், இந்தப் புத்தகத்திற்குப் பெயர் வைத்தார். அவசரமென்று குறிப்பிட்டார். ஆனால் திட்டம் மிகப் பெரியது, ஆதலால் முடிவு பெறவில்லை.

அவர் இறந்த பிறகு அவருடைய நூலகத்தில், "நூல்களின் அமைப்பு" கண்டுபிடிக்கப்பட்டது. அதில் கீழ்க்கண்ட கட்டமைப்பு காணப்பட்டது; அவற்றில் சில தட்டச்சு செய்யப்பட்டிருந்தன, சில கையால் எழுதப்பட்டிருந்தன.

பண்டைய இந்தியாவில் புரட்சியும், எதிர்ப் புரட்சியும்

பொருளடக்கம்

நூல் I	இனப் போராட்டத்தின் காலம்
நூல் II	சமத்துவமின்மை முரண்பாடு
நூல் III	முரண்பாடு எப்படிப் புரட்சிக்கு இட்டுச் சென்றது
நூல் IV	புரட்சியின் விளைவுகள்
நூல் V	எதிர்ப் புரட்சியின் பிறப்பு
நூல் VI	எதிர்ப் புரட்சியின் விளைவுகள்
நூல் VII	இன்றைய காலம் எதிர்ப் புரட்சியின் காலம்

நூல் II-இலும், நூல் III-இலும் கீழ்காணும் இயல்களும் இருந்தன.

நூல் II	சமத்துவமின்மையின் வளர்ச்சி
இயல் 3	தர வரிசைப் படிநிலையில் சமத்துவமின்மையில் சதுர்வர்ணத்தின் சாரம்
இயல் 4	படிநிலை சமத்துவமின்மையில் சூத்திரர்கள்
நூல் III	பகுதி ஒன்று: புரட்சியும் அதன் கொள்கைகளும்
இயல் 1	புரட்சிகரச் சக்தியாகப் புத்த மதத்தின் எழுச்சி
இயல் 2	புரட்சியின் கொள்கையாகச் சமத்துவம்[15]

இந்த அமைப்புகளும், பொருளடக்கமும், இயல்களும் இன்றைக்கு நம்மிடம் இருக்கும் எழுதப்பட்ட நூலுடன் ஒத்துப் போகவில்லை. இன்றைக்கு நமக்குக் கிடைத்திருக்கும். நூல் திட்டமிடப்பட்ட நூலின் மூன்றில் ஒரு பகுதிதான். இந்தப் பணியில் அம்பேத்கர் 1950-இலிருந்து வேலை பார்த்து வந்தார். படித்தல், சிந்தித்தல், எழுதுதல் ஆகியவற்றில் செலவழிக்கப்பட்ட இந்த நீண்ட காலத்தில் அம்பேத்கரின் எழுத்துகளின் மனநிலை, போக்கு ஆகியவற்றில் மாற்றம் காணப்படுகிறது. உட்பொருளிலும். நடையிலும் இந்த வேறுபாடு தெரிகிறது. முதல் கட்டம் (1952-1953). இரண்டாம் கட்டம் (1954-1956). இந்து சட்ட மசோதாவின் தோல்விக்குப் பிறகு, தன்னுடைய பதவியிலிருந்து விலகினார். அவர் மன வருத்தமும், எரிச்சலும் அடைந்திருந்தார். இந்தக் காலகட்டத்தில் அவருக்கு முதல் பகை வலது சாரிகளில் இந்து வைதீகவாதிகள். ஆனால் இரண்டாம் கால கட்டத்தின் போது கொஞ்சம் கொஞ்சமாக இந்து நடைமுறைச் சட்டம் நிறைவேற்றப்பட்டது. 1955இல் தீண்டாமைக் குற்றச் சட்டம் நிறைவேற்றப்பட்டது. மேலும் அம்பேத்கர் புத்த மதத்தைத் தழுவ ஆயத்தங்கள் மேற்கொண்டிருந்தார். அப்போது The Buddha and His Dhamma என்கிற நூலை எழுதினார். இப்போது நேர் எதிரி இடதுசாரி மார்க்சிஸ்டுகளின் பழமைவாதம்.

எனவே அவருடைய VII-ஆம் நூல் 1953-இன் இருண்ட காலகட்டத்தில் திட்டமிடப்பட்டிருக்க வேண்டும். அப்போது நூல் முழுமைகளையும் அரசமைப்புச் சட்டத்தை எதிர்ப் புரட்சியின் ஆவணமாக எழுதத் திட்டம் தீட்டியிருப்பார். இது 1949 நவம்பர் 25 அன்று அரசமைப்புப் பேரவையில் அவர் மறைமுகமாகக் குறிப்பிட்டதற்கு மாறாக இருந்தது. புதிய அரசமைப்புச் சட்டத்தின் வழியாக நிறுவப்படும் மக்களாட்சி அமைப்பு தொன்மை இந்தியாவின், புத்த மதத்தின்

கொள்கைகளையும், நடைமுறைகளையும் மீண்டும் உயிர் பெறச் செய்திருக்கிறது என்று அந்த உரையில் குறிப்பிட்டிருந்தார். 1956இல், 1955-ஐப் போலவே அரசமைப்புச் சட்டம் புரட்சியின் சமத்துவக் கொள்கையைப் பிரதிபலித்தது.

அம்பேத்கரின் நூல் எழுதப்பட்டபோது சில பகுதிகள் மற்றவற்றை விட முக்கியம் பெற்றன. இது இவ்வளவு பெரிய நூலில் எதிர்பார்க்கக் கூடியதுதான். அவருடைய நூல் முழுவதும் விரவிக் கிடக்கும் கருத்தியல்: புத்த சமயம் சாதி, பாலினச் சமத்துவமின்மைக்கு எதிரான புரட்சி. புரட்சியின் அடிப்படைக் கொள்கைச் சமத்துவம். இந்திய வரலாறு முழுவதும் புத்த சமயத்தின் சமத்துவக் கொள்கை பிராமணிய இந்து மதம், பிராமணிய ஆணாதிக்கம் ஆகியவற்றில் எதிர்ப்புரட்சிக்கு உட்பட்டது. இப்போது சமத்துவத்திற்கு எதிரான எதிர்ப் புரட்சிக்குத் தகுந்த போட்டி வந்துவிட்டது.

1. அரசியல் ரீதியாக இந்தியக் குடியரசு வந்துவிட்டது.

2. சட்ட ரீதியாக, அரசமைப்புச் சட்டமும் முகப்புரையின் சமத்துவக்கொள்கையும்.

3. சித்தாந்த ரீதியாக, அம்பேத்கர் புத்தத் தத்துவத்தின் மேல் ஓர் ஆர்வத்தைத் தூண்டுவார். பிராமணியத்தில் பிற்போக்குவாதச் சட்டத்தை விட அதிகம் பகுத்தறிவுவாத, சமத்துவ இலக்கியத்தை வளர்த்தெடுப்பார். இதன் மூலம் அரசியல், நீதி ஆகியவற்றின் சாதனைகள் சமூக அளவிலும் எடுத்துச் செல்லப்படும்.

அம்பேத்கரின் வரலாற்று வரைவியல் முறை (historiography)

அம்பேத்கருடைய நூலின் தொடக்கப் பத்திகள் அவர் பயன்படுத்திய ஆய்வு முறைமைகளை வெளிப்படுத்துகின்றன. பிராமணிய இலக்கியம் புராணங்கள் சொன்னவை தொன்மக் கதைகளாக ஆக்கப்பட்ட வரலாற்று உண்மைகளை அடித்தளமாகக் கொண்டவை. தேவர்கள், யட்சர்கள், கந்தவர்கள், திண்ணர்கள் எல்லாம் தெய்வங்களோ, புராணப் பாத்திரங்களோ அல்ல. அவர்களும் மனிதர்களே. இப்படிப்பட்ட ஒரு யுத்தியை ஏன் அம்பேத்கர் மேற்கொள்ள வேண்டும்?

1955இல் புரட்சி வரலாற்றாசிரியர் வெர்னர் கெல்லர் The Bible as History என்ற நூலை எழுதினார். அது அம்பேத்கரின் தனி நூலகத்தில் இருக்கிறது.[16] மத நூல்களைப் படிக்கும் புதிய வழியை அது அறிமுகப்படுத்தியது. வரலாற்று உண்மைகள் மத நூல்களில் புராணங்களாக ஆக்கப்பட்டவை. மனிதர்கள் தெய்வங்களாக ஆக்கப்பட்டனர். The Bible as History என்ற நூல் விவிலியத்தின் அடிப்படையில் இருக்கும் புனித நூல், புராணம், சடங்கு ஆகியவற்றை வரலாற்று உண்மைகளாகவும், அகழாய்வு ஆதாரங்களுடன் கூடிய நிகழ்வுகளாகவும் காட்டியது. அதேபோல அம்பேத்கரின் Revolution and Counter - Revolution நூலும் அதே அடிப்படைப் பண்டைய இந்தியாவின் புராணங்கள், பழக்க வழக்கங்கள், சடங்குகள், தெய்வங்கள் எல்லாவற்றிலும் அடங்கியுள்ள வரலாற்று உண்மைகளை வெளிப்படுத்தியது.

பிராமணிய இலக்கியம் அசுரர்களை விலங்குகளாகவும், ராட்சதர்களை மனிதர் அல்லாதவர்களாகவும், நாகர்களைப் பாம்புகளாகவும் காட்டியது. ஆனால் புத்த மத இலக்கியம் முழுவதுமாக இதை மாற்றியது. தேவர்கள் புத்தரிடம் விளக்கம் கேட்க, அவரிடம் வந்தார்கள். புத்த இலக்கியத்தில் நாகர்கள் பெண்களிலிருந்து பிறந்தவர்கள், முட்டையிலிருந்து வந்தவர்கள் என்று இரண்டு வழிகளைச் சொல்கிறது. இவ்வாறு அச்சொல்லுக்கு இரண்டு அர்த்தங்கள் கிடைத்தன. இதனைப் பிராமண எழுத்தாளர்கள் பயன்படுத்திக்கொண்டார்கள். புத்த இலக்கியத்தில் அசுரர்களும் வருகிறார்கள். மனிதர்களாகக் காட்டப்பட்டார்கள்.

சதப்தா பிராமணர் என்கிற நூலில் அசுரர்கள் பிரஜபதியின் வழித் தோன்றல்கள். அவர்கள் பூமியைப் பிடிக்கத் தேவர்களுடன் சண்டை போட்டார்கள் என்று அம்பேத்கர் குறிப்பிடுகிறார். அதாவது நிலத்தைச் சொந்தம் கொண்டாடப் போர் நிகழ்ந்திருக்கிறது என்று நாம் புரிந்துகொள்ள முடியும். வரலாற்று உண்மைகள் புராணங்களாக மாற்றப்பட்டு அழிக்கப்பட்டு விட்டன. அந்தப் புராணத்தில் யார் நல்லவர், யார் கெட்டவர் என்பது முதன்மை பெறுகிறது.

இந்தப் போராட்டம் துணைக் கண்டத்தில் வரலாற்றுக்கு முந்திய, தொடக்க வரலாற்றைச் சொல்கிறது. வேத காலத்திற்கு முந்திய காலத்திலிருந்து வேத காலம் வரையிலான வரலாறு

நாகரிக வளர்ச்சிகளில் ஏற்பட்டிருக்கக் கூடிய சமூக அரசியல் போராட்டங்கள் பற்றியது. அதனை ஆரிய, ஆரியல்லாதோர் போராட்டமாகவோ, ஆரிய திராவிடர் போராட்டமாகவோ சொல்லலாம். ஆனால் அதை அம்பேத்கர் ஆரியருக்கும், நாகர்களுக்கும் நடந்த போராட்டமாகவே கருதுகிறார். பண்டைய இந்தியாவின் சாதிப் போராட்டம் வரலாற்றுக்கு முந்திய இனப் போராட்டம் என்று இது காட்டுகிறது. வேத காலத்தில் ஆரியர்கள் வெற்றி பெற்றாலும், இரு இனத்திற்குமிடையேயான பிணக்கு தொடர்ந்து அரசியல், பண்பாட்டு, சமூகப் போராட்ட வடிவங்களை எடுத்தது.

அம்பேத்கர் தனது நீண்ட வரலாற்றுக் கதையாடலில் பின்னர் கூறுவதன்படி, நாகர்கள் ஆரியரல்லாதவர்கள்; அவர்களை ஆரியர்கள் வெற்றிகொள்ள முடியவில்லை. அவர்கள் சாதாரணமானவர்கள் அல்ல. "அரசியலில் பண்டைய காலங்களில் இந்தியா அடைந்த பேரும் புகழும் ஆரியரல்லாத நாகர்களுக்கே உரியது."[17] மகதப் பேரரசினை நிறுவிய ஷிஷுநாகா ஒரு நாகர். அவருடைய வாரிசுகளை மகாபத்மானந்தா ஆக்கிரமித்தார். அவர் கீழ்ச் சாதியினர், என்றாலும் ஆரியர்தான் என்று வரலாற்றாசிரியர்கள் கூறுகிறார்கள். நந்தரின் வாரிசுகள் ஆட்சி சந்திரகுப்தர் வரும் வரையில் தொடர்ந்தது. சந்திர குப்தர், குப்தர் ஆட்சியை நிறுவினார். சந்திர குப்தர் ஷிஷு நாகாவின் வழி வந்தவர் என்று அம்பேத்கர் கூறுகிறார். எனவே நந்தர்களை வெற்றி கொண்டதனால், மௌரியர்கள் நாகா அரசு வழியை மீண்டும் கொண்டு வந்தார்கள். ஆனால் நாகர் அரசு வழியானது தொடரவில்லை. புஷ்யமித்ர ஷுங்காவின் சூழ்சியால் அது அழிக்கப்பட்டது; புத்தமதமும் அழிந்தது. இவையெல்லாம் பின்னர் நடந்த நிகழ்வுகள்.

அம்பேத்கர் வேதகால ஆரியர்களின் வெற்றியை ஃபிரெஞ்ச் புரட்சிக்கு ஒப்புமை காட்டினார். அம்பேத்கரின் போராட்ட வரலாற்றின் முதற்பகுதி, பண்டைய ஆட்சியின் பண்பாட்டை மதிப்பிடுதல். அதனுடைய பழக்க வழக்கங்களை அதிலும் குறிப்பாகச் சூதாட்டம், இரத்தம் சிந்துதல், வன்முறை ஆகியவற்றின் மேலுள்ள நாட்டம் ஆகியவற்றை ஆராய்ந்தது. அவற்றோடு சாதி, பாலினம் ஆகியவற்றின் விதிமுறைகள், பழக்கங்கள் ஆகியவையும் பகுப்பாய்வு செய்யப்பட்டன.

வேதகால ஆரிய மேலாதிக்கத்தின் விதிமுறைகள், சமூக நெறிகள், பழக்க வழக்கங்களை எவ்வாறு புத்த சமயம் எதிர்த்தது என்று பாலி விதிகளின் புத்த நூல்களை மேற்கோள் காட்டி அம்பேத்கர் முறையான விளக்கம் தந்தார். புத்த புரட்சி பற்றிப் பழங்கால இலக்கியத்தில் பதிவு செய்யப்பட்ட வன்முறை எதிர்ப்பு சாதிய முறை எதிர்ப்பு, பாலினச் சமத்துவம் ஆகிய கொள்கைகள் புத்த நூல்களில் பாலி மொழியில் எழுதப்பட்டவை சமஸ்கிருதத்தில் காணப்படுகின்றன. மௌரிய அரசு வரலாற்றில் பார்ப்பது போல அப்புரட்சி மதம், சமூகம் சார்ந்தது மட்டுமல்ல, அரசியல், எல்லைகள் சார்ந்ததும் கூட.

மௌரியர்கள் வீழ்ச்சிக்குப் பிறகு, புத்த மதச் சமத்துவக் கொள்கைகள் அரசியல், அதிகாரத்திலும் சேர்க்கப்பட்டிருந்ததும் மறைந்தது. புத்த சமயத்தின் தாக்கம் படிப்படியாகக் குறைந்தது. ஆனால் சமூக, மதத் தாக்கம் என்னவாயிற்று? இவை எப்படி அழிக்கப்பட்டன? இந்தியாவில் புத்த சமயம் அழியப் பிற்காலத்தில் இஸ்லாமியர் படையெடுப்பு காரணம் என்று முதல் நிலை வரலாற்றாசிரியர்கள் காட்டுகிறார்கள். இந்தக் கதையாடல் இந்து தேசிய வரலாற்று வரைவியலுக்குச் சாதகமாக இருந்தது. ஆனால் இந்த வாதம் அம்பேத்கருக்கு ஏற்புடையதாக இல்லை. ஏனென்றால் புத்த சமயத்தில் அரசியல், சட்டம், சித்தாந்தம், சமுதாயம், பண்பாடு, அழகியல் கூறுகள் அனைத்துமே அழிக்கப்பட்டதை இக்கருத்து விளக்க முடியவில்லை. புத்த சமயம் பல நூற்றாண்டுகளில் கொஞ்சம் கொஞ்சமாக வீழ்ச்சியுற்றதை இந்த முதல் நிலை வரலாறு விளக்க முடியும். ஆனால் அதன் முழுமையான வீழ்ச்சியையும் அழிவையும் முழுமையான, முறைப்படியான எதிர்ப் புரட்சியின் விளைவு என்று புரிந்துகொள்ள வேண்டும்.

அம்பேத்கர் அரசியல், சட்டம், தத்துவம், மதம் ஆகியவற்றில் எதிர்ப் புரட்சியின் செயல்பாட்டை முழுமையாக எடுத்துக் காட்டினார். இந்த விளக்கம் அவருடைய பொருளாதாரம் சட்டம் ஆகியவற்றிற்கும் மேலான பல்துறைப் புலமையைக் காட்டுகிறது. இதன் மூலம் முகப்புரையில் கூறப்படும் சமத்துவம் என்பதை அம்பேத்கர் எப்படிப் புரிந்துகொண்டார் என்பதை விளக்கும்.

பண்டை ஆட்சியும், சீர்திருத்தவாதிகளின் எழுச்சியும்

பண்டைய இந்தியாவின் முதன்மையான சீர்திருத்தவாதியாக அம்பேத்கர் புத்தரை *(563BC-483BC)* முன் வைக்கிறார். அவருடைய கதையாடல் அவர் ஏற்கெனவே எழுதிய முற்றுப் பெறாத *Buddha and his Dhamma* என்ற நூலைப் பின்பற்றியது.[18] அந்தச் சமய நூலில், கௌதமர் ஆரியச் சமூகத்தின் தீயவற்றாலும், துன்பத்தாலும்[19] ஒடுக்கப்பட்டதால் அவர் உலகைத் துறந்தார் என்று அம்பேத்கர் காட்டுகிறார். இது நான்கு காட்சிகளினால்[20] சித்தார்த்த கௌதமர் உலக வாழ்க்கையைத் துறந்தார் என்கிற பழமைவாத புத்த சமயம் சொல்வதற்கு நேர் எதிரானது.

அடுத்து அம்பேத்கர் புத்த சமயம் வேகமாக எங்கும் பரவியதைப் பற்றிக் கூறி, அவர் ஒரு சமூகச் சீர்திருத்தவாதி என்று கருதி அதை நிலைநிறுத்துகிறார். அதே சமயம் புத்தருடைய தனிப்பட்ட ஆளுமை, விழுமியங்கள், அவருடைய மேன்மை ஆகியவற்றினால் புத்த மதம் வேகமாகப் பரவிற்று என்பதையும் அவர் மறுக்கவில்லை. ஆனால் அவர் வலியுறுத்துவது எல்லாம் புத்தர் செய்தவையெல்லாம், இருள் படிந்த ஒழுக்க நெறி தவறிய சூழலில் அவருடைய விழுமியங்கள் ஒளி வீசின என்பதைத்தான். அவர் பரப்பிய புதிய தம்மாவிற்கு இது ஒரு கவர்ச்சியைக் கொடுத்தது.

பண்டைய ஆரிய சமுதாயத்தைச் சமுதாய அளவில் மட்டுமல்ல, மத ஆன்மிக அளவிலும் ஒழுக்கம் கெட்டு இருந்ததாக அம்பேத்கர் காட்டினார். சமூகத் தீமைகள் நிறைந்திருந்தன. அவற்றை வேத நூல்கள் மறுக்கவில்லை. மாறாக அத்தீமைகளில் பல வேத நூல்களால் புனிதமாகக் கருதப்பட்டன. அவருடைய கருத்தை நிலைநாட்ட வேதங்களிலிருந்தும், காப்பியங்களிலிருந்தும் பிராமணங்களிலிருந்தும் பக்கம் பக்கமாகச் சான்றுகள் காட்டினார்.

மகாபாரதத்தில் நிறைய ஆதாரங்கள் இருக்கின்றன என்றார். சூதாடுதல் ஒரு போதை போல இருந்தது. பணம் மட்டுமல்ல, மனித உயிர்களே பணயம் வைக்கப்பட்டன. பிராமணர்களும் சத்திரியர்களும் மட்டுமே அருந்த அனுமதிக்கப்பட்ட பலியிடும் மதுபானம் சோமபானம், எல்லோரும் அருந்துவது தானியத்திலிலிருந்து ஊர வைக்கப்பட்ட சுரா. எனவே மது குடிக்கும் பழக்கம் இருந்தது. வகுப்புவாதச் சண்டைகள்

மிகுந்திருந்தன. வர்ணாசிரம அமைப்புக்குள்ளேயே இருந்த முரண்பாடுகள் அநீதியான படிநிலைகளை உருவாக்கின.

இந்த யுகத்தில் பிராமணர்களும், சத்திரியர்களும் மேல் நிலைக்காகப் போட்டியிட்டார்கள். சண்டைகளில் இரத்த வெள்ளம் ஓடியது என்று பதிவு செய்யப்பட்டிருக்கிறது. எனினும் அந்த இரு சாதியினரும் ஒன்று சேர்ந்துகொண்டு வைசியரைப் பால் கரக்கும் மாடுகளைப் போல அடக்கி ஆண்டார்கள். சுமை தாங்கிகளாகச் சூத்திரர்கள் நடத்தப்பட்டார்கள். அதுபோல சண்டாளர்களும், ஷ்வபகார்களும் சாதி விலக்கு செய்யப்பட்டவர்களாக இருந்தார்கள். அவர்கள் தீண்டத்தகாதவர்கள் அல்ல, ஆனால் ஆரிய சமூகத்தால் ஒதுக்கப்பட்டவர்கள்.

அம்பேத்கரின் கருத்துப்படி, ஆரியச் சமூகத்தில் பாலியல் சார்ந்த ஒழுக்கமின்மை அதிகம், அது புனிதமாகக் கருதப்பட்டது. மிருகத்தன்மை பழக்கத்தில் இருந்தது மட்டுமல்ல, ஏற்றுக்கொள்ளவும் செய்யப்பட்டது.. இவற்றில் குருக்கள் விரிவான, அபத்தமான பல சட்ங்குகளை நடத்தினார்கள். இந்தத் தீயவற்றை எல்லாப் புனித நூல்கள் தெய்வங்களின் நடத்தைகளைக் காட்டுவதன் மூலம் ஏற்றுக்கொள்ளப்பட்டன. ஆரியரின் மதப் பழக்க வழக்கங்கள், அவர்களது சமுதாயத்தைப் போலவே ஒழுக்கம் கெட்டவை, நெறி தவறியவை.

சமூகச் சீாதிருத்தத்திற்கான புத்த சமய அற நூல்கள்

புத்தரின் போதனைகள் சிறப்பான சமூகச் சீர்திருத்த முக்கியம் வாய்ந்தன. புத்தர் தனது வாழ்க்கையில் தனது போதனைகளை வாழ்ந்துகாட்டி முன்னுதாரணமாகத் திகழ்ந்தவர். இதனை விளக்க அம்பேத்கர் பிரமாஜலா சுட்டாவின் முதல் பகுதியிலிருந்து எடுத்தாண்டிருக்கிறார்.

இந்த சுட்டா (விதிமுறை) புத்த சமயத்தின் அடிப்படைக் கோட்பாடுகளை விளக்குகிறது. புத்த போதனைகள், இடைப்பட்ட போதனைகள், பெரிய போதனைகள் (மகா - சிவா). இந்த முக்கிய விதிமுறை பற்றிப் பண்டைய திபெத்திய, மங்கோலிய பதிப்புகளில் விளக்க உரைகள் உள்ளன. இதன் மூலமே பர்மா முழுவதும் புத்த மதம் பரவிற்று. புத்த சமயக் கோட்பாட்டில் இது முக்கிய விதிமுறை. அம்பேத்கர் இதன் தத்துவார்த்த விளக்கத்தை விட வரலாற்று வரைவியல் மேல் தான் ஆர்வம்

கொண்டிருந்தார். பிராமணர்களுக்கு மாறாக புத்தர் கூறியதை அம்பேத்கர் முன் வைத்தார். வேதகால ஆரியர்கள் காலத்தில் இருந்த பழக்க வழக்கங்கள் பற்றிய ஆதாரங்களைத் தந்தார். அதாவது, வேத கால பிராமணியத்தின் கீழ் சமுதாயத்தில் ஏற்பட்ட ஒழுக்கச் சீரழிவை அவர் மகாபாரதத்திலிருந்தும் பிராமணங்களிலிருந்தும் காட்டியதை இந்த விதிமுறை உறுதி செய்தது.

சுட்டா பற்றிய மத விளக்க உரைகள், அதன் போதனைகள், கட்டளைகள், நூலமைப்பு ஆகியவை பற்றியன. அப்படிச் செய்யும்போது அக்காலகட்ட பிராமணியத் தத்துவத்திற்கு இணையானவை பற்றியும் விமர்சனங்கள் தரப்பட்டன. அம்பேத்கர் அந்த நூலை மாற்று வழியில் வகுத்தது பற்றிய ஒரு பார்வையைப் பெற இது பயனுள்ளது. எடுத்துக்காட்டாக, புத்த சமய அறிஞர் அலெக்சாண்டர் சிர்சின் இவ்வாறு எழுதுகிறார்:

> இந்த ஒழுக்க நூலிலுள்ள நான்கு முக்கியக் கொள்கைகளைக் (புருஷார்த்தா - தர்மம், அர்த்தம், காமம், மோட்சம்) குறிப்பிடலாம். இவ்வாறு இந்து மரபிற்கு முக்கியமான வாழ்க்கையின் கொள்கை விழுமியங்கள் (சில மாற்றங்களுடன்) தொடக்கக் கால புத்த சமயத்தில் பயன்படுத்தப்பட்டன என்று சொல்லலாம்.[21]

சிர்சின் பிரமாஜல சுட்டா கி.மு.5ஆம் நூற்றாண்டு - 3ஆம் நூற்றாண்டுகளுக்கு இடையிலானது என்று கூறுகிறார். ஆனால் மத அறிஞர்கள் இந்து நூல்கள் இந்த நான்கு புருஷாவதிரங்களையும் கி.பி.முதல் நூற்றாண்டுக்குக் கொண்டு செல்கிறார்கள். சிர்சின் ஒரு நவீன கால அறிஞராக இருப்பினும், பிராமணியம் புத்த சமயத்தின் மேல் தாக்கத்தை ஏற்படுத்தியது என்ற வழக்கமான விளக்கத்தை அப்படியே ஏற்றுக்கொண்டார். ஆனால் அதே சமயம் அம்பேத்கர் சொல்கின்ற புரட்சிக் கருத்தியலுக்கு ஆதாரம் தருகிறார். புரட்சிக் கருத்தியலின்படி, புத்தகக் கொள்கைகள் பிராமணியத்துக்கு ஒரு புரட்சிகரமான சவாலை முன் வைத்தன. புத்த சமயத்தின் கூறுகள், எதிர்ப் புரட்சியின்போது அதைத் தோற்கடிக்க இந்து சமயத்தினால் சொந்தமாக்கிக்கொள்ளப்பட்டன.

அடுத்து அம்பேத்கர், புத்தர் போதித்த சில நேர் மறையான உடன்பாட்டுப் போதனைகளையும் (சிலா) குறிப்பிடுகிறார்.

அவ்வாறு இத்தகைய உயர்ந்த ஒழுக்க நெறி வாழ்க்கை ஆரிய சமூகத்தில் அவர் காலத்தில் இல்லையென்று வலியுறுத்துகிறார்.[22] சாதாரணக் குடி மக்களுக்கான ஐந்து ஒழுக்க நெறிமுறைகள் (பஞ்ச சீல) குறிப்பிடப்பட்டுள்ளன. அவற்றோடு துறவிகளுக்கான ஐந்து போதனைகளையும் சேர்க்கிறார். ஆனால் பஞ்ச சீலத்தை, குறிப்பாக, கொலை செய்யக்கூடாது என்பதனை வலியுறுத்துகிறார். இது செயலற்ற ஒரு கொள்கை அல்ல, அகிம்சை மட்டுமல்ல. அது மெட்டா (அன்பு காட்டும் கருணை) கோட்பாடாக அம்பேத்கரின் முகப்புரையில் முக்கிய இடம் பெறுகிறது.

'கொலை செய்யாதே' என்பது புத்தக் கொள்கையின் அடிப்படை. ஆனால் ஆரிய சமுதாயத்தின் சூழலில் பார்க்கும்போது, இந்த அடிப்படைக் கோட்பாடு வேத கால ஆரியரின் பலி (யஜனா) என்ற விதிமுறைகளுக்கு நேரடியான சவாலாக இருந்தது. இவ்வாறு பஞ்ச சீலத்தை ஒரு நேர்மறையான உடன்பாட்டு ஒழுக்க நெறியாக மட்டுமல்லாமல் யஜனாவின் அடிப்படையைத் தகர்க்கும் ஒரு சவாலாகக் காட்டுகிறார் அம்பேத்கர். அதன்மூலம் வேதங்களின் மேலதிகாரத்துக்குக் குழியைத் தோண்டுகிறார்.

வன்முறை: ஜடகமாலாவும் குடகாந்தா சுட்டாவும்

ஜாதகக் கதைகள் ஒன்றின்படி புத்தர் ஒரு சிறப்பான அரசனாகக் காட்டப்படுகிறார். அமைதியான வளமான நாட்டை நீதி நெறியுடன் ஆண்டு வருகிறார். ஓராண்டு மழை இல்லை, வறட்சி. புத்தர் சமயத் தலைவர்களிடம் ஆலோசனை கேட்டார். அவர்கள் வேதப் பழக்கத்தின்படி ஆயிரம் விலங்குகளைப் பலியிட வேண்டும் என்றார்கள். ஆனால் புத்தர் பகுத்தறிவுக் கொள்கையின் மேலும், ஒழுக்க நெறியின் மேலும் பற்று கொண்டவர். எனவே ஆயிரம் விலங்குகளைக் கொன்று பலியிடுவது எந்த வகையிலும் பிரச்சினையைத் தீர்க்குமென்று அவர் நம்பவில்லை. ஆனால் பிராமண ஆலோசகர்களின் அறிவுரைக்கு எதிர்ப்புச் சொல்லாமல், அவர்களையும் மற்றவர்களையும் ஏமாற்ற ஆயிரம் கெட்ட மனிதர்களைப் பலியிடப் போவதாக அறிவித்தார். இந்த அறிவிப்பைக் கேட்டவுடன் மக்கள் சாவிற்கு அஞ்சி நல்லவர்களாக மாறினார்கள். சிறிது காலத்தில், சாவின் அச்சத்திற்காக அல்லாமல் நல்ல பண்பு ஒரு வரமாக ஏற்றுக்

கொள்ளப்பட்டு வாழ்க்கை முறையாக ஆயிற்று. அப்போது மன்னர் தன்னுடைய உண்மையான திட்டத்தை வெளியிட்டார். அவ்வாறு அவருடைய உயர்ந்த ஞானமும் வெளிப்பட்டது. பலி பீடங்களுக்குப் பதிலாக நாடு முழுவதும் உணவுச் சாலைகளை அமைத்தார். அங்கே ஏழைகளுக்கு உணவளிக்கப்பட்டது. அடிப்படைத் தேவைகள் நிறைவேற்றப்பட்டன. வறுமை அகல, புண்ணியம் வளர்ந்து, மீண்டும் நாடு வளமுற்றது, வறட்சிக் காலமும் முடிவிற்கு வந்தது.

இந்தக் கதையை அம்பேத்கர் எடுத்துக்காட்டியதன் மூலம் இரண்டு உத்திகளைக் கையாண்டார். நேர்மறையான அறம் முன்னிறுத்தப்பட்டது. உயிர்க் கொலை கூடாது. கருணை பலிகளை விட உயர்ந்தது. அதே சமயம் வேதங்களின் கட்டளைகளிலிருந்த வன்முறை வெளியே கொணரப்பட்டது. அதன்படி, ஆயிரம் விலங்குகள் கொல்லப்பட வேண்டும். அவற்றிற்குப் பதிலாக ஆயிரம் மனிதர்களைக் கொல்வதையும் அது ஏற்றுக்கொண்டது.

அடுத்து அம்பேத்கர் குட்டாதாதா சுட்டாவுக்குப் போனார். தாமஸ் ரைஸ் டேவிட்ஸின் மொழிபெயர்ப்பை முழுவதுமாக மேற்கோள் காட்டி பலி பற்றிய புத்தரின் கொள்கையை அவர் முன்வைத்தார். அம்பேத்கர் புத்த சமயம் எவ்வாறு சமூக, மதச் சீர்திருத்தத்திற்குக் காரணமாக இருந்ததென்பதை டேவிட்ஸின் நூலிலிருந்து புரிந்துகொண்டார். தனது முன்னுரையில் டேவிட்ஸ் இவ்வாறு எழுதுகிறார்:

> சாதி அல்லது சமூக உரிமைகள் விஷயத்தில் புத்த மதத்தினர் ஒரு பகுத்தறிவுக் கொள்கையை மேற்கொண்டார்கள். பலி கொடுத்தல் பற்றிய பிரச்சினையில் அவர்கள் வெற்றி கண்டார்கள். விலங்குகளைப் பலியிடும் வேதப் பழக்கம் நின்றது. பிராமணியத்துக்கும், புத்த சமயத்திற்குமுள்ள போராட்டம் முடிவுக்கு வந்தபோது இது நடந்தது. இங்கொன்றும் அங்கொன்றுமாக முகமதியப் படையெடுப்பு வரையில் பலியிடும் நிகழ்ச்சிகள் இருந்தன. ஆனால் புத்த சமயத்தாரும் அவர்களது கூட்டாளிகளும் இதில் வெற்றி பெற்றார்கள். நமது சுட்டாவின் உண்மை ஆர்வமும் இந்த வெற்றிக்குப் பங்களித்திருக்கும்.[23]

இந்தச் சுட்டாவில் பிராமணனான குட்டாதாதாவின் மனமாற்றம் கூறப்படுகிறது. அவன் பெரிய அளவில் விலங்குகளைப் பலியிட ஏற்பாடுகள் செய்துகொண்டிருந்தான். புத்தரின் கதையைக் கேட்டு மனம் பதறினான். பிச்சையிடுதல், தாராள மனப்பான்மை, மற்றவர்களுடைய மகிழ்ச்சியைத் தூண்டுதல் ஆகியவை, தெய்வங்களுக்காக விலங்குகளைப் பலியிடுவதை விட உயர்ந்தது என்று புத்தர் அவனுக்குப் போதித்தார். குட்டானந்தா எல்லா விலங்குகளையும் விடுவித்து புத்தர் காட்டிய வழியில் சென்றான்.

சாதி, பாலினச் சமத்துவம்: *அம்பத்தா சுட்டாவும் லோகிக்க சுட்டாவும்*

விலங்குகளைப் பலியிடும் பிராமணியப் பழக்கத்தை புத்தர் நிறுத்தியது பற்றிக் கூறிய அம்பேத்கர், அடுத்து சாதியத்தை புத்தர் மறுத்து சமூகப் புரட்சி ஏற்படுத்தியதைப் பற்றிக் கூறுகிறார். அந்தக் காலகட்டத்தில் சாதி வேறுபாடு அவ்வளவு கடுமையாக இல்லை. பிற சாதியினருடன் உறவுகொள்வதும், மணம் முடிப்பதும் தடுக்கப்படவில்லை. எனினும் சாதி சமத்துவமின்மைக்குக் காரணமாகவே இருந்தது. இந்தச் சமத்துவமின்மையைத்தான் புத்தர் எதிர்த்தார். பண்டைய இந்தியாவில் புத்தப் புரட்சியின் சாரம் சமத்துவம்தான் என்று அம்பேத்கர் கருதினார். அதற்கு ஆதாரமாக அம்பத்தா சுட்டாவை முழுவதுமாக மேற்கோள் காட்டினார்.

அம்பத்தா சுட்டா பல விஷயங்களில் வியப்பளிக்கக் கூடியது. முதலாவதாக, சத்திரியர்களுக்கும், பிராமணர்களுக்கும் இடையேயான சமூகப் போராட்டத்தை அது வெளிப்படுத்துகிறது. அரச குலத்தவர் குருக்களை விட உயர்ந்தவர்கள் என்பதை நிலை நிறுத்தியது. இதுவும் அம்பேத்கரின் எதிர்ப் புரட்சிக் கதையாடலில் வருகிறது. பிராமணிய எதிர்ப் புரட்சி சில நூற்றாண்டுகளுக்குப் பிறகு வருகிறது. அது இந்தியாவிலிருந்து புத்த மதத்தை நாடு கடத்திவிடுகிறது. அதே சமயம், பிராமணச் சாதியினர் அரச குலத்தின் மேல் ஆதிக்கம் செலுத்தும் சமுதாய வெற்றியும் ஏற்பட்டது. இரண்டாவதாக, புத்தரின் இயற்கைக்கு அப்பாற்பட்ட சக்திகள் முன்னெடுக்கப்படுகின்றன. அவரால் சக்திமிக்க தெய்வங்களை அழைக்க முடிந்தது.

அம்பேத்கர் கவனம் செலுத்திய புத்த மதத்தின் புரட்சிகரமான மையக் கருத்து, சாதி ஒழிப்பு என்பது பற்றித்தான். புத்தர் மேற்கோள் காட்டிய பகுதியை அவர் குறிப்பிடுகிறார்:

> *சத்திரியர்கள் தங்கள் இனத்தைத் தகுதிவாய்ந்தவர்கள் என்று கருதுபவர்களில் சிறந்தவர்கள்.*
>
> *ஆனால், அறிவிலும், நடத்தையிலும், சிறந்து விளங்குவோர் தெய்வங்களிலும், மனிதரிலும் உயர்ந்தவர்கள்.*[24]

அதாவது, சத்திரியர்கள் மற்ற சாதியினரை விட உயர்ந்தவர்களாக இருப்பது உண்மையாக இருக்கலாம். அதே சமயம், பழங்குடிச் சிந்தனையில் சிறந்தது எதுவும் பிறப்பு, வர்ணம், சாதி ஆகியவற்றால் கிடைக்காது. நல்ல அறிவையும், நடத்தையையும் பெற்று நடைமுறையில் வாழ்வதே சிறப்பு.

இந்தச் சுட்டாவில் பிராமண மாணவனான அம்பத்தா அவருடைய ஆசிரியரான பொக்கரச்சாதியால் மிகப் பெரிய மனிதர் என்று புகழப்பட்ட புத்தர் உண்மையிலேயே புகழுக்குரியவர்தானா என்று கண்டறிய அனுப்பப்படுகிறார். குறிப்பாக, ஒரு பெரிய மனிதரிடம் காணப்பட வேண்டிய முப்பத்திரண்டு குறிகளும் அவரிடம் இருக்கின்றனவா என்று பார்க்க வேண்டும். அம்பத்தா புத்தரைப் பார்க்கச் சென்று அவரை அவமானப்படுத்துவது போல நடந்துகொண்டான். பிராமணன் என்ற உயர் சாதி அகந்தையை சக்கியா (சத்திரியர்) விடம் காட்டினான். புத்தர் அம்பத்தாவின் அகந்தையை அடக்கி அவனுக்கு அறிவு வழங்கினார். மாணவனும் திரும்பி வந்து தனது ஆசிரியரிடம் நடந்ததைக் கூறினான். ஆசிரியருக்குக் கோபம் வந்தது. அம்பத்தாவை அடித்து விட்டு நடு இரவில் புத்தரை எதிர்கொள்ளப் போய்விட்டார். புத்தரை நேரடியாகச் சந்தித்தபோது, அவரிடம் ஒரு பெரிய மனிதருக்குரிய எல்லா அடையாளங்களும் இருப்பது கண்டு புத்தரிடம் நேரடியாக உரையாடி மதம் மாறினார்; சங்காவின் ஆதரவாளராகவும் மாறினார்.

அம்பத்தா சுத்தா பற்றிய விளக்க உரையில் புத்தர் ஒருவரது பிறப்பினைக் கண்டுகொண்டதில்லை என்பதை வலியுறுத்தினார். சூத்திரர்களையும், பிராமணர்களையும் பிக்குகளாக ஆக அனுமதித்தார்கள். உபாலி (கஞ்சகாரர்), சுந்தா (புக்குசா பழங்குடி), சதி (மீனவர் இனம்), நந்தா (பசுமாடு ஓட்டுபவன்) இதுபோன்ற

பல கீழ்ச் சாதியினரும், சாதி நீக்கம் செய்யப்பட்டவர்களும், புத்த நூல்களில் முக்கியப் பங்கினை வகிக்கிறார்கள் என்று அம்பேத்கர் விளக்குகிறார்.

புத்தர் கீழ்ச் சாதியினரை மட்டும் மேலே கொண்டு வரவில்லை. பெண்களையும், படிநிலையில் உயர்த்தினார் என்று அம்பேத்கர் கூறுகிறார். ஆரிய சமுதாயத்தில் பெண்கள் சந்நியாசம் வாங்க முடியாது. ஆனால் புத்தர் அவர்களைப் பிக்குணிகளாக ஏற்றுக் கொண்டார். பிராமண இலக்கியத்தில் பெண்கள் சூத்திரர்களுக்கு நிகராகக் கருதப்பட்டார்கள். ஆனால் புத்த சமயத்தில் பெண்கள் சமத்துவ நிலைக்கு உயர்த்தப்பட்டார்கள். எனினும் புத்த மதத்தில் அடிமை ஒழிப்பு இருந்தது பற்றி அம்பேத்கர் சொன்ன பிறகு சங்காக்களில் ஆணாதிக்கப் பழக்கங்கள் தொடர்ந்தது பற்றி விவாதங்கள் எழுந்தன. ஆனால் பெண்களைப் பிக்குணிகளாக இணைத்ததே புரட்சிகரமானது என்பது அம்பேத்கரின் வாதம். புத்த சமயத்தில், புரட்சிகரமான சமத்துவக் கொள்கை இருந்தது என்பது இதில் அடங்கும்.

மேலும் புத்தர் கல்வி கற்பதிலிருந்து சூத்திரர்களையும், பெண்களையும் விலக்கி வைத்த பிராமணியத்தை எதிர்த்தார் என்று அம்பேத்கர் கூறுகிறார். அதற்கு ஆதாரமாக ரைஸ் டேவிட்ஸின் மொழிபெயர்ப்பை எடுத்தாள்கிறார்.

> எல்லோரும் கல்வி கற்க அனுமதிக்கப்பட வேண்டும், சில தகுதிகள் இருந்தன. ஆசிரியராக இருக்கவும் அனுமதிக்கப்பட வேண்டும். அப்படி அவர்கள் கற்றுத் தரும் எல்லோருக்கும் எல்லாவற்றையும் கற்றுத் தர வேண்டும். எதையும் வைத்துக் கொள்ளக் கூடாது, யாரையும் தடுக்கக்கூடாது.[25]

அம்பேத்கர் மேலும் லோகிக்கா சுட்டாவிலிருந்து மேற்கோள் தருகிறார். நல்ல கற்றுத் தருதல், தீய கற்றுத் தருதல் பற்றிய புத்தரின் கருத்துகளைச் சுட்டா தருகிறது. இதில் பிராமணர் லோகிக்கா, ஒருவர் புது அறிவினைக் கண்டுபிடித்தால் அதைத் தானே வைத்துக்கொள்ள வேண்டும் என்றார். புத்தர் இதனைக் கேள்வி கேட்டு லோகிக்காரின் கருத்துக்குப் பதிலாகப் புதிய கருத்தை வைத்தார். அது அறிவு பற்றிய ஒளிமிக்க பார்வை; பிறப்பு, படிநிலைக்கு அப்பாற்பட்டு அறிவைக் கற்றுத் தருதல்.

புத்த மதத்தின் வீழ்ச்சி: பொதுவான கருத்து

இந்தியாவிலிருந்து புத்த மதம் அழிக்கப்பட்டதற்கான ஏற்கக்கூடிய காரணத்தை வரலாற்றாசிரியர்கள் இன்னும் கண்டுபிடிக்கவில்லை. வடக்கு, தென்கிழக்கு ஆசியாவில் அதே சமயம் வளர்ந்ததும் அம்பேத்கர் இந்தப் பிரச்சினை பற்றி ஆராய முதலில் வீழ்ச்சி (*fall*)-க்கும் மொத்த வீழ்ச்சிக்கும் (*total downfall*) உள்ள நுண்ணிய வேறுபாட்டை விளக்கினார்.[26] முதன்மையாக இருக்கும் வரலாற்றாசிரியர்கள் தரும் காரணங்கள் மறுக்க முடியாதவை. ஆனால் முழு வீழ்ச்சிக்கான காரணம் தெளிவாகத் தெரியவில்லை.

புத்த மதத்தின் வீழ்ச்சிக்குக் காரணமான புஷ்யமித்ர ஷுங்காவின் அரசியல் ஆதரவு போன பிறகு அது நிதானமாக வீழ்ச்சி அடைந்தது என்பதை அம்பேத்கர் ஏற்றுக் கொண்டார். முதல் நூற்றாண்டு முதல் தொடங்கியது முஸ்லீம் படையெடுப்புகளாலும், அவர்களது சிலை (புட்) வழிக்கு எதிர்ப்பினாலும் அது தொடர்ந்தது. 'புட்' என்ற சொல்லே 'புத்தர்' என்ற சொல்லிலிருந்து பிறந்தது என்று சுட்டிக் காட்டினார். புத்த மதம் பற்றிய ஆய்வு செய்த வரலாற்றாசிரியர் பீட்டர் ஹார்வியும் இதை உறுதி செய்தார்.

> கி.பி.986 முதல் முஸ்லீம் துருக்கியர்கள் ஆப்கானிஸ்தானத்திலிருந்து வடமேற்கு இந்தியாவைத் தாக்கி வந்தார்கள். மேற்கு இந்தியாவில் பதினொன்றாம் நூற்றாண்டு வரையில் இந்தக் கொள்ளை நடந்தது. இஸ்லாம் மதத்திற்கு . மத மாற்றம் நடந்தது. இஸ்லாமியர்கள் சிலை வழிபாட்டை எதிர்த்ததால் புத்தர் சிலைகள் உடைக்கப்பட்டன. இந்தியாவில் சிலைக்கு இஸ்லாமியப் பெயரான 'புத்' வந்தது.[27]

இஸ்லாமியர்கள் புத்த மதத்தைச் சிலை வழிபாடு செய்யும் மதமாகக் கருதினார்கள், ஆகவே, சிலைகளை உடைத்தார்கள். பேக்டரியா முதல் ஆசியாவின் பல பகுதிகளில் புத்த மதத்தை அழித்தார்கள்.

ஆனால் சிலை வழிபாடு செய்யும் பிராமணியம் எப்படி தப்பித்தது? அதற்கு அம்பேத்கர் மூன்று காரணங்களை தருகிறார்:

அ. பிராமணியத்துக்கு அரசாங்க ஆதரவு இருந்தது.

ஆ. துறவு பூண்ட புத்த பிக்குகளை முஸ்லீம்கள் அழித்துப் போட்டார்கள். ஆனால் பிராமண குருக்கள் அப்படி இல்லை. பிராமணச் சாதியில் பிறந்த யாரும் குருக்களாக ஆக முடிந்தது.

இ. புத்த மதப் பொது நிலையினர் பிராமணர்களால் துன்புறுத்தப்பட்டு வந்தனர். இதனால் முஸ்லீம்கள் மதம் மாறக் கட்டாயப்படுத்தியபோது அவர்கள் அதற்கு எளிதாகச் சம்மதித்தார்கள்.

அவருடைய இந்தக் கருத்துகளை நியாயப்படுத்த அம்பேத்கர் அதிக காலம் செலவழித்தார். புத்த மதத்தில் மொத்த வீழ்ச்சிக்குக் காரணம் கண்ட பிரதான வரலாற்று ஆசிரியர்கள் முஸ்லீம்களின் செயல்களுக்கு முக்கியத்துவம் கொடுத்தார்கள். பிராமணியத்தில் சமூக, பண்பாட்டுத் தர்க்க வாதம் பற்றி அவர்கள் கவனம் செலுத்தவில்லை.

அந்தக் காலகட்டத்தில் (கி.பி.1000-1200) பெரிய அரசுகள் பிராமணர்களாலும் அல்லது சத்திரியர்களாலும் ராஜ்புத்திரர்களாலும் ஆளப்பட்டு வந்தன. அவர்கள் பிராமணியத்தினைச் சேர்ந்தவர்கள்.

புத்த சமயப் பல்கலைக் கழகங்களான நாளந்தா முதலியவை சூரையாடப்பட்டன, விகாரங்கள் அழிக்கப்பட்டன. பிக்குகள் மொத்தமாகக் கொல்லப்பட்டார்கள். அரசாளும் மன்னனிடமிருந்து எந்தப் பாதுகாப்பும் நியாயமும் அவர்களுக்குக் கிடைக்கவில்லை. எனவே உயிர் பிழைத்தவர்கள் வடக்கு நோக்கியும், கிழக்கு நோக்கியும் தப்பித்து ஓடினார்கள். பிராமணியத்தைப் பொறுத்தவரையில் பிறப்பால் பிராமணனான யாரும் குருவாக முடியும். எனவே அதை அழிக்க வேண்டுமென்றால் ஒவ்வொரு ஆண் பிராமணரையும் கொல்ல வேண்டும். புத்த சமயத்தில் அப்படி இல்லை. குருக்கள், பிக்குகள், பிக்குணிகள் ஏற்கெனவே குருத்துவம் பெற்றவர்களால் சட்டங்கள் மூலம் குருத்துவ நிலை பெற வேண்டும். ஆகவே ஏற்கெனவே குருத்துவ நிலைக்கு அர்ப்பணித்தவர்களை எல்லாம் அழித்துவிட்டால் புதிய குருக்கள் வர முடியாது.

எனவே புத்தக் குருத்துவத்திற்குப் புதிதாக ஆட்களைச் சேர்க்க வேண்டியதாயிற்று. இதனால் பல பிரச்சினைகள் எழுந்தன. பிட்சுகள் இல்லாததால் பெருத்த மாற்றமும்

ஏற்பட்டது. கொத்தர் வெள்ளையடிப்பவர்கள், பொற்கொல்லர் முதலானோர் குருக்களாக ஆக்கப்பட்டார்கள். அவர்கள் தங்கள் வேலைகளையும் பார்த்துக்கொண்டு இந்தப் பணியையும் செய்ய முடிவதில்லை. வேத நூல்களைப் படிக்க முடியவில்லை. இருப்பினும் பொது நிலையினரை அவர்கள்தான் வழி நடத்திச் செல்ல வேண்டியதிருந்தது.[28]

> இவர்கள் சரிந்து வரும் புத்த மதத்தைத் தங்கள் முயற்சியால் நிலை நிறுத்த முடியுமென்று எதிர்பார்க்க முடியாது. நல்ல சீர்திருத்தங்களைக் கொண்டு வந்து அழிவைத் தடுக்க அவர்களால் இயலவில்லை.[29]

புத்த மதத்தில் பெருமளவில் பொது நிலையினர் இஸ்லாமுக்கு மதம் மாறியதைப் பொறுத்தவரையில், புத்த மதத்தார் அதிகம் இருந்த வடகிழக்குப் பகுதிகளில் அது நிகழ்ந்தது. அங்கே பிராமண அரசர்களின் அடக்கு முறையே அதற்குக் காரணம். இரத்த வெறி பிடித்த மிர்க்குலாவும், புத்த வெறுப்பாளரான ஷஷ்காதாவும் எடுத்துக்காட்டுகளாகத் தரப்படுகிறார்கள். அம்பேத்கர் வின்சென்ட் ஸ்மித்தின் *Early History of India* என்ற நூலிலிருந்து மேற்கோள் கொடுக்கிறார்:

> புத்த கயாவிலிருந்த புனித போதி மரத்தை ஷஷ்கந்தா எரித்தான். பாடலிபுத்திரத்தில் புத்தருடைய அடிச் சுவடுகள் பதிந்த கல்லை உடைத்தான், மடங்களை அழித்தான், பிகுகுகளை விரட்டியடித்தான். அவனுடைய கொடூரங்களை நேப்பாள மலைகள் வரையில் கொண்டு சென்றான்.[30]

முதன்மை வரலாற்றாசிரியர்கள் காட்டியது போல புத்த மதத்தின் வீழ்ச்சிக்கு இஸ்லாமியர் படையெடுப்பு காரணம் என்று சொல்வதை அம்பேத்கர் ஏற்றுக்கொண்டார். ஆனால் பிராமண ராஜபுத்திரர்கள், பிராமண அரசர்களின் அடக்கு முறையிலிருந்து தப்பிக்க புத்த மதத்தினர் இஸ்லாமுக்கு மாறினார்கள் என்கிற காரணத்தையும் அம்பேத்கர் அதனுடன் சேர்த்துக்கொண்டார். எனினும், புத்த சமயத்தினர் மொத்த வீழ்ச்சி, மொத்த அழிவு, மொத்தமாக மறைந்துபோனது எப்படி என்கிற கேள்விக்கு இது விடையல்ல.

எதிர்ப் புரட்சி

இந்தியாவிலிருந்து புத்த மதம் முழுவதுமாக அழிந்து போனதற்கான விளக்கம் வேறு. புத்த சமயம் கொண்டு வந்த சமத்துவப் புரட்சிக்கு எதிரான திட்டமிடப்பட்ட நீண்ட நாள் தொடர்ந்த எதிர்ப் புரட்சியே அதற்குக் காரணம். இந்த எதிர்ப் புரட்சி அரசியலில் முன்னெடுக்கப்பட்டது. அது எப்போது நிகழ்ந்தது என்பதைக் கூடச் சொல்ல முடியும். அம்பேத்கரின் வரலாற்றில் 'வில்லன்' புஷ்யமித்ர ஷூங்கா. அவன் மௌரிய வாரிசின் கடைசி அரசனான பிரிகத்ரதாவின் பிராமணச் சேனைத் தளபதி. அவன் கி.மு.185இல் மௌரிய மன்னனைக் கொன்று ஆட்சியைக் கைப்பற்றி ஷூங்கர் ஆட்சியை நிறுவினார். புஷ்யமித்ராவின் புத்த சமய எதிர்ப்புக்கு பிராமணிய ஆதரவுச் சூழ்ச்சிகள்தான் காரணம் என்பதை வரலாற்று ஆசிரியர்கள் ஏற்றுக்கொள்கிறார்கள். புஷ்யமித்திரனால் புத்த சமயக் கோட்பாடுகள் எப்படி அழிந்தன என்பதை அம்பேத்கர் விரிவாகச் சொல்கிறார். அவர் மௌரியர் காலத்தில் நீக்கப்பட்டிருந்த கொடுமையான இரத்தப் பலிகளை திரும்பக் கொண்டு வந்தார்.

இந்த எதிர்ப் புரட்சி தொடங்கியது கி.மு.185 என்று கொள்ள முடிந்தது. அம்பேத்கரின் புரட்சிகரமான வரலாறு இந்த ஆண்டைச் சுற்றியே வருகிறது. இந்த ஆண்டுதான் வரலாறு எழுதுவதில் சர்ச்சைக்குரியது. அம்பேத்கரின் பல அரசு மரபுகள், அரசுகளின் காலக் கணிப்பு மற்ற வரலாற்றாசிரியர்களோடு ஒத்துப்போகிறது. பிரதான வரலாற்று வரைவியல் கூறும் காலத்தை அம்பேத்கரும் கேள்வி கேட்கவில்லை.

ஆனால் இந்த முதன்மை வரலாற்றாசிரியர்கள் மழுப்பிவிட்டு விடுகிற முக்கியமான விஷயங்களை அம்பேத்கர் சுட்டிக் காட்டுகிறார். எடுத்துக்காட்டு: மகதர்கள், மௌரியர்கள், குப்தர்கள் ஆகியவர்களின் அரச வம்சங்களின் அரசர்களுடைய வர்ணம் (கோத்திரம்). எதிர்ப் புரட்சி என்கிற கருத்தியலுக்கு இதனை அடையாளம் காணுதல் அவசியம்.

அரசியல் எதிர்ப் புரட்சி மனுஸ்மிருதி மூலம் சட்டப்பூர்வமாக ஆக்கப்பட்டது. மனுஸ்மிருதி பிராமணர்களின் முழுமையான ஆதிக்கத்தைக் கொண்டு வந்தது. அதனோடு படிநிலைகளுள்ள சமத்துவமின்மையும் வந்தது. பிராமணர்கள் அரசரைக் கொல்லும்

உரிமைளை நியாயப்படுத்திற்று. இவ்வாறு புஷ்யமித்திரர் செயல் சட்டப்பூர்வமானதாக ஆக்கப்பட்டது. இதனால் காலம் பற்றிய குறிப்பு எழுகிறது. அம்பேத்கர் பல துணை நூல்களின் ஆதாரங்களாகக் கொண்டு தேதிகளை நிர்ணயித்தார். அம்பேத்கரின் முடிவுகளை முதன்மை வரலாற்றாசிரியர்களோடு ஒப்பிட்டுப் பார்க்கலாம். அவர்களுக்கு அம்பேத்கர் பின்பற்றிய வரலாற்று வரைவியல் தெரியவில்லை. ஆகவே அவர்கள் அம்பேத்கரின் கருத்துகளின் தாக்கத்திற்கு உட்படவில்லை. இங்கே ராமிலா தாபர்[31] உபேந்திர சிங்[32], பீட்டர் ராப்[33] ஆகியோரின் முடிவுகள் சொல்லப்படுகின்றன. கி.மு.185இல் நடந்த புஷ்யமித்ரனின் ஆட்சிக் கவிழ்ப்புக்குப் பின்னர் மனுஸ்மிருதி எழுதப்பட்டதாக அம்பேத்கர் கூறுகிறார். இந்த மூன்று வரலாற்றாசிரியர்களின் கருத்துகளுக்கு அவர் அதிகம் முரண்படவில்லை. அவர்கள் கி.மு.200-கி.மு.100 வரையில் அவர்களது வரலாற்று நூலில் குறிப்பிடுகிறார்கள்.

பிராமணியச் சித்தாந்தம்: எதிர்ப் புரட்சியின் தத்துவமும், இலக்கியமும்

எதிர்ப் புரட்சியின் அடுத்த கட்டத்தில்தான் சிக்கல்கள் வருகின்றன. பிராமணிய இலக்கியத்தினால் இது சித்தாந்த அடிப்படையில் நிலை நிறுத்தப்பட்டுள்ளது. புஷ்யமித்திரரின் வெற்றிக்குப் பிறகு வளர்ந்தது என்று அம்பேத்கர் கூறுகிறார். அவர் இந்த இலக்கியத்தைப் பல வகைகளாகப் பிரிக்கிறார். பின்னர் அவற்றில் புத்த சமயத்தின் சரிவு தொடர்பானவற்றைப் பற்றித் தனது கருத்தைச் சொல்கிறார்.

1. பகவத் கீதை
2. சங்கராச்சாரியரின் வேதாந்தம் (அம்பேத்கர் மிபீமாம்சா பற்றியும், வேதாந்த சூத்திரங்களைப் பற்றியும் மட்டுமே பேசுகிறார்.)
3. மகாபாரதம்
4. இராமாயணம்
5. புராணங்கள்

இவையெல்லாம் புஷ்யமித்ரருக்குப் பிறகு வந்தவையென்று அம்பேத்கர் சொல்வது சர்ச்சைக்குரியது. இவ்விலக்கியத்தின் காலத்தைத் தீர்மானிப்பதில் நமது முதன்மை வரலாற்றாசிரியர்கள் மத்தியில் ஒத்த கருத்துகள் இல்லை. பீட்டர் ராப் பகவத் கீதை

இரண்டாம் நூற்றாண்டிற்குரியது எனச் சொல்கிறார். கி.பி.100-ஐக் கூட அவர் ஏற்றுக்கொள்கிறார். உபேந்தர் சிங் கி.பி.200-க்குக் கொண்டு செல்கிறார். இது அம்பேத்கரின் கருத்துக்கு ஒத்து வருகிறது. மகாபாரதம் ராப் கிறிஸ்துவிற்கு முந்திய காலமென்று சொல்கிறார். சிங் கி.மு.400 என்கிறார். வால்மீகி ராமாயணம், ராபின்படி கி.மு.300, சிங் கி.பி.400. துளசிதாஸ் இராமாயணம் கி.பி.1600 என்று மூவருமே கூறுகிறார்கள். ஆனால், சங்கராச்சாரியரின் வேதாந்தம் பற்றிக் குழப்பமில்லை.

புராணங்கள், அம்பேத்கர் சொன்ன காலத்திற்கு எதிர்ப்பில்லை. எல்லோருமே குப்தர் காலத்தினயவை என்பதை ஒப்புக் கொள்கிறார்கள். எதிர்ப் புரட்சியில் புராணங்களின் பங்கு பற்றிச் சொல்வதிலும் முரண்பட்ட கருத்துகள் இல்லை. மகா புராணங்கள் பிராமணியத்தின் சடங்குகளைப் பற்றியவை. இவ்வாறு அம்பேத்கர் ஓர் உண்மை நிலையைச் சமூக, அரசியல் அளவில் மிகவும் சக்தி வாய்ந்த ஒன்றாகக் காட்டுகிறார்.

புராணங்கள் எவ் வகைப்பட்டவையாக இருந்தாலும், எங்கிருந்து தோன்றியிருந்தாலும் அவற்றிற்கு ஒரே நோக்கம் பிராமணியம்தான். அனைத்து இந்தியாவிலும் மீண்டெடுக்கச் செய்வதுதான். இது மனுவின் ஐதீகப் புரட்சியின் தொடர்ச்சி.

அம்பேத்கர் குறிப்பிடும் கருத்தில் ஒரு சிக்கல் வேதாந்த சூத்திரங்களைப் பொறுத்தது. குறிப்பாக, மியாமசாயின் நிறுவனரான ஜய்மினி, பதராயணம் ஆகிய இரண்டு மரபுசார் பற்றியவை. ஆனால் அவற்றின் விபரங்களை ஆராய்வது அம்பேத்கரின் நூலுடைய மையக் கருத்திலிருந்து விலகிப் போய்விடும். மேலும் நாம் விவரிக்கும் 'சமத்துவம்' என்கிற கருத்தியலுக்கு இது உரியது அல்ல.

இங்கே கூறப்பட்ட இலக்கியமெல்லாம் புஷ்யமித்ரனுக்குப் பிந்தியவை என்று அம்பேத்கர் முடிவுக்கு வந்தாரா? சிங்கும் தாபரும் இதைச் சங்கராச்சாரியரின் வேதாந்தம், இராமாயணம், மகாபாரதம், புராணங்கள் ஆகியவற்றில் அம்பேத்கரின் முடிவை ஏற்றுக்கொள்கிறார்களா? சிலவற்றில் ராப் முரண்படுகிறார். மிமாம்சா, வேதாந்தச் சூத்திரங்கள் ஆகியவற்றின் ஆதாரங்கள் பிரச்சினைக்கு உரியவை.

'சமத்துவம்' எதிர்கொண்ட ஆதிக்க சக்தி

இவ்விலக்கியம் புஷ்யமித்திரனின் அரசியல் புரட்சியின் விளைவென்பது அம்பேத்கருக்கு ஏன் முக்கியம்? புத்த மதத்திற்கு எதிரான புரட்சியையும் எழுச்சியையும் புஷ்யமித்ரனின் அரசியல் காலத்தில் அமைத்துவிட்டால், மற்ற பிராமணிய இலக்கியம், ஏற்கெனவே ஏற்பட்டிருக்கும் அரசியல் புரட்சிக்கு உதவக் கூடியவையாகத் தத்துவார்த்த, மறையியல், சமூக எதிர்ப் புரட்சியை உறுதி செய்யும் கருவிகளாக இருக்கும். அம்பேத்கரின் இந்தக் கருத்து முழுமையாக இல்லாவிட்டாலும் வியப்படையச் செய்கிறது. அதன் உயரத்திலும் பரப்பிலும் அதனை எட்வர்ட் கிப்பன் எழுதிய Decline and fall of the Roman Empire-க்கு[34] ஒப்பிடலாம். தர்க்க ரீதியான நோக்கில் அம்பேத்கர் ஜெர்மன் தத்துவ ஞானி G.V.F. ஹெகலின் The Philosopy of History-க்கு[35] இணையான தத்துவத்தின் வரலாற்றைப் படைத்தார்.

ஹெகலைப் பொறுத்தவரையில் வரலாற்றில் பிரமாண்ட பயணம் விடுதலையின் தோற்றத்திற்கான மெதுவான, சித்தரவதை போன்ற பயணத்தைக் காட்டியது.[36] ஆனால் அம்பேத்கருக்கு வரலாறு, சமத்துவத்தின் தோற்றத்தின் மெதுவான, கடுமையான பயணத்தைக் காட்டியது. முகப்புரையில் 'சமத்துவம்' என்கிற பிரிவு அலங்காரம் அல்லது விளக்கம் எதுவும் இல்லாமல் சொல்லப்பட்டிருப்பது போலத் தோன்றலாம். ஆனால் அம்பேத்கரின் Revolution and Counter - Revolution in Ancient India நூலின் ஆய்வு வெளிப்படுத்துவது போல, இந்தியாவின் சமத்துவப் புரட்சியின் நாகரிக வரலாற்றின் தோற்றத்தையும் வளர்ச்சியையும் உள்ளடக்குவதாகப் புரிந்து கொள்ள முடியும்.

அதுதான் அம்பேத்கரின் முகப்புரையின் உண்மையான முக்கியத்துவம்.

4
சகோதரத்துவம்: எல்லோர் மேலும் அன்பு, யார் மேலும் வெறுப்பில்லை

நோக்கங்கள் தீர்மானத்திலிருந்து முகப்புரை வரை வரைவு செய்யும்போது செய்யப்பட்ட மாற்றங்களை ஜவகர்லால் நேரு ஏற்றுக்கொண்டார். அறிவிக்கையின் ஆசான்கள் தான் வரையறைக் குழுவின் உறுப்பினர்களாக அதிகம் பேர் இருந்தார்கள். இந்த அறிவிக்கைக்கு நேருவின் நோக்கங்கள் தீர்மானம்தான் மூலமாக இருந்தது. எனினும் அம்பேத்கரால் வரைவுக் குழு, முன் வைக்கப்பட்ட இறுதி செய்யப்பட்ட முகப்புரையின் ஒவ்வொரு சொல்லும் அரசமைப்புப் பேரவையின் தாக்குதலுக்கு உள்ளாயிற்று. ஆனால், ஒரு விதி விலக்கு 'சகோதரத்துவம்' பிரிவுதான். 1948 பிப்ரவரியில் அறிமுகப்படுத்தப்பட்டு 1949 நவம்பர் 25 அன்று அம்பேத்கர் இறுதி உரை நிகழ்த்தும் வரையில் பேரவையின் மூன்று வாசிப்புகளைச் சந்தித்தது. அடுத்த நாள் அரசமைப்புச் சட்டம் வாக்கெடுப்புக்குப் பேரவையில் கொண்டு வரப்பட்டது. முதல் வாசிப்பின்போது, வரைவியல் கலந்தாய்வுக் கருத்துகள் சேர்க்கப்படவில்லை என்று அம்பேத்கர்மேல் குற்றம் சாட்டப்பட்டாலும் அவ்வப்போது பாராட்டும் இருந்தது. தக்கூர்தான் பார்கவா என்கிற கிழக்கு பஞ்சாப் உறுப்பினர் வரைவு செய்யப்படும் காலத்தில் எல்லாம் கடுமையான வாதங்களை எழுப்பியவர். அவர் 1948 நவம்பர் 6 அன்று பேசியது பாராட்டாக இருந்தது:

> அரசமைப்புச் சட்டத்தின் ஆன்மா முகப்புரையில் இருக்கிறது என்று நான் கருதுகிறேன். அதில் உடன் பிறப்புரிமை (சகோதரத்துவம்) என்கிற சொல்லைச் சேர்த்ததற்காக நான் என்னுடைய நன்றியை அம்பேத்கருக்கு

உரிமைப்படுத்துகிறேன். இந்தச் சொல்லை மொத்த அரசமைப்புச் சட்டத்திற்கும் ஒரு சோதனையாக எடுத்துக் கொள்ள விரும்புகிறேன். நீதி, தன்னுரிமை, சமத்துவம், சகோதரத்துவம் ஆகியவை நமது அரசமைப்புச் சட்டத்தில் இடம் பெறுகின்றன என்றால், இந்த இலட்சியம் அரசமைப்புச் சட்டம் முழுவதும் காணப்பட்டது என்றால், அரசமைப்புச் சட்டம் மிகச் சிறந்தது என்பேன். முகப்புரையிலுள்ள இந்த நான்கு சொற்களும் இல்லை என்றால், அரசமைப்புச் சட்டம் குறையுள்ளதாக ஆகும். நான் இந்தக் கோணத்திலிருந்து அரசமைப்புச் சட்டத்தை எடை போட விரும்புகிறேன்.[1]

காந்தியக் கோட்பாடுகளைச் சேர்க்க ஒரு சிறு முயற்சி கூட எடுக்காத வரைவுக் குழுவினைக் குறை கூறிய ஜே.பி. கிருபாளினியை இந்தப் பிரிவு உற்சாகமூட்டியது. குறிப்பாக, 'சகோதரத்துவம்' பிரிவில் அவர் ஒழுக்க நெறியை மேலெடுத்துச் செல்லும் ஆன்மிக உணர்வோடு அவர் படிக்க முடிந்ததால் தான் அவருக்கு ஆன்மிகத் திருப்தி.

நான் சகோதரத்துவம் என்கிற கோட்பாட்டுக்கு மீண்டும் வருகிறேன். இது மக்களாட்சியோடு இணைந்தது. சமயவாதிகள் சொல்வதுபோல நாமெல்லாம் ஒரு கடவுளின் மக்கள். ஆனால் உள்ளொளியாளர் சொல்வது போல நாமெல்லாரிடமும் ஒரே உயிர்தான் துடிக்கிறது. அல்லது திருவிவிலியம் சொல்வதுபோல 'நாம் இன்னொருவரில் ஒருவர்.' இது இல்லாமல் சகோதரத்துவம் இருக்க முடியாது. நாம் இங்கே கூறியிருப்பவை சட்டப்பூர்வமான, அரசியல் சட்டத்திற்கு உரிய, முறைசார் கொள்கைகள். ஆனால் ஒழுக்க நெறிகள் வாழப்பட வேண்டியவை. அவை தனி வாழ்க்கையிலும் பொது வாழ்க்கையிலும் வணிக வாழ்க்கையிலும், அரசியல் வாழ்க்கையிலும் நிர்வாகம் செய்வோர் வாழ்க்கையிலும் வாழப்பட வேண்டியவை. அவை எப்போதும் வாழப்பட வேண்டியவை. நமது அரசமைப்புச் சட்டம் வெற்றி பெற வேண்டுமென்றால் இவற்றை நாம் நினைவில் வைக்க வேண்டும்.[2]

அம்பேத்கருக்கு நன்றி

தக்கூர் தாஸ் பார்கவா முகப்புரையில் சகோதரத்துவம் என்கிற சொல்லைச் சேர்த்ததற்கு அம்பேத்கருக்கு நன்றி தெரிவித்தார் என்பதை இங்கே குறிப்பிட வேண்டும். அம்பேத்கர்தான் அந்தச் சொல்லை முகப்புரையில் சேர்த்தவர்.

1948 பிப்ரவரி 6 அன்று காலை தன்னுடைய சட்டைப் பையிலிருந்து எடுத்த முகப்புரையின் வரைவில் சகோதரத்துவம் என்கிற சொல் இடம் பெற்றிருந்தது. இதைப் பற்றி எந்த வரலாற்றாசிரியரும் குறிப்பிடவில்லை. ஏதோ ஆகாயத்திலிருந்து விழுந்ததுபோல அதைப் பூசி மெழுகுகிறார்கள்.

CWC-இன் வல்லுநர் குழுவின் 1946 அறிவிக்கை இது பற்றிக் குறிப்பிடவில்லை. நேருவின் நோக்கங்களின் தீர்மானத்தில் இது இல்லை. பி.என்.ராவின் அரசமைப்பு வரைவில் இது இல்லை. எந்த முக்கிய ஆவணத்திலும் சகோதரத்துவம் என்கிற பிரிவு இடம் பெறவில்லை. 1930 இந்திய தேசிய காங்கிரசின் முழு விடுதலை அறிவிக்கையிலும் இல்லை.

வெளியிலிருக்கும் வல்லுநர்கள், சிறுபான்மைக் கட்சியினர், போட்டியாளர்கள் ஆகியோர் தயாரித்த மாற்று அரசமைப்புச் சட்டங்களிலும் இச்சொல் இடம் பெறவில்லை. எடுத்துக்காட்டாக, 1946இல் ஸ்ரீமன் நாராயண் அகர்வாலால், எம்.கே. காந்தியின் முன்னுரையுடன் வெளியிடப்பட்ட The Gandhian Constitution of Free India-விலும் இடம்பெறவில்லை.[3] பிறகு எம்.என். ராயின் Constitution of Free India: A Draft ஜனநாயகக் கட்சியினால் 1944இல் வெளியிடப்பட்டது. மீண்டும், 1948 மார்ச் மாதத்தில் ஜெயப்பிரகாஷ் நாராயணின் முன்னுரையுடன் இந்திய சோசலிஸ்ட் கட்சி Draft Constitution of the Indian Republic என்கிற தலைப்பில் தனது சொந்த வரைவைத் தயாரித்தது.[4] தொழில்துறையைத் தேசியமயமாக்க எதிர்ப்பு தெரிவித்த சோசலிஸ்ட் கட்சி, 'பொருளாதார மற்றும் சமத்துவச் சிந்தனைகள்' இல்லையென அரசியலமைப்புச் சபையின் வரைவுக்குக் கண்டனம் தெரிவித்தது. ஆனால், சோஷலிசக் கட்சியின் வரைவு, பேரவையின் வரைவையே பின்பற்றி இருந்தது.[5] அதிலும் முகப்புரையில் அடிப்படை உரிமைகளும், அரசுக் கொள்கையின் வழக்காட்டுக் கோட்பாடுகளும்[6] இருந்தன. காந்தியவாதிகள்,

எம்.என்.ராய் முதலானோரும் 'சகோதரத்துவம்' என்கிற சொல்லைச் சேர்க்கவில்லை.[7]

இந்தச் சொல்லைச் சேர்த்ததை அரசமைப்புப் பேரவை உறுப்பினர்கள் அனைவரும் வரவேற்றார்கள். எனினும் வரைவுக் குழுவினர் இதனை வரைவில் சேர்க்கச் செய்வது அம்பேத்கருக்கு எளிதானதாக இல்லை. அதில் செய்யப்பட்ட மாற்றங்கள் இதனைக் காட்டுகின்றன.

> 1948 பிப்ரவரி 6 அன்று தரப்பட்ட பிரிவுகள் சாதி, கொள்கை வேறுபாடின்றி ஒவ்வொரு தனியாளின் மாண்புக்கும் உறுதி கூறும் சமத்துவம்.[8]

இது அம்பேத்கரின் சகோதரத்துவம் பற்றிய கருத்தை ஒட்டியது. 1930-களில் இக்கருத்தினை அவரது எழுத்துகளில் காணலாம். தனிமனித மாண்புக்கு உரியதாகச் சகோதரத்துவம் கூறப்படுகிறது. சாதி வேறுபாடுகளிலேயே இந்த மாண்பு இழிவடைகிறது. முதல் நாள் இதற்கு முன்னால் சொல்லப்படாத 'சகோதரத்துவம்' பிரிவு நுழைக்கப்பட்டது. இடது சாரிகளின் வகுப்பு முரண்பாடு அதில் இடம் பெறவில்லை. அவர்களுடைய விருப்பம் நிறைவேறவில்லை. அதேபோல வலதுசாரிகளின் தேசியம் என்ற கருத்துக்கு முக்கியத்துவம் தரப்படவில்லை.

அம்பேத்கரின் நடைமுறைத் தத்துவம்

எனினும் அவர்களது கருத்துகளும் அதில் சேர்க்கப்பட்டன. 1948 பிப்ரவரி 9 அன்று புதிய சகோதரத்துவப் பிரிவு சேர்க்கப்பட்டது. 'வகுப்பு', 'நாடு' ஆகியவையும் சேர்க்கப்பட்டன.

> தனிமனித மாண்பினையும், நாட்டின் ஒருமைப்பாட்டையும் உறுதி செய்ய, சாதி, வகுப்பு, (சமய) நம்பிக்கை ஆகியவற்றில் வேறுபாடற்ற சகோதரத்துவம்.[9]

இதனால், அம்பேத்கர் வரைவுக் குழு உறுப்பினர் அனைவரையும் இதனை ஏற்குமாறு செய்துவிட்டார். எல்லோரும் ஒருவரை ஒருவர் பாராட்டிக்கொண்டார்கள். அடுத்த நாள் வரைவுக் குழுவின் நோக்கங்களின் தீர்மானம் சொன்னதற்கு எதிராக முகப்புரை இருப்பதாகக் கருதினார்கள். எனவே முகப்புரைக்கு ஓர் அடிக்குறிப்பு சேர்க்க வேண்டுமென்று முடிவு செய்தார்கள்.

அடிக்குறிப்பு வரைவுக் குழு செய்த மற்ற மாற்றங்களையும் நியாயப்படுத்துவதற்காகத் தரப்பட்டது.

அடிக்குறிப்பு இவ்வாறு தொடங்கியது: முகப்புரையை வரைவு செய்யும்போது குழு நோக்கங்களின் தீர்மானத்தைப் பின்பற்றியிருக்கிறது.[10]

ஆனால் முழுவதையும் பின்பற்றவில்லை.

அடுத்து நடந்த கூட்டங்களில் அம்பேத்கர், பி.என்.ராவின் ஆதரவுடன் வெளிப்படையாக அனைத்தையும் விளக்குவது நல்லது என்று எண்ணினார்.[11] அவற்றில் என்ன நடந்தது என்று யாருக்கும் தெரியாது. ஆனால் பிப்ரவரி 11 முதல் 21-க்குள், சகோதரத்துவம் என்ற பிரிவு மீண்டும் மாற்றப்பட்டது. இறுதியாக 1948 பிப்ரவரி 21 அன்று நிறைவேற்றப்பட்ட வாசகம் 1950 ஜனவரி 26 அன்று ஏற்றுக்கொள்ளப்பட்டது.

தனியாளின் மாண்பையும், நாட்டின் ஒருமைப்பாட்டையும் உறுதி செய்யும் சகோதரத்துவம்.[12]

கூட்டங்களுக்கு என்.எம். ராவ் வரவில்லை. அம்பேத்கரும் வேறு இரு உறுப்பினர்களும் மட்டுமே வந்திருந்தார்கள். கூட்டக் குறிப்புகளில் முகப்புரை பற்றி ஒன்றும் குறிப்பிடப்படவில்லை. கறுப்புப் பெட்டியைக்[13] கண்டுபிடிக்கும் வரை மாற்றங்கள் பின்னர் ஏன் செய்யப்பட்டன என்பது தெரியாது.

வழக்கமான விளக்கத்தின்படி, வரைவுக் குழுவானது முகப்புரையை எளிமைப்படுத்த விரும்பியது. குறிப்பாகப் பின்னர் அரசமைப்புக் கூட்டத்திலேயே விரிவான விளக்கம் தரப்படும்போது, முகப்புரையில் விளக்கம் தேவையில்லை என்று கருதிற்று. ஆனால் அம்பேத்கரைப் பற்றி நாம் அறிந்தவற்றின் அடிப்படையில் பார்த்தால் அவர் நடைமுறைக்கு ஏற்றவாறு விட்டுக்கொடுத்திருக்கிறார்; யுத்தியையும் தத்துவத்தையும் பயன்படுத்தியிருக்கிறார் என்பது புரியும்.

தேவை முன்னரை விடவும் இப்போது அதிகம்

1947 ஆகஸ்ட் 30 அன்று வரைவுக் குழு கூடியது. 1948 பிப்ரவரி 21 அன்று அம்பேத்கர் தனது பணிகளை முடித்து அரசமைப்புப் பேரவைத் தலைவருக்கு முழுமையான வரைவை அனுப்பி

வைத்தார். அதில் வரைவுக் குழு பின்பற்றிய செயல் முறை, முடிவுகள், நோக்கங்கள் தீர்மானத்திலிருந்து மாறுபட்ட பகுதிகள் அதனை நியாயப்படுத்தும் விளக்கம் அடங்கிய ஒரு குறிப்பையும் இணைத்தார். அதில் ஒரு பகுதி:

> முகப்புரையில் இந்தக் குழு சகோதரத்துவம் என்ற ஒரு பிரிவையும் சேர்த்திருக்கிறது. அது நோக்கங்களின் தீர்மானத்தில் இடம் பெறவில்லை. இந்தியாவில் சகோதர ஒற்றுமையும், நல்லெண்ணமும் முன்னைப் போன்றதை விட அதிகம் தேவைப்படுகிறது என்றும், புதிய அரசமைப்புச் சட்டத்தின் இந்த நோக்கம் முகப்புரையில் சிறப்பிடம் தரப்பட்டு வலியுறுத்தப்பட வேண்டும் என்றும் குழு கருதியது.
>
> மற்றவற்றில் இந்தக் குழு முகப்புரையில் நோக்கங்களின் தீர்மானத்தினுடைய உட்பொருளையும் முடிந்த அளவுக்கு மொழி நடையையும் கொண்டிருக்க முயன்றிருக்கிறது.[14]

இது சரியான முடிவு. ‘சகோதரத்துவம்’ பற்றிய பிரிவு அரசமைப்பு பற்றிய பிரிவு. அரசமைப்புப் பேரவையால் எல்லாப் பிரிவினராலும் உற்சாகமுடன் வரவேற்கப்பட்டது. அது அம்பேத்கரின் குழந்தை. அவருடைய ஆளுமை, பேச்சுத் திறன், கூர்மையான நகையுணர்வு, பரந்த அறிவு ஆகியவற்றால் ஊட்டம் பெற்ற அவரது பங்களிப்பு மகத்தானது.

அரசமைப்புப் பேரவையின் தலைவருக்கு அம்பேத்கர் அனுப்பிய குறிப்பில் சகோதரத்துவ உடன்பாட்டு உணர்வு இப்போது முன் எப்போதையும் விட மிகத் தேவையென்று குறிப்பிட்டிருந்தார். அவர் பிரிவினையைக் குறித்தார் என்பது தெளிவு. அத்தோடு இன்னொன்றும் அவரது மனத்தில் இருந்தது. எங்கும் நிறைந்திருந்த பிரிவினை சக்தியான சாதி, பிராமணியம் பற்றியும், பிராமணிய ஆணாதிக்கம் பற்றியும் அம்பேத்கருடைய தாக்குதல், அரசமைப்புச் சட்டத்தில் இடம் பெற்றது. அத்தோடு இந்து குறியீட்டு வரைவு முன்மொழிவு இப்போது திரும்ப எழுதப்படுகிறது. ஏனென்றால் அம்பேத்கர் விரைவில் *Revolution and Counter - Revolution in Ancient India*-வில் எழுதியது போல, பிராமணியமே பிரித்தாளும் சக்தியாக இருந்தது.

சூத்திரர்களுக்குக் கல்வியை மறுத்ததின் மூலமும் சத்திரியர்களை இராணுவத்திற்குள் நுழைத்ததன் மூலமும், வைசியர்களை வணிகத்திற்கு அனுப்பியதன் மூலமும், கல்வியை அவர்களுக்கு மட்டுமே வைத்துக் கொண்டதன் மூலமும், பிராமணர்கள் மட்டுமே கல்வி கற்ற வகுப்பினராக ஆக முடிந்தது. அதனால் அவர்கள் மொத்தச் சமுதாயத்தையும், தவறாக வழி நடத்த முடிந்தது. வருணத்தைச் சாதியாக மாற்றியதன் மூலம், பிறப்பு ஒன்றே ஒரு மனிதனை அளவிடும் இறுதி மதிப்பீடு என்று அறிவித்தார்கள். இதனால் சாதியும், படிநிலைப்புள்ள சமமின்மையும் ஒற்றுமைக் குலைவையும் பகைமையையும் ஏற்படுத்தின.[15]

படிநிலைகளுள்ள சமமின்மையின் ஆயிரம் ஆண்டுகளாக இருந்து வரும் அவமானத்திற்குரிய சமூகச் சட்டத்தின் மேல், புதிதாகப் பிறக்கும் அரசமைப்புச் சட்டத்தின் வழியாக, புரட்சிகரமான சமுத்துவத் தாக்குதலும் சாதியை வேரறுக்கும் நீண்ட பயணமும் வன்முறையின்றி, இரத்தம் சிந்தாமல், அவலங்களைச் சந்திக்காமல் நிறைவேற முடியாது. எனவே தான் சகோதரத்துவம் ஒற்றுமையும் நல்லெண்ணமும் இந்தியாவில் முன்னெப்போதையும் விட இப்போது அதிகம் தேவைப்படுகிறது.

அம்பேத்கரின் சிந்தனையில் சகோதரத்துவம்

'இப்போதுதான், 1948 பிப்ரவரி 21 அன்றுதான் அவர் முதன் முறையாகச் சகோதரத்துவம் பற்றிப் பேசுகிறார் என்றில்லை. மற்ற ஆவணங்கள் எல்லாம் 'சகோதரத்துவம்' என்ற கருத்தியலைப் பற்றி மௌனமாக இருந்தபோது, அம்பேத்கர் தனது எழுத்துகளிலும், உரைகளிலும் அதனை வளர்த்து வந்தார்.

சகோதரத்துவம் என்ற கருத்தியல் அம்பேத்கரின் எண்ணத்தில் மேலோங்கி இருந்தது. வரைவுக் குழுக் கூட்டங்களிலும், பேரவை விவாதங்களிலும் அவர் அது பற்றிப் பேசினார். 1936இல் *Annihilation of caste*[16] என்ற நூலிலும், *Philosophy of Hinduism*[17], *The Hindu Social order*[18] முதலான கட்டுரைகளிலும் அதனைக் குறிப்பிட்டிருக்கிறார். மேலும், *Riddles in Hinduism* நூலிலும் அது காணப்படுகிறது. வானொலி நிலைய நேர்காணலிலும் (1954) புத்தரும் காரல் மார்க்சும், உரையிலும்[19] இது பற்றிய குறிப்புகள் இருந்தன, கடைசியாக அவருடைய மறைவுக்குப் பிறகு

வெளியான *The Buddha and His Dhamma*-விலும் சகோதரத்துவம் பற்றிய குறிப்பு இருக்கின்றது.[20]

இவ்வாறு ஏறத்தாழ 20 ஆண்டுகளாகச் சகோதரத்துவம் என்ற சொல்லை அம்பேத்கர் பல சூழல்களில் பயன்படுத்தி வந்திருக்கிறார். எனவே அவரது வரையறை என்ன என்பதை அறுதியிட்டுச் சொல்ல முடியவில்லை. அதற்கு இணையான சொற்களால் அவர் அதனை விளக்கும்போது அதன் பொருளே மாறுவது போலத் தோன்றுகிறது. எனினும், அக்கருத்தியலில் அவரிடம் வளர்ந்த பரந்த அமைப்பு முறையைக் கண்டுபிடிக்க முடியும். அம்பேத்கர் முதலில் சகோதரத்துவத்தை ஓர் அரசியல் கருத்தியலாக, ஃபிரெஞ்ச் புரட்சியிலிருந்து பெற்றார். அதற்கென்று சமுதாய முக்கியத்துவம் இருந்தது. இது இந்து சமுதாயத்தில் இல்லை, இப்பார்வை முகப்புரைக்கு முன்னால் இருந்தது. முகப்புரைக்குப் பின்னால், இந்து சமுதாயத்தில் இல்லாத கருத்து புத்த சமயத்தின் மையப் போதனைகளாக் இருந்தது என்று கண்டார். ‘மெட்டா’ என்பதே அது (பாலி மொழியில் மெட்டா, வடமொழியில் மைத்ரி) இவ்வாறு அவருடைய இன-ஆன்மிகக் கருத்தியல் உள்நாட்டுக்கே உரியது என்று கண்டார். எனவே அதனை சமூகக் காரணங்களுக்காகப் பயன்படுத்தத் தொடங்கினார். இவ்வளர்ச்சியில் முகப்புரை ஒரு மையப் புள்ளியாக இருந்தது. இது முக்கியமானது. ஏனென்றால் ‘சகோதரத்துவம்’ என்ற கருத்தியல் தொடர்ந்து பரிணாம வளர்ச்சி பெற்று வந்தது. சமுதாயம், அரசியல், சட்டம் ஆகியவற்றிற்கு அம்பேத்கரின் பல துறை அணுகுமுறையின் முழு வீச்சையும் அது ஒன்றாக இணைத்து, இயைபுடையதாக ஆக்கிற்று.

சகோதரத்துவம் என்ற சொல்லின் பகுப்பு

பல அறிஞர்கள் அம்பேத்கரின் பேச்சுகள், எழுத்துகளிலிருந்து சகோதரத்துவம் (மெட்டா) பற்றிய விளக்கத்தைக் காண முயன்றிருக்கிறார்கள். பிரதிப் கோகலே சகோதரத்துவம், மெட்டா, தனியுரிமை, சமத்துவம் ஆகியன அம்பேத்கரின் நூல்களில் எவ்வாறு பயன்படுத்தப்படுகின்றன என்று ஆய்வு செய்தார். அம்பேத்கரின் அரசியல் சிந்தனைக்குரிய பொருளைக் காண முயன்றார்.

தனியுரிமை, சமத்துவம், சகோதரத்துவம் ஆகியவை பற்றி[21] அம்பேத்கரிடம் முதலில் காணப்படுவது Annihilation of Caste என்கிற நூலில்தான். அவற்றை அம்பேத்கர் ஓர் இலட்சிய சமுதாயத்தின் அடிப்படை என்றார். இச்சூழலில் அவர் புத்த சமயம் பற்றிக் குறிப்பிடவில்லை. அவர் ஃபிரெஞ்ச் புரட்சியையே எடுத்துக்காட்டினார். அப்போது ஃபிரெஞ்ச் புரட்சிக் கொள்கைகளைப் பற்றியே அவர் பேசினார். பின்னரும் கூட அவர் தனது கட்டுரையில் இக்கொள்கையை ஃபிரெஞ்ச் புரட்சியின் அடிப்படையிலேயே பயன்படுத்தினார். அப்போது கூட புத்த சமயத்தில் அதன் மூலம் இருக்கிறது எனக் குறிப்பிடவில்லை.

ஆனால் 1954இல் அவருடைய வானொலி நேர்காணலில், தன்னுடைய கண்ணோட்டத்தை மாற்றிக்கொண்டார் என்று தெரிகிறது.

என்னுடைய சமுதாயத் தத்துவம் மூன்று சொற்களில் அடங்கியுள்ளது. தனியுரிமை, சமத்துவம், சகோதரத்துவம். என்னுடைய தத்துவத்தை ஃபிரெஞ்ச் புரட்சியிலிருந்து கடன் வாங்கினேன் எனச் சொல்ல வேண்டும் என்று இல்லை. என்னுடைய தத்துவத்தின் வேர் புத்த சமயத்தில் இருக்கிறது, அரசியல் அறிவியலில் இல்லை. என்னுடைய பேராசான் புத்தரின் போதனைகளிலிருந்து பெற்றவை.[22]

அம்பேத்கர் தன்னுடைய தத்துவங்கள் புத்தரின் போதனைகளிலிருந்து எடுக்கப்பட்டன என்று கூறுவதை அப்படியே எடுத்துக்கொள்ளக் கூடாது என்று கோகலே சொல்கிறார். இதனைப் புத்த சமயத்தை அவர் தழுவும் சூழலில் பார்க்க வேண்டும் என்று கூறும் கோகலே முதலில் இந்த சமூக அரசியல் கொள்கைகளைப் ஃபிரெஞ்ச் புரட்சியிலிருந்து அவர் எடுத்துக்கொண்டாலும் பின்னர் அவற்றை ஒழுக்க நெறி - சமயக் கோட்பாடுகளின் அடிப்படையில் மறு விளக்கம் காண்கிறார் என்று விளக்குகிறார். அம்பேத்கர் தனது வாழ்க்கையின் இறுதிக் கட்டத்தில் புத்த மதம்தான் இலட்சிய மதம் என்கிற முடிவுக்கு வந்தபோது இந்த மூன்று கொள்கைகள் புத்தரின் தம்மாவில் வேரூன்றி இருந்தன என்று மறு விளக்கம் பெறுகிறார்.

கோகலேவின் விளக்கத்திலிருந்து நமக்கு ஒரு முக்கியமான படிப்பினை கிடைக்கிறது: நம் அம்பேத்கரின் சிந்தனை

வளர்ந்துகொண்டே இருந்தது. தேங்கி நின்றுவிடவில்லை என்பதையும் காட்டுகிறது. அவருடைய கருத்துகள் புதிய செய்தி, புதிய சிந்தனை, புதிய கண்டுபிடிப்பு, நிகழ்வுகள் ஆகியவற்றின் அடிப்படையில் பரிணாம வளர்ச்சி பெற்றன. அவர் ஜான் டியூவிடம் கற்ற நடைமுறைவாதத்தின் விழுமியங்களில் இதுவும் ஒன்று.

டியூவியின் நடைமுறை வாதத்தின் (Pragmatism) தாக்கம்

டியூவியின் சொற்களும், கருத்துகளும் அம்பேத்கரின் *Annihilation of Caste* நூலில் விரவிக் காணப்படுகின்றன. சகோதரத்துவம் குறித்து விரிவாக இந்த நூலில்தான் முதலில் பேசுகிறார்.[23]

> *சாதியினால் ஏற்பட்ட தீய விளைவுகள் பற்றி நான் கூறி வருவதைக் கேட்டுச் சலிப்படைந்திருப்பீர்கள். அது பற்றிப் புத்திதாகச் சொல்ல ஒன்றுமில்லை. அந்தச் சிக்கல் பற்றிச் செய்யக் கூடியவை என்னவென்று சொல்கிறேன். சாதி வேண்டாமென்றால் உங்களுடைய இலட்சிய சமுதாயம் எப்படி இருக்கும்? என்னைக் கேட்டால் அந்தச் சமூகம் தன்னுரிமை, சமத்துவம், சகோதரத்துவம் ஆகியவற்றை அடிப்படையாகக் கொண்டதாக இருக்கும். ஏன் இருக்கக் கூடாது? சகோதரத்துவத்துக்கு என்ன எதிர்ப்பு இருக்க முடியும்? என்னால் எதையும் கற்பனை செய்து கூடப் பார்க்க முடியவில்லை. ஓர் இலட்சியச் சமுதாயம் இயங்கக் கூடியதாக இருக்கும். ஒரு பகுதியில் நடப்பதை இன்னொரு பகுதிக்கு எடுத்துச் செல்லும் பாதைகள் இருக்கும். ஓர் இலட்சியச் சமுதாயத்தில் பரிமாறிக் கொள்ளக் கூடிய, பகிர்ந்துகொள்ளக் கூடிய பல விஷயங்கள் இருக்கும்; வேறு அமைப்புகளுடன் தொடர்பு கொள்ளக்கூடிய வாய்ப்பு இருக்கும். அதாவது சமூகச் செய்தி ஊடுருவல் இருக்கும். இந்தச் சகோதரத்துவம் என்பது மக்களாட்சிக்கு இன்னொரு பெயர். மக்களாட்சி என்பது அரசாட்சிக்குரியது மட்டுமல்ல. இவ்வகைப்பட்ட வாழ்வின் முறை, பரிமாற்றம் செய்யப்பட்ட அனுபவத்தின் சேர்மம். அடிப்படையிலும், பிற மனிதர் மேல் மரியாதையும், பக்தியும் கொண்ட மனப்போக்கு.*[24]

இப்பகுதியில் நிறைய கருத்துகள் காணப்படுகின்றன. அவற்றில் ஒன்று சகோதரத்துவம் பற்றியது. அவர் சகோதரத்துவம் -

உடன் பிறப்புரிமை - என்பதை ‘மக்களாட்சியின் இன்னொரு பெயர்’ என்று கூறுகிறார். இது அவர் நீதி பற்றிச் சொன்ன கருத்தின் எதிரொலி. அதனை அவர் ‘தன்னுரிமை, சமத்துவம், சகோதரத்துவம் ஆகியவற்றின் மறு பெயர்’ என்றே அழைத்தார்.[25] அரசியல், சமுதாயம், நீதி ஆகியவை எவ்வாறு தொடர்புடையவை என்பது பற்றி ஒரு புதுக் கருத்தை அவர் கொண்டிருந்தார். அதே சமயம் பொருளாதாரம், ஒழுக்க நெறி, ஆன்மிகம் பற்றிய கருத்தும் சேரும். அவர் சித்தாந்த அளவில் இரு முனைப் போராட்டம் நடத்தினார். ஒரு புறம் புத்த சமயத்தைக்கொண்டு இந்துப் பழமைவாதத்தை எதிர்த்தார். இன்னொரு புறம் புத்த சமயத்தைக்கொண்டு இந்திய மார்க்சியவாதிகளை எதிர்த்தார்.

அவரைப் பொறுத்தவரையில் இந்த இரண்டு குறையுள்ள சித்தாந்தங்களுமே நீதிக்கும், மக்களாட்சிக்கும் எதிரான ஆபத்துகள். இடதுசாரிகள் அரசியல் விடுதலையைப் பொருளாதார விடுதலைக்காகத் தியாகம் செய்தார்கள். இதனால் சர்வாதிகாரம் என்னும் ஆபத்து தலைக்கு மேல் தொங்கிக் கொண்டிருந்தது. வலதுசாரிகள் அரசியல் விடுதலைக்காக, சமூகச் சமத்துவமின்மை தொடர வழிவகுத்தார்கள். அம்பேத்கர் தனது வாழ்நாள் முழுவதும் இந்தத் தவறான மாற்றங்களை எதிர்த்துப் போராடடி வந்திருக்கிறார். அவர் எவ்வாறு நீதியுடன் வாழ்ந்தார் என்பது இதனை விளக்கும். அவர் மக்களாட்சிக் கருத்தியலுக்காக இடைவிடாது உழைத்தார். அவர் நீதியின் கொள்கைகளுக்காக வாழ்ந்தார். இந்த அகவயம் சார்ந்த இலட்சியம் புறவயமானதாக, அரசியல், பொருளாதார, சமூகச் செயல்பாடாக மாற வேண்டும். இதனை மக்களாட்சிக்குரிய அரசமைப்புச் சட்டத்தால் சாத்தியமாக்க முடியும். அது தன்னுரிமையும் சமத்துவமும் ஒரே அளவில் இருக்க உறுதி செய்யும் என்பது அம்பேத்கரின் நம்பிக்கை.

எனவே அதிகார மேலாண்மையுள்ள ஒரு விடுதலைக்கு மாற்றம் காண அம்பேத்கர் விரும்பினார். இந்த விடுதலை எல்லோரையும் உள்ளடக்காத தன்னாட்சி என்று அவர் கண்டார். இந்தக் கருத்தியல் பிரிட்டிஷாருடைய வெளிநாட்டு ஆதிக்கத்திலிருந்து விடுதலை பெறுவதையே குறித்தது. ஆனால் அதே சமயம் உள்நாட்டில் அடிமைத் தளையில் கட்டுகிறது; இந்துப் பெரும்பான்மை உள் ஆதிக்கத்திற்கு உட்படுத்தப்பட்டு தலித் - பகுஜன், சிறுபான்மைச் சமூகங்கள் ஆகியவற்றை

அடிமைப்படுத்த உரிமை தருகிறது. பிராமணியம் இலக்கியம், தத்துவம் மூலமாகப் பல்லாயிரம் ஆண்டுகளாகப் பரவி வந்திருக்கிறது.

எனவே சமத்துவமின்மை பற்றிய சித்தாந்தம் சார்ந்த இடது சாரிகளின் கருத்துகளுக்கு அம்பேத்கர் மாற்று வழி காண வேண்டிய அவசியம் ஏற்பட்டது. இடது சாரிகளுக்கு வகுப்பு வர்க்கப் போராட்டம் முக்கியம். ஆனால் அம்பேத்கருக்கு வகுப்பு இல்லை. சாதி முரண்தான் தொடக்க காலத்திலிருந்து இந்தியாவின் சமத்துவமின்மைக்கு வித்திட்டு வரலாறு நெடுகிலும் இருந்து வந்திருக்கிற ஒன்று. இச்சமத்துவமின்மை படிநிலை உடையது. எனவே இடது சாரி சித்தாந்தத்தின் புரட்சிப் போராட்டத்திற்கு உட்படாதது.

சகோதரத்துவம் என்பது நல்லெண்ணம்

எனவே இந்திய மண்ணில் பல எதிர் நிலைகள் உள்ளன. தேசிய இயக்கம் சொன்ன தவறான அல்லது முழுமையற்ற தன்னுரிமை, இடதுசாரிகள் சமத்துவமின்மைக்குச் சொன்ன தவறான காரணங்களும், சிகிச்சைகளும் பயன் தராதவை.

எனவே ஒரே வழி சகோதரத்துவத்தை முன் வைத்தல்தான். இது 'மெட்டா' சொல்லும் வழியினாலேயே சாத்தியம். 'மெட்டா' என்று கூடச் சொல்ல முடியாது. ஆனால் அம்பேத்கர் 1956 உரையில் சொன்னதுபோல, அன்பு, நீதி, நல்லெண்ணம் ஆகியவை கொண்ட 'மெட்டா' தான் வழி. நல்லெண்ணம் என்று அம்பேத்கர் பயன்படுத்திய சொல் முக்கியமானது. இதுதான் அவர் முகப்புரையில் சகோதரத்துவத்தைச் சேர்த்ததற்கான முக்கியக் காரணம். 1951இல் நல்லெண்ணத்தோடு அன்பும் சேர்க்கப்பட்டது.

ஆனால் அம்பேத்கரைப் பொறுத்தவரையில் அன்பு மட்டுமே போதுமானதில்லை. அது தேவையானது, ஆனால் போதுமான நிபந்தனை இல்லை. அதில் நீதியையும், தன்னுரிமையையும், சமத்துவத்தையும், மாண்பினையும் நாட்டையும் சேர்க்க வேண்டும். அவை நிறுவன மையமாக ஆக்கப்பட வேண்டும். அன்பு (மெட்டா சொல்லும் சகோதரத்துவம்) தான் இந்த நிறுவனங்கள் மக்களாட்சித் தத்துவத்தில் செயல்பட

அனுமதிக்கிறது. அம்பேத்கர் முகப்புரையில் சகோதரத்துவத்தை ஏன் சேர்த்தார் என்பதை விளக்குகிறது.

ஆனால், அது விளக்கத்தின் ஒரு பகுதிதான்.

ஒப்பிடப்பட முடியாத சிக்கல்

தனியுரிமை, சமத்துவம் போன்ற மக்களாட்சிக் கொள்கைகளைப் பற்றிக் கூறுகிற கருத்தியல்களின் வேறுபாடுகளை அம்பேத்கரை மட்டுமல்லாது பல அறிஞர்களையும் குழப்பத்தில் ஆழ்த்தின. மேலை நாட்டு அரசியல் தத்துவத்தின் முழு வரலாறும் இதனை ஆராய்ந்தது. பல அறிஞர்கள் பல தீர்வுகளைத் தந்தார்கள்.

விடுதலையையும் சமத்துவத்தையும் இணைக்கும்போது பல சிக்கல்கள் எழுகின்றன. ஒன்று அதிகமானால் இன்னொன்று குறைகிறது. ஆனால் இரண்டுமே சம அளவில் இருப்பது அவசியமாகிறது. தன்னுரிமை கோருபவர்கள் என்ன வந்தாலும் சுதந்திரத்தை விட்டுக்கொடுக்க மறுப்பார்கள். ஆனால் சமத்துவத்திற்கு முக்கியத்துவம் கொடுப்பவர்கள் அதை விட்டுக்கொடுக்க மாட்டார்கள். ஆனால், இவ்விரண்டில் ஒன்று வளர வேண்டுமென்றால் மற்றது கைவிடப்படும். பதினோறாம் நூற்றாண்டுச் சிந்தனையாளர் தாமஸ் ஹாப்ஸ் லெவியாத்தன்[26] என்ற நூலைக் கொடுத்தார். அவர் இந்த இரண்டு கோட்பாடுகளையும் கட்டுப்படுத்த வலிமையுள்ள அரசால் முடியும் என்றார். லெவியாத்தன் போன்ற வலிமை மிக்க அரக்கனைக் கொண்டு இம்முரண்பாட்டை அடக்க வேண்டும். இது ஆளப்படுபவர்களுக்கு வெளியிலிருந்து வரும் தீர்வு. ஆனால் உள்ளே இருந்து வரும் தீர்வில் குடிமக்களே பொறுப்பை ஏற்பார்கள். இது இரண்டு வகைப்படும். ஒன்று மனவெழுச்சி சார்ந்தது. இன்னொன்று பகுத்தறிவு சார்ந்தது.

ஆடம் ஸ்மித்தும் டேவிட் ஹியூமும் ஒழுக்க நெறி உணர்வுகளை முன் வைத்தார்கள். தனியுரிமை, சமத்துவம் போன்ற போட்டி போடும் சமூக, பொருளாதார, அரசியல் தேவைகளுக்குச் சமரசத் தீர்வு காண முடியும் என்றார்கள். இது உணர்ச்சி சார்ந்தது. ஜெர்மன் தத்துவ ஞானியான எமானுவல் கான்டும், ஹெகலும் ஒப்பிட முடியாத தன்மையுடைய தனியுரிமையையும் சமாதானத்தையும், மனிதரின் பகுத்தறிவு வாதத்தைக் கொண்டு தீர்க்க முயன்றார்கள்.

ஜான் ராவ்ஸ் சொன்ன தீர்வு

இருபதாம் நூற்றாண்டின் புகழ்மிக்க அரசியல் கோட்பாட்டாளர் ஜான் ராவ்ஸ் இந்த இரண்டு மரபுகளையும் (மனவெழுச்சி, பகுத்தறிவு) எப்படிச் சமரசத்திற்கு உட்படுத்துவது என்று சிந்தித்தார். மேற்கத்திய நாடாளுமன்ற மக்களாட்சியின் இந்தக் கோட்பாடுகளுக்கு அவர் தந்த தீர்வு இந்த இரண்டையும் ஒன்றிணைக்கும் முறையாகும். மனிதத் தன்மையில் அடங்கியிருக்கும் இரு பண்புகளில் ஒன்று பகுத்தறிவுக்கு உட்பட்டிருக்கிறது (அறிதிறன்). இன்னொன்று தர்க்கவாதத்திற்கு ஏற்புடையது (உணர்ச்சி சம்பந்தப்பட்ட சமூக ஒத்துழைப்பும் நீதியும்). மனிதத் தன்மையில் உள்ளுறையும் இரண்டு குணங்களும் சிறந்து விளங்கச் செய்வதே நாடாளுமன்ற மக்களாட்சி. அதன் தேவையான நிறுவனங்களை இயைபாக நடக்கச் செய்வது அதன் கடமை. இதில் நீதியை அகவயப்படுத்தக் கூடாது. உலகில் நடைமுறையிலிருப்பவையாகக் கருத வேண்டும். அந்த நீதி ‘தனி மனிதரின் மாண்பையும், நாட்டின் ஒருமைப்பாட்டையும் உறுதி செய்யும். (அம்பேத்கர்)

இவ்வாறு ராவ்சின் கருத்தோடு அம்பேத்கரின் சொற்றொடரைப் பயன்படுத்துவதற்குக் காரணம், அரசியல் வரலாற்றறிஞரோ கோட்பாட்டாளர்களோ இவற்றைக் கண்டு கொள்வதில்லை. 1956இல் அமெரிக்க அரசியல் தத்துவஞானி அரசியல் கோட்பாட்டில் இந்தக் கருத்தியல் பற்றிச் சிந்தித்ததைத் தான் அதே ஆண்டு இந்தியாவின் முகப்புரையில் சகோதரத்துவத்தைச் சேர்த்து அம்பேத்கர் முன் வைத்தார்.

ஒரு வேறுபாடு - ராவ்ஸின் கருத்தியல் கல்விப்புலம்சார் அறிஞரின் மீளாய்விற்கு உட்படுத்தப்பட்டது. ஆனால் அம்பேத்கரின் செயல்பாடு, சமூக, அரசியல், வரலாற்றால் எடை போடப்படுகிறது.

எப்படியிருப்பினும், மேலை நாட்டு நாடாளுமன்ற மக்களாட்சியின் அரசியல் நிறுவனங்களை இந்தியா சுவீகரித்துக் கொண்டபோது, அதன் அடிப்படைக் கொள்கைகளைத் தாக்கும் ஒப்பிடும் சிக்கல்களையும் எடுத்துக்கொண்டது. இந்தச் சிக்கலை எதிர்கொள்ள அம்பேத்கர் சகோதரத்துவம் என்ற கோட்பாட்டைக் கையிலெடுத்தார். அவருடைய பல நூல்களிலும் கட்டுரைகளிலும் இதனைக் காணலாம். அவற்றில்

சமத்துவத்தையும், தன்னுரிமையையும் காக்கும் அடிப்படைக் கொள்கையாகச் சகோதரத்துவத்தைக் காட்டுகிறார்.

சகோதரத்துவம் இல்லாவிட்டால், தனியுரிமை சமத்துவத்தை அழித்துவிடும். சமத்துவம் தனியுரிமையை அழித்துவிடும். மக்களாட்சியின் தனியுரிமை சமத்துவத்தை அழிக்காமல், சமத்துவம் தனியுரிமையை அழிக்காமல் இருக்கிறதென்றால் இரண்டின் அடித்தளமாகச் சகோதரத்துவம் இருக்கிறது. எனவே சகோதரத்துவமே மக்களாட்சியின் ஆணி வேர்.[27]

இதுவரையில் கருத்தியல் சார்ந்த ஒப்பீட்டில் மக்களாட்சிக் கொள்கைகளைச் சமரசப்படுத்தும் சிக்கலைப் பற்றிப் பார்த்தோம். அறிவுசார் விவாதம் இது. நடைமுறைச் சிக்கல்கள் எவை? கருத்தியல் தொடர்பான சிக்கல்களைத் தீர்ப்பது எளிதென்று அம்பேத்கருக்குத் தெரியும். ஆனால் நிறுவனம் சார்ந்த சிக்கல் கடினமானது. மனிதர்களைச் சமரசப்படுத்தி ஒருமனத்தோடு இயங்கச் செய்வது எளிதல்ல. ஒப்பீடு செய்யும் பிரச்சினை ஒரு தளத்தில்தான் இருந்தது. ஆனால் நடைமுறைச் சிக்கல் இரண்டு தளங்களில் இயங்கியது என்பதை அம்பேத்கர் சிறிது சிறிதாகப் புரிந்துகொண்டார்.

இந்தப் புரிதல் மெதுவாக ஆனால், உறுதியாக ஒரு திருப்பு முனையில் ஏற்பட்டது.

திருப்பு முனை

இது நடந்த நாள் 1946 பிப்ரவரி 6 என்று குறிப்பிடலாம். அன்றுதான் முகப்புரை வெளியிடப்பட்டது. 1952 செப்டம்பர் 27 வரையில் அது தொடர்ந்தது. அன்று அம்பேத்கர் சட்ட அமைச்சர் என்கிற முறையில் நாடாளுமன்றத்தில் தனது பதவி விலகலுக்கான நீண்ட விளக்கத்தைத் தெளிவாக அளித்தார். இந்தக் காலகட்டத்தில்தான் அம்பேத்கர் 1948 நவம்பர் 4 அன்று அரசியல் சட்டப் பேரவைத் தீர்மானத்தைக் கொண்டு வந்தார். அதன்படி அரசமைப்புச் சட்டத்தின் முதல் வாசிப்பு 1949 நவம்பர் 25 அன்று தொடங்கிற்று. அதன் பிறகு மூன்றாம் வாசிப்பின் முடிவில் அம்பேத்கர் உரை நிகழ்த்தினார். இறுதி வாக்கெடுப்பு அடுத்த நாள் நிகழ்ந்தது. அதில் அரசமைப்புச் சட்டம் ஏற்றுக்கொள்ளப்பட்டது.

இந்த இரண்டு வரலாற்று முக்கியத்துவம் வாய்ந்த உரைகளும் அவருடைய பேச்சாற்றலை வெளிப்படுத்தின. பின்னாளில் 1963இல் மார்ட்டின் லூத்தர் கிங் நிகழ்த்திய 'எனக்கு ஒரு கனவு உண்டு' என்ற உரையை நினைவுபடுத்துபவை. அந்த உரைகள் ஒவ்வொரு ஜனவரி 26 அன்றும் பொதுமக்கள் முன்னர் வாசிக்கப்பட வேண்டியவை. அமெரிக்காவில் இனச் சமத்துவம் இன்றும் கனவாகவே இருப்பது போல, இங்கும் உண்மையான சமத்துவம் ஏற்படவில்லை. நிறுவனங்களுக்கு இடையேயான முரண்பாடுகள் பற்றி அம்பேத்கர் பலமுறை எச்சரிக்கை விடுத்திருக்கிறார்.

இந்த முரண்பாடுகளை இந்தியர்களாகிய நாம் களையாவிட்டால், நமது அரசமைப்புச் சட்டத்தின் பெருமையைப் பற்றி நாம் வெட்டிப் பேச்சு பேசிக்கொண்டிருக்க வேண்டியதுதான். முகப்புரையில் சொல்லப்படும் கொள்கைகள் இன்னும் நிறைவேறாத ஆசைகளாகவே இருக்கும். இந்த வேட்கைகள் நிறைவேற வேண்டுமென்றால், அரசு அலுவலர்களும், அரசுப் பிரதிநிதிகளும், அரசமைப்புச் சார்ந்த ஒழுக்க நெறியைச் செயல்படுத்த வேண்டும். எல்லாக் குடிமக்களும் பொதுவான மனச் சான்றைக் கொண்டிருக்க வேண்டும்.

அரசமைப்பு ஒழுக்க நெறி (Constitutiional Morality)

1948 நவம்பர் 4 அன்று அம்பேத்கர் வரைவுக் குழுவின் புது வரைவு அரசமைப்புச் சட்டத்தை அறிமுகப்படுத்தினார். அதில் அவர் 'அரசமைப்பு ஒழுக்க நெறி'யின் அவசியத்தை வலியுறுத்தினார்:

ஒரு மக்களாட்சி அரசமைப்புச் சட்டம் அமைதியாகச் செயல்பட வேண்டுமென்றால், அரசமைப்பு ஒழுக்க நெறி எங்கும் பரவ வேண்டும் என்பதை எல்லோரும் உணர்கிறார்கள். ஆனால் அதனோடு தொடர்புடைய இரண்டு விஷயங்களைப் பொதுவாக யாரும் கண்டுகொள்வதில்லை. நிர்வாக அமைப்பு அரசமைப்பு அமைப்போடு நெருங்கிய தொடர்புடையது. நிர்வாக அமைப்பு, அரசமைப்புச் சட்டத்தின் அமைவுக்குப் பொருத்தமாக இருக்க வேண்டும், இது ஒன்று. இன்னொன்று அரசமைப்புச் சட்டத்தின் அமைப்பை மாற்றாமலேயே நிர்வாக அமைப்பு அரசமைப்புச் சட்டத்தின் உண்மைக்கு

எதிராகச் செயல்பட்டு அரசமைப்புச் சட்டத்தையே கெடுத்து விட முடியும். குரோட் (Grote) என்ற வரலாற்று அறிஞர் சொல்வது போல, மக்கள் அரசமைப்பு ஒழுக்க நெறியில் ஊறிப் போயிருந்தால்தான் அரசமைப்புச் சட்டம் நிர்வாகத்தின் விபரங்களைக் குறிக்காமல், அராசாங்கம் அவற்றைச் செய்யட்டும் என்று விட்டுவிட முடியும். அப்படிப்பட்ட ஒழுக்க நெறி பரவி இருக்கிறது என்று நாம் அனுமதிக்க முடியுமா? அரசமைப்பு ஒழுக்க நெறி என்பது இயற்கையான உணர்வல்ல. அது வளர்க்கப்பட வேண்டிய ஒன்று. நமது மக்கள் அதை இன்னும் கற்றுக் கொள்ளவில்லை என்பதை ஏற்றுக்கொள்ள வேண்டும். இந்தியாவில் மக்களாட்சி என்பது இந்திய மண்ணில் ஒரு மேல் அலங்காரம்தான்; அடிப்படையிலேயே மக்களாட்சிக்கு எதிரானது.[28]

அம்பேத்கரின் அரசமைப்புச் சட்ட ஒழுக்க நெறி என்ற கருத்து நாம் தேட வேண்டிய ஒன்று என அனைவரும் கருதுகிறார்கள். ஆனால் அப்படி அம்பேத்கர் கூறவில்லை. தனி மனிதருக்கும், மக்களாட்சி நிறுவனத்திற்கும் இடையே இருக்கும் ஒரு தளத்தை அம்பேத்கர் கண்டுபிடித்தார். இது சட்டப் பேரவைகள் முதல் நீதித்துறை வரையில் கொண்டு வரப்பட வேண்டிய ஒன்று. அரசமைப்பு ஒழுக்க நெறி என்பது அரசு அலுவலர்களுக்கும், பணியாளர்களுக்கும் விடப்படுகின்ற அழைப்பு. அவர்களது இந்தியச் சமூக வாழ்க்கை தந்த விழுமியங்களையும், கொள்கைகளையும் தாண்டிச் சென்று முகப்புரையில் சொல்லப்பட்ட விழுமியங்களையும் கொள்கைகளையும் ஏற்றுக் கொள்ள வேண்டும்.

அம்பேத்கரின் அரசமைப்பு ஒழுக்க நெறி என்பது தத்துவ ஞானி ஜான் ரால்ஸ் குறிப்பிட்ட 'பொதுப் பகுத்தறிவு'[29] ஆகும்.

பொதுமக்களின் மனச் சான்று (public conscience)

அரசு அலுவலர்களல்லாத நம்மைப் போன்றவர்களுக்கு இது எப்படிப் பொருந்தும்? அம்பேத்கர் சகோதரத்துவம் பற்றி *Annihilation of Caste*இல் கூறியதிலிருந்து இது பற்றிச் சிந்தித்து வருகிறார். பொதுவாக நமது சமுதாய வாழ்விலிருக்கும் தனி மனிதன் தொடர்பாக அம்பேத்கர் பயன்படுத்திய சொல் 'பொதுமக்களின் மனச் சான்று.' பொதுமக்களின் மனச் சான்று

என்பது என்ன? யார் பாதிக்கப்பட்டவராக இருந்தாலும், தவறு நிகழும்போது கொதித்தெழுவதைப் பொதுமக்களின் மனச் சான்று என்று அவர் கருதுகிறார். அப்படி அநீதிக்காக கிளர்ந்தெழுந்தால் அது அவர்களைத் தவறைத் திருத்தும் போராட்டக்காரர்களாக ஆகச் செய்யும்'³⁰ பொதுமக்களின் மனச் சான்றுக்கு அடிப்படை 'நட்புணர்வு' (fellow feeling). இந்தச் சொற்றொடரைத்தான் அம்பேத்கர் சகோதரத்துவத்தை விளக்கப் பயன்படுத்துகிறார்.

'The Hindu Social Order' என்ற அவரது கட்டுரையில் அம்பேத்கர் தனியுரிமைக்கும் சமத்துவத்துக்குமுள்ள முரண்பாடு பற்றி இல்லாமல், நாம் ஏற்றுக்கொண்ட மக்களாட்சிக் கொள்கைகளுக்கும் (மேல் அலங்காரம்) நடைமுறையில் இருக்கும் சமூக வழக்குகளுக்கும் (இந்திய மண்) இடையே இருக்கும் முரண்பாடுகளைப் பற்றிச் சொல்கிறார். இம்முரண்பாட்டின் உச்சத்தில் இருப்பது சாதி. நமது மக்களாட்சிக் கொள்கை சமத்துவம்; ஆனால் சாதி இருப்பதால் நாம் பின்பற்றும் சமூகக் கொள்கை படிநிலைகளுள்ள சமத்துவமின்மையாக இருக்கிறது. மேலும் நமது மக்களாட்சிக் கொள்கை தனியுரிமை. ஆனால் சாதி இருப்பதால், நாம் பின்பற்றும் சமூகக் கொள்கை, ஒவ்வொருவருக்கும் ஒரு குறிப்பிட்ட தொழில் என்கிறது. எனவேதான் அம்பேத்கர் எழுதினார்:

> சாதி பொதுநலம் என்பதைக் கொன்றுவிட்டது; சாதி பொது அற உணர்ச்சியைக் கொன்றுவிட்டது. சாதி பொதுவான கருத்து ஏற்படுவதை நடக்க முடியாமல் செய்துவிட்டது. ஓர் இந்துவின் பொது நிலை அவனது சாதி. அவனுடைய பொறுப்பு சாதி மட்டும்தான்.³¹

எனவே ஒன்றுக்கு மேல் ஒன்றாக முரண்பாடுகள் வேலை செய்கின்றன. நமது மக்களாட்சி நிறுவனங்களாகத் தன்னுரிமையும், சமத்துவமும் ஒப்பிடப்பட முடியாதவை. நமது மக்களாட்சியற்ற சமூகச் சூழலில், நமது மக்களாட்சிக் கொள்கைகளுக்கு எதிரான செயல்முறைகளைச் சாதி சுமத்துகிறது. அரசமைப்பு ஒழுக்க நெறி மூலமாக நிறுவனங்கள் அளவில் அது வேலை செய்கிறது. அதே சமயம் மக்களின் மனச் சான்று என்கிற வடிவத்தில் சமூக அளவில் செயலாற்றுகிறது.

முரண்பாடுகளுள்ள வாதங்கள்

இவ்வாறு சகோதரத்துவம் என்பதின் சிக்கல்களைக் கருத்தில் கொண்டு, அம்பேத்கர் 1949 நவம்பர் 25 அன்று நிகழ்த்திய சொற்பொழிவை வாசிக்க வேண்டும்.

நமது அரசியல் மக்களாட்சியைச் சமூக மக்களாட்சியாகவும் ஆக்க வேண்டும். அரசியல் மக்களாட்சி அதன் அடிப்படையாகச் சமூக மக்களாட்சியைக் கொண்டிராவிட்டால் நிலைத்திருக்க முடியாது.

சமூக மக்களாட்சி என்றால் என்ன? தனியுரிமை, சமத்துவம், சகோதரத்துவம் ஆகியவற்றை வாழ்க்கைக் கொள்கைகளாக ஏற்கும் வாழ்க்கை முறை என்று அதற்குப் பொருள். இந்த அமைப்பில் தன்னுரிமை, சமத்துவம், சகோதரத்துவம் ஆகிய இந்தக் கொள்கைகளைத் தனித் தனியாகப் பார்க்க முடியாது. அவற்றை மூன்றும் இணைந்த மூவொரு அமைப்பாகக் காண வேண்டும். ஒன்றைப் பிறவற்றிலிருந்து விலக்கி விட்டால் மக்களாட்சியின் நோக்கமே அடிபட்டுப் போகும். தன்னுரிமையைச் சமத்துவத்திலிருந்து நீக்க முடியாது. சமத்துவத்தைத் தன்னுரிமையிலிருந்து நீக்க முடியாது. சமத்துவத்தையும், தன்னுரிமையையும், சகோதரத்துவத்திலிருந்து நீக்க முடியாது. சகோதரத்துவம் இல்லாவிட்டால், தன்னுரிமையும், சமத்துவமும் இயற்கையாக இயங்க முடியாது. அப்போது அதனை நடைமுறைப்படுத்த வெளி அதிகாரம் தேவைப்படும். இந்திய சமுதாயத்தில் இரண்டு விஷயங்கள் முழுவதுமாக இல்லை என்பதை நாம் ஏற்றுக்கொள்வதிலிருந்து நாம் தொடங்க வேண்டும். அவற்றில் ஒன்று சமத்துவம். சமூகத் தளத்தில் இந்தியாவில் படிநிலையுடைய சமத்துவமின்மை கொண்ட சமுதாயம் இருக்கிறது. இதனால் சிலர் மட்டும் ஏற்றம் பெறுகிறார்கள். மற்றவர்கள் தாழ்த்தப்படுகிறார்கள். பொருளாதாரத் தளத்தில் சிலர் செல்வந்தர்களாகவும், பலர் மிகவும் ஏழ்மை நிலையிலும் இருக்கும் சமுதாயமாக இது இருக்கிறது. 1950 ஜனவரி 26 அன்று நாம் முரண்பாடுகளின் வாழ்க்கையில் நுழையப் போகிறோம். அரசியலில் நமக்குச் சமத்துவம் இருக்கும்; சமூக, பொருளாதார வாழ்க்கையில் சமத்துவமின்மை இருக்கும்.[32]

இந்த உரை மிக நீளமாக எடுத்தாளப்பட்டிருப்பதாகத் தோன்றலாம். உண்மை என்னவென்றால் அந்த அருமையான உரையிலிருந்து இன்னும் பல பகுதிகளை இங்கே எடுத்தாண்டிருக்க வேண்டும். இங்கே கவனத்தில் கொள்ள வேண்டியது, 'முரண்பாடுகளின் வாழ்க்கை' என்ற சொல்லணி. இதனை இந்திய மண்ணின் வெளி அலங்காரம் என்கிற சொற்றொடரோடு இணைத்துப் பார்க்க வேண்டும். தனது உரையை இன்னொரு முத்தாய்ப்பான சொற்றொடரோடு முடித்தார் அம்பேத்கர். அது மனிதன் தன்னையே இழிவானவன் என்று நிரூபித்துக்கொள்வது. அரசமைப்புச் சட்டம் நடைமுறைப்படுத்தக் கூடியதாக வளைந்து கொடுக்கக் கூடியதாக இருக்கிறது. இந்த நாட்டை ஒன்றாகக் கட்டி வைக்கும் வலிமைமிக்கது. ஆனால் இப்புதிய அரசமைப்பில் ஏதாவது தவறு நிகழ்ந்தால், அதற்குக் காரணம் அரசமைப்பின் பிழையில்லை; அது மனிதனின் 'இழிவுதான்.'[33] அப்படியானால் முரண்பாடு நடைமுறைப்படுத்தக் கூடிய அரசமைப்புச் சட்டத்திற்கும், இந்திய மண்ணுக்கும் இடையில் தான். இந்த மண் சமத்துவமின்மை செழித்து வளர்கின்ற சமூக இயற்கை அமைப்பின் வித்துகளைக் கொண்டாடுகிறது. மனிதன் தனது விழுமியங்களை அவனது இழி குணத்தை வளர்க்கவே தன்னுரிமை கொண்டிருக்கிறான்.

இந்து சட்டத் தொகுப்பு முன் மொழிவு (The Hindu Code Bill)

இந்த முரண்பாட்டைக் களைவதற்கு இன்னும் நம்பிக்கை இருந்தது. சகோதர ஒற்றுமையினால், பொது மனச் சான்றையும், அரசமைப்பு ஒழுக்க நெறியையும் வளர்ப்பதால் இது சாத்தியமாகும். அரசமைப்புக்குப் பிறகு என்ன ஆயிற்று? அம்பேத்கர் இந்த முரண்பாட்டை நீக்கத் தனது பல்லாண்டு முயற்சியைக் கைவிட்டு விட்டாரா?

> என்னுடைய பதவி விலகல் காலம் கடந்தது என்றும், பிற்படுத்தப்பட்ட வகுப்பினர்; பட்டியலினத்தார் ஆகியோர் நடத்தப்பட்ட முறை எனக்குத் திருப்தி அளிக்கவில்லை என்றால் முன்னரே விலகியிருக்க வேண்டும் என்றும் சொல்லலாம். அது உண்மையாகவும் இருக்கலாம். தாமதத்திற்குச் சில காரணங்களும் இருந்தன. முதலாவதாக நான் அமைச்சரவையில் உறுப்பினராக இருந்தேன். அரசமைப்புச் சட்டத்தை உருவாக்கும்

பணியிலும் இருந்தேன். 1950 ஜனவரி 6 வரையில் என்னுடைய கவனமெல்லாம் அதில்தான் இருந்தது. இரண்டாவதாக, இந்து சட்டத் தொகுப்புக்காக நான் இருக்க வேண்டியது அவசியம் என்று நினைத்தேன். இந்துச் சட்டத் தொகுப்புக்காக நான் இருந்திருக்க வேண்டியதில்லை என்பது சிலரது கருத்து. எனினும் எனக்கு மாற்றுக் கருத்து இருந்தது. இந்த நாட்டில் சட்டப்பூர்வமாக எடுக்கப்பட்ட மிகப் பெரிய சமூகச் சீர்திருத்தம் இந்துச் சட்டத் தொகுப்பு. இந்தியச் சட்டமியற்றலில் கடந்த காலத்தில் இயற்றப்பட்ட எந்தச் சட்டமும், இனி வருங்காலத்தில் நிறைவேற்றப்படும் எந்தச் சட்டமும் இதன் முக்கியத்துவத்தோடு ஒப்பிட முடியாது. இந்திய சமுதாயத்தின் ஆன்மாவாக இருக்கும் வகுப்புக்கும், வகுப்புக்கு இடையிலும், ஒரு பாலினத்துக்கும், இன்னொன்றுக்கும் இடையிலும் இருக்கும் சமத்துவமின்மையை அப்படியே விட்டுவிடுவது நமது அரசமைப்பைக் கேலிக் கூத்தாக்கிவிடும், குப்பை மேட்டில் அரண்மனை கட்டுவது போலாகிவிடும்.[34]

மீண்டும் ஒரு சொல்லணி: 'குப்பை மேட்டில் அரண்மனை' இதனோடு முரண்பாடுகளின் வாழ்க்கை, இந்திய மண்ணின் 'மேல் அலங்காரம்'; 'அரசமைப்புச் சட்டம் மோசமில்லை' ஆனால், 'மனிதர்தான் தீயவர்' ஆகியவற்றையும் சேர்த்துக் கொள்ளுங்கள். இவை எல்லாமே ஒரே தொனியில் சொல்லப்பட்டவை. ஆனால் ஒவ்வோர் ஆண்டும் அது உச்ச நிலைக்கே போனது. இரண்டு ஆண்டுகள் கழித்து, தேர்தல் பற்றிய ஏமாற்றம், இந்து சட்டத் தொகுப்பு முன் மொழிவுக்குத் தடை, அரசியலில் தனிப்பட்டப் பிரச்சினைகள் ஆகியவற்றில் ஏற்பட்ட எரிச்சல்களால்[35] இது உச்சக் கட்டத்தை நோக்கிப் போயிற்று. 1953இல் மாநிலங்களின் அவையில் மிகக் கடுமையான பேச்சாக அது வெடித்தது. தான் ஒரு வாடகைக் குதிரை என்றும், தனது விருப்பத்திற்கு விரோதமாக அரசமைப்புச் சட்டத்தை எழுதியதாகவும், அதனை எரிக்கவும் ஆயத்தமாக இருப்பதாகவும் கடுமையாகப் பேசினார்.[36]

ஆனால் நம் முன் நிற்கும் கேள்வி: 1953ஆம் ஆண்டு அம்பேத்கர் அரசமைப்புச் சட்டத்தை எரித்திருப்பாரா? ஆனால் ஒன்று மட்டும் தெளிவாகத் தெரிகிறது. அவர் எதிர்பார்த்தபடி சகோதரத்துவம் அதிகம் சாதிக்க முடியவில்லை.

சகோதரத்துவமும் மதமும்

சகோதரத்துவம் என்பது பல விழுமியங்களை உள்ளடக்கியது. அம்பேத்கர் அதனைப் பல வேளைகளில் பயன்படுத்தியதில் வியப்பில்லை. மேலை நாட்டு அரசியல் தத்துவம் சகோதரத்துவத்தை, பல கருத்தியல் பிரச்சினைகளைத் தீர்க்கப் பயன்படுத்திற்று. அவர்களைப் பொறுத்த வரையில் அது மிகவும் பயனுள்ள கருவி. அதற்கு அறிவுசார்ந்த பக்கமும் உண்டு, உணர்வு தொடர்பான பக்கமும் உண்டு.

சகோதரத்துவம் என்ற கருத்தியல் கிறிஸ்து, திருப்பயணிகள் ஆகியோர் பற்றிய கதைகளில் தொடங்கியது. அதற்கு அரசியல் சாயம் எதுவுமில்லை. அது கீழ்க்கண்ட கருத்தியல்களிலிருந்து புலன்படும். ஆங்கிலத்தில் *'freedom'* என்பதற்கு *'from, to, for'* ஆகியவை பின்னுருபுகளாகப் பயன்படுகின்றன. ஒன்றிலிருந்து விடுதலை, ஒன்றுக்கு விடுதலை, ஒன்றிற்காக விடுதலை. சமத்துவத்திற்கு *of, before* ஒன்றிற்காக சமத்துவம், ஒன்றன் முன் (சட்டத்தின் முன்) சமத்துவம் ஆகியவை வழக்கு. ஆனால் சகோதரத்துவத்திற்கு - *fraternity* - *with* உடன் என்ற பின்னுருபு பயன்படுகிறது. எனவே பிறருடன் நட்புறவைக் குறிக்கும்.

எனினும் இந்தச் சொல் கிறிஸ்தவத்திலிருந்து பெறப்பட்டதால் அம்பேத்கருக்கு அடிப்படையில் ஒரு வரையறை தருகிறது. ஆட்சி மேல் அதிகாரத்திற்கு முறையியல் நிலைப்பாட்டைக் காரணம் காட்டும் கிறிஸ்தவம், அனைவரும் கடவுள் முன் சமம் என்ற அடிப்படைத் தத்துவத்தை நீண்ட காலமாகக் கொண்டிருந்தது. பிரமாயியம் மக்களாட்சிச் சமத்துவத்திற்கு, சகோதரத்துவத்தை விட அதிகம் வலுவான அதிகாரத்தைத் தந்திருக்கும் என்று அம்பேத்கர் கருதினார். ஆனால் பிராமணியம் பிரமாணியத்தை அடிபணியச் செய்துவிட்டது, பிராமணியம் படிநிலையுள்ள சமமின்மை.

பிராமணியம் : இந்து மதம் இழந்த வாய்ப்பு

பிராமணியம் என்று அம்பேத்கர் எதைச் சொன்னார்? சந்தோகிய உபநிடதம், பிரிகாதானியகா உபநிடதம்[37] ஆகியவற்றிலிருந்து எடுக்கப்பட்ட மூன்று தத்துவ இறையியல் கோட்பாடுகள். அவை *சர்வம் காலவிதம் பிரமா, அகம் பிர்மாட்சி, தத்வாமசி*[38] ஆகும். கடவுள் முன் அனைவரும் சமம் என்ற ஆபிரகாம்

மதங்களின் கருத்தியலை விட இது புரட்சிகரமானது. இந்தப் பிரமாயியத்தில் 'ஒவ்வொருவரும் கடவுள். நான் கடவுள், நீ கடவுள்' என்ற கோட்பாடு சமத்துவ இந்தியாவின் அடிப்படையாக இருந்திருக்கும். ஆனால் இந்துக்கள் இந்தப் பாதையை விட்டுவிட்டார்கள்.

சகோதரத்துவத்தின் தன்மைகள், சிறப்புகள், தோல்விகள் ஆகியவற்றையும் பிரமாயிசத்தின் புரட்சிகரமான சமத்துவ இந்து இறையியலை விட்டுவிட்டதால் ஏற்பட்ட இழப்பையும் பார்த்தால், மதச் சடங்குகளும், கோட்பாடுகளும், அரசியல், நீதிக் கொள்கைகளை ஆதரிக்கின்றன அல்லது வீழச் செய்கின்றன என்பது தெரிய வருகிறது. அம்பேத்கர் சொல்கிறார்,

> மக்களாட்சியை இயலாததாக ஆக்கும் சகோதரத்துவத்தின் வேர்கள் எங்கே இருக்கின்றன? சந்தேகமில்லாமல் மதத்தில் தான் அது தொடங்குகிறது.[39]

அரசமைப்பின் தேவைகளான தன்னுரிமை, சகோதரத்துவம் ஆகியவை மதக் கோட்பாட்டில் ஆதரவில்லாவிட்டால் இல்லாது போகும். ஆகவே, சகோதரத்துவம் ஓர் அரசியல் கொள்கையாக மட்டும் இருப்பதால் பயனில்லை, அல்லது அரசமைப்பு ஒழுக்க நெறியாக அல்லது பொது மக்களின் மனச் சான்றாக இயங்கினால் மட்டும் போதாது. அதனுடைய இறையியல் தன்மையையும் வெளிப்படுத்த வேண்டும். ஏனென்றால் இறையியலின் ஆதரவுடன்தான் ஒரு சமூகத்திலுள்ள தனி மனிதர் அரசியல் கொள்கைகளைத் தனிப்பட்ட வாழ்க்கையில் செயல்படுத்தப் போதுமான உள்ளாற்றல் பெறுவார்கள்.

இங்கேதான் பிரச்சனை வருகிறது. இந்து இறையியல் சாதியத்தோடு பிணைந்தது. அது சமத்துவமின்மையைப் பின்பற்றுகிறது. சகோதர நல்லுறவைத் (தீண்டாமை மூலம்) தடை செய்கிறது. தன்னுடைய சாதிக்கு வெளியில் காதலை அனுமதிப்பதில்லை. சகோதரத்துவத்தின் பின்புலமாக இருக்கும் இறையியல் பெரும்பான்மை இந்துக்களுக்கு ஏற்றதாக இல்லை. அப்படியானால் என்ன வழி?

'மெட்டா' சகோதரத்துவம் – புத்த வழி

அம்பேத்கரின் விடையைப் 'புத்தரும் காரல் மார்க்சும்' என்கிற கட்டுரையில் காண்கிறோம்.

> சமுதாயம் ஒரு புது அடித்தளத்தை அமைக்க நோக்கம் கொண்டுள்ளது. ஃபிரெஞ்சுப் புரட்சியின் மூலச் சொற்களான சகோதரத்துவம், தன்னுரிமை, சமத்துவம் ஆகியவை அதன் சுருக்கம். இதனாலேயே ஃபிரெஞ்சுப் புரட்சி வரவேற்கப்பட்டது. என்றாலும், அதனால் சமத்துவத்தைக் கொண்டு வர முடியவில்லை. ரஷியப் புரட்சி சமத்துவத்தைக் கொண்டு வருவதை நோக்கமாகக் கொண்டிருந்ததால் நாம் அதை வரவேற்றோம். ஆனால் சமத்துவத்தைக் கொண்டு வருவதற்காகச் சமுதாயம் சகோதரத்துவத்தையும், தனியுரிமையையும் தியாகம் செய்ய முடியாது. சகோதரத்துவமும், சமத்துவமும் இல்லை என்றால் சமத்துவத்திற்கு எந்த மதிப்பும் இல்லை. இவை மூன்றும் ஒன்றாக இயங்க வேண்டுமென்றால் புத்த வழியைப் பின்பற்ற வேண்டுமென்று தோன்றுகிறது[40] என்பது மிக முக்கியமானது.

அம்பேத்கருக்கு இது ஒரு வெளிப்பாடு. இதனை அடைய அவருக்குக் காலம், முயற்சி, அனுபவம் ஆகியவை தேவைப்பட்டன. 1954இல் அவர் வானொலிப் பேட்டியில் குறிப்பிட்ட துணிகரமான கருத்தைப் புரிந்துகொள்ள இது வழி வகுக்கிறது.

என்னுடைய சமுதாயத் தத்துவம் மூன்று சொற்களில் அடங்கும். தன்னுரிமை, சமத்துவம், சகோதரத்துவம். நான் என்னுடைய தத்துவத்தைப் ஃபிரெஞ்சுப் புரட்சியிலிருந்து கடன் வாங்கினேன் என்று யாரும் கருத வேண்டாம். என்னுடைய தத்துவம் மதத்தில் ஆழமான வேர் பதித்தது, அரசியல் அறிவியலில் அல்ல. அவற்றை என்னுடைய ஆசான் புத்தரிடமிருந்து பெற்றேன். அவருடைய தத்துவத்தில், தன்னுரிமையும், சமத்துவமும் இடம் பெற்றிருந்தன. ஆனால், கட்டுப்பாடற்ற சுதந்திரம் சமத்துவத்தை அழித்துவிடும், முழுச் சமத்துவத்தில் தன்னுரிமைக்கு இடமில்லையென்று அவர் கருதினார்.

> புத்தருடைய தத்துவத்தில் தன்னுரிமையும், சமத்துவமும் பாதிக்கப்படும்போது பாதுகாப்பிற்குத்தான் சட்டத்திற்கு இடம். ஆனால் தன்னுரிமையும், சமத்துவமும் பாதிக்கப்படாமல் இருக்க சட்டம் உறுதியளிக்க முடியாது என்று அவர் நம்பினார். உரிமையும், சமத்துவமும் மறுக்கப்படும்போது உண்மையான ஒரே பாதுகாப்பு சகோதரத்துவம் என்பதால் அதற்கு உயர்ந்த இடத்தைத்

தந்தார். சகோதரத்துவத்திற்கு இன்னொரு பெயர் மனிதம்; அதற்கு இன்னொரு பெயர் மதம்.[41]

அம்பேத்கரின் ஆசானான புத்தரின் போதனைகள் என்ன? இது மிகப் பெரிய கேள்வி. இதற்கு விடையாக அவர் பெரிய புத்தகம் எழுதினார். அதுவே *The Buddha and His Dhamma*[42]. அதில் ஒரு பகுதியை மட்டும் நாம் இங்கே பார்ப்பது போதுமானது. சிறிய பகுதிதான், ஆனால் மிக முக்கியமானது. சகோதரத்துவத்திற்குப் பதிலாக இங்கு 'மெட்டா' பயன்படுகிறது. அம்பேத்கர் எழுதுகிறார்:

> சமத்துவத்தையும், தன்னுரிமையையும் உயிர் வாழச் செய்வது ஒப்புரவு உணர்வு. இதைத்தான் ஃபிரெஞ்சுப் புரட்சிக்காரர்கள் உடன் பிறப்புணர்வு *fraternity* என்று அழைத்தார்கள். ஆனால் அந்தச் சொல் போதுமானதாக இல்லை. சரியான சொல் புத்தர் மைத்ரி என்று அழைத்ததுதான்.[43]

சகோதரத்துவம் என்ற சொல் போதுமானதாக இல்லை என்று அம்பேத்கர் வெளிப்படையாகச் சொன்னார். இந்த முடிவுக்கு வர இருபது ஆண்டுகள் ஆயின. 1947 ஜனவரி 6 முதல் அரசமைப்புச் சட்டத்தை எரிக்க வேண்டுமென்று அவர் 1957இல் பேசிய நாள் வரையில் அவருடைய அனுபவம் இது. இதைச் செய்ய வேண்டுமென்று இதுதான் கற்றுக்கொடுத்தது. மனிதனுடைய இழி தன்மையைச் சமாளிக்க அரசமைப்புக்குத் திறமையின்மையை அவர் விமர்சித்தது படிப்படியாகக் குறைந்தது. அது சோகத்தை வடிக்கும் வடிகால். எனினும் இந்துச் சட்டத் தொகுதி முன்மொழிதலில் சிறு சிறு பகுதியும், தீண்டாமைக் குற்றச் சட்டமும் நிறைவேற்றப்பட்டது உதவிற்று. 1955ஆம் ஆண்டுக்குள் அம்பேத்கர் மீண்டும் அரசமைப்புச் சட்டத்தைப் பொதுமக்கள் மத்தியில் ஆதரிக்கத் தொடங்கி விட்டார்.

தேவையானதும் போதுமானதும்

சகோதரத்துவம் செய்யக் கூடியதை மெட்டாவும் செய்ய முடியும். சகோதரத்துவம் செய்ய முடியாததை மெட்டாவும் செய்ய முடியாது. அம்பேத்கர் இதனை அவருடைய கடைசி எழுத்துகளில் அழகாக விளக்கினார். அதைப் படிக்கும்போது,

இதுவரையில் நாம் விவாதித்த பல விஷயங்களை அது குறிப்பதைப் பார்க்கலாம். தேவையானதும், போதுமானதும் என்ற தர்க்க வாசகம், சகோதரத்துவத்தின் அறிவு தரும் பணி, சகோதரத்துவத்தின் உணர்வு சார்ந்த செயல், சாதியால் தனிமைப்படுத்தலிலிருந்து மேலே வருதல், உங்களுக்குத் தேவையானதெல்லாம் அன்பு என்ற கருத்து, 'கூட' (*with*) என்ற பின்னுருபின் உட்பொருள் ஆகியவை விளக்கம் பெறும்.

அம்பேத்கரின் கடைசி வாசகத்தில் இல்லாத ஒன்று 'சகோதரத்துவம்' என்ற சொல்தான். அவருடைய கடைசி நாள்களில் அந்தச் சொல்லை நீக்கிவிட்டார். சகோதரத்துவத்தை 'மெட்டா' என்று அறிந்த பிறகு அந்த இரகசியக் குறிக்கு அவர் விடை கண்டுபிடித்துவிட்டார்.

உங்களால் அதை அடையாளம் காண முடியுமா என்று பாருங்கள். சகோதரத்துவத்தின் இரகசிய வரலாற்றில் ஒவ்வொரு குறியையும் அப்பகுதி அடையாளம் காட்டுகிறது.

> அன்பு போதுமானது அல்ல; தேவையானது 'மைத்ரி'. அது அன்பைக் காட்டிலும் விரிந்தது. மனிதர்களிடம் மட்டும் ஒப்புரவு உணர்வு காட்டுவது இல்லை அது; எல்லா உயிரினங்களுக்கும் உரியது. மனிதர்களிடம் மட்டுமே காட்டப்படுவதில்லை. அப்படிப்பட்ட மைத்ரி தேவைதானே? ஒருவர் தனக்காகத் தேடும் அதே மகிழ்ச்சியை எல்லா உயிரினங்களுக்கும் கொடுக்கவும் மனத்தை ஒரு சார்பின்மையாக வைக்கவும் எல்லோருக்கும் மனத்தைத் திறந்து வைக்கவும் எல்லோரிடமும் அன்பையும், யாரிடமும் வெறுப்பின்மையையும் வேறு எதனால் தர முடியும்?[44]

5

மாண்பு: உணவு அல்ல மரியாதை

பழம் பெருமைகள், வருங்காலத்தில் பேரரசுக்குரிய அதிகாரம் இவையெல்லாம் ஒரு நாட்டுக்குத் தனிமனிதனின் மாண்பு அளவிற்குப் பெருமை தரப்போவதில்லை. அம்பேத்கர் இந்தக் கருத்தினைக் கொண்டிருந்தார். நமது அரசமைப்புச் சட்டத்தின் முகப்புரையில் மாண்பு (*dignity*) என்கிற சொல் இடம் பெற்றிருப்பது அவரது இந்த நம்பிக்கையினால்தான்.

அம்பேத்கரின் உறுதிப்பாடு இரண்டு பொருள்களில் தனித் தன்மை வாய்ந்தது. முதலாவதாக, அது வலதுசாரிச் சித்தாந்தவாதிகளுக்கு எதிரானது. அவர்கள் கூட்டிணையத்தை மாண்பின் உட்பொருளாகக் கருதுகிறார்கள். ஃபாசிசத்தின் கதை நமக்குத் தெரியும். அதே சமயம் இடதுசாரிச் சித்தாந்தத்திற்கும் எதிரானது அது. நடுத்தர வர்க்கத்தின் சூது என்று மாண்பை விலக்கிவிடுகிறது. இதனால் மாண்பைக் குலைக்கும் பல நிகழ்ச்சிகளுக்கு இடம் அளித்திருக்கிறது. சர்வாதிகாரத்தின் வரலாறு நமக்குத் தெரியும். இரண்டாவதாக, அவரது மூல ஆதார ஆவணங்கள் இது பற்றி ஒன்றும் கூறுவதில்லை என்பதிலிருந்து அம்பேத்கரின் நம்பிக்கையின் தனித் தன்மை விளங்கும்.

CWC வல்லுநர் குழுவின் *1946* ஜூலை அறிவிக்கையோ, நேருவின் நோக்கங்களின் தீர்மானமோ 'மாண்பு' என்கிற சொல்லைக் குறிப்பிடவில்லை. பி.என். ராவின் வரைவு இது பற்றிப் பேசவில்லை. காங்கிரசின் *1930* முழு சுதந்திரம் அறிவிக்கையிலும், கராச்சித் தீர்மானத்திலும் இடம் பெறவில்லை. எனினும் கராச்சித் தீர்மானம் இக்கருத்தாக்கத்தைப் பரப்பியிருக்கலாம்.

> மக்களைச் சுரண்டுவதை முடிவுக்குக் கொண்டு வர அரசியல் சுதந்திரத்தில் பட்டினி கிடக்கும் கோடிக்கணக்கான

மக்களுக்கான பொருளாதார விடுதலையையும் சேர்க்க வேண்டுமென்று காங்கிரஸ் கருதியது. காங்கிரஸ், சுதந்திரம் என்று எதைச் சொல்கிறது என்று குடிமக்கள் அறிந்து கொள்ளும் வகையில் காங்கிரசின் நிலைப்பாட்டை அவர்கள் எளிதில் புரிந்துகொள்ளுமாறு எடுத்துச் சொல்ல வேண்டும். எனவே ஏற்றுக்கொள்ளப்படக் கூடிய அரசமைப்புச் சட்டத்தில் கீழ்க்கண்டவற்றைச் சேர்க்க வேண்டுமென்று காங்கிரஸ் அறிவிக்கிறது.

1. மக்களின் அடிப்படை உரிமைகள்: கீழ்க்கண்டவை.

iv. மதம், சாதி, கொள்கை ஆகிய எந்தக் காரணத்தினாலும் ஒருவர் தகுதியில்லாதவராக ஆக்கப்படக் கூடாது.

v. பொதுச் சாலைகள், பொதுக் கிணறுகள், இது போன்ற பிற பொது இடங்கள் அனைத்தையும் பயன்படுத்த எல்லாக் குடிமக்களுக்கும் சம உரிமை.

3. தொழிற்சாலையில் வேலைசெய்யும் உழைப்பாளர்களுக்குத் தேவையான கூலி, தொழிலுக்கான குறிப்பிட்ட வேலை நேரம், வேலை செய்யும் இடத்தின் சுகாதாரம், வயது மூப்பு, நோய், வேலையின்மை ஆகியவற்றால் ஏற்படும் பொருளாதார விளைவுகளிலிருந்து பாதுகாப்பு.

4. அடிமை நிலையிலிருந்து அதுபோன்ற மற்ற நிலைகளிலிருந்து தொழிலாளரை விடுவித்தல்.

5. பள்ளி செல்லும் வயதுக் குழந்தைகளைத் தொழிற்சாலைகளில் வேலைக்கு அமர்த்துவதைத் தடுத்தல்.[1]

வாழ்க்கைத் தரத்திற்கேற்ற ஊதியம், அடிமை வாழ்விலிருந்து விடுதலை, குழந்தைத் தொழிலாளரை வேலைக்கு அமர்த்துவதற்குத் தடை முதலான உறுதிமொழிகளுக்குப் பின்னால் இருக்கும் காரணம்தான் என்ன? தனி மனிதனின் மாண்பினைக் காத்து வளர்க்கத்தான்.

1931 கராச்சித் தீர்மானம் மிக முக்கிய காலகட்டத்தில் நிறைவேற்றப்பட்டது, காந்தி உப்புச் சத்தியாகிரகத்திற்குப் பிறகு விடுதலை செய்யப்பட்டிருந்தார். காந்தி - இர்வின் ஒப்பந்தம் கையெழுத்தாகியிருந்தது. சட்ட மறுப்பு இயக்கம் நிறுத்தப்பட்டது. கராச்சி மாநாட்டுக்கு ஒரு வாரத்திற்கு முன்னர்

தான் பகத்சிங் தூக்கிலிடப்பட்டார்.[2] எனவே ஒவ்வொரு இந்தியனின் மாண்பும் காக்கப்பட வேண்டியதை வலியுறுத்த இதை விட வேறு நல்ல வாய்ப்பு இல்லை. ஏனென்றால் பிரிட்டிஷ் ஆட்சியில் அவமரியாதை என்பது, மாண்பு குறைவு என்பது எல்லா இந்தியர்களுக்கும் பொதுவான ஓர் அனுபவம்! அல்லது அப்படி இல்லையோ?

தன் வரலாற்று அனுபவம்

அம்பேத்கரின் வாழ்க்கை வரலாற்றுப் பகுதியான Waiting for a Visa அவரது இளமைப் பருவ வாழ்க்கையை விவரித்தது. அதில் இந்து சமுதாய அமைப்பில் அவருக்குத் தரப்பட்ட சமூகப் படிநிலையினால் அவருக்குக் கிடைத்த அவமானங்கள் அவருக்கு அப்போதுதான் புரியத் தொடங்கி இருந்தன.

நான் ஒரு தீண்டத்தகாதவன் என்பதை அறிந்து கொண்டேன். தீண்டத்தகாதவர்கள் அவமானங்களுக்கும், பாகுபாடுகளுக்கும் உட்படுத்தப்பட்டார்கள். எடுத்துக்காட்டாக, பள்ளியில் மற்ற மாணவர்களோடு, எண் அகர வரிசைப்படி நான் உட்கார முடியாது. நான் ஒரு மூலையில்தான் இருக்க வேண்டும். வகுப்பறையில் நான் உட்காருவதற்கென்று சாக்குப் பை இருக்கும். நான் பயன்படுத்திய சாக்குப் பையைப் பள்ளியைத் தூய்மைப்படுத்தும் பணியாளர்கூடத் தொடமாட்டார்.[3]

அம்பேத்கரைப் பொறுத்தவரையில் மாண்பு என்பது ஏதோ அனுபவிக்க முடியாத கருத்தியல் மட்டுமில்லை. இந்து சமூக அமைப்பின் ஆணைப்படி பிறப்பிலிருந்து அனுபவிக்கப்பட வேண்டிய இழிநிலை. அம்பேத்கர் இச்சொல்லை அதிகம் பயன்படுத்துவதற்கு இது ஒரு காரணமாக இருக்குமோ? அவருடைய எழுத்துகளிலும், பேச்சிலும் 150 தடவைக்கு மேல் பயன்படுத்தப்பட்டிருக்கிறது. இடதுசாரிகளுக்கு மாண்பு என்ற சொல் தேவையில்லை. ஜனநாயகக் கட்சியினுடைய எம்.என். ராயின் Constitution of Free India: A Draft[4] -லும், ஜெயபிரகாஷ் நாராயணின் முன்னுரையோடு வெளியான சோசலிஸ்ட் கட்சியின் Draft Constitution of the Indian Republic,[5] ஆகிய இரண்டிலும் இதனைப் பயன்படுத்த மறுத்துவிட்டனர்.

ஆனால் இக்கருத்தியல், நாராயணன் அகர்வாலின் *The Gandhian Constitution of Free India*[6] என்ற நூலில் அபூர்வமாகக் காணப்படுகிறது. 'மையத்திலிருந்து நீக்கல்' என்ற பகுதியில் அகர்வால், காந்தி ஆகியோரின் சொற்கள் குழம்பிக் கிடக்கின்றன.

> எளிமை, மனித விழுமியங்கள், உழைப்பின் மேன்மை ஆகியவை வன்முறையின்மையின் மேல் எழுப்பப்பட்டுள்ளன. இதுதான் காந்தியச் சிந்தனையின் அடிக்கல். வன்முறையின்மையின் அடிப்படையிலான சமூகம் கிராம மக்களிடம்தான் இருக்கும். அங்கு தாமாக முன் வந்து தரும் கூட்டுறவு மாண்புள்ள, அமைதியான வாழ்விற்கான நிபந்தனை. வன்முறையின்மையின் அடிப்படையிலான நாகரிகத்திற்கு மிக நெருங்கிய அணுகுமுறை இந்தியாவின் முற்காலக் கிராமக் குடியரசு. எனவேதான் காந்திஜி கிராமியத்தை அடிப்படையாகக் கொண்ட கருத்தியலை வலியுறுத்துகிறார்.[7]

தொழிலைப் பொறுத்தவரையில் இங்கே உழைப்பின் புனிதத் தன்மை எனச் சொல்லப்படுகிறது. காந்தியின் பிற எழுத்துகளில் மாண்பு என்கிற சொல் பயன்படுகிறது. ஆனால், உழைப்பின் மாண்பு (பெருமை) என்ற சூழலில் பயன்படுகிறது.

அம்பேத்கரைவிடத் தனக்குத் தீண்டப்படாதவர்களுக்காகப் பேசும் உரிமை இருக்கிறது என்று பெருமையோடு காந்தி தன்னை நியாயப்படுத்திக்கொள்வதற்குக் காரணம் இனப் பாகுபாட்டினால் அவரும் அவமானப்படுத்தப்பட்டது தான். அவர் தனது *The Story of My Experiments with Truth*[8] என்ற நூலில், எல்லா இந்தியர்களும், தென்னாப்பிரிக்காவில் தீண்டத்தகாதவர்களாக ஆகிவிட்டார்கள்[9] என்று குறிப்பிட்டார். தென்னாப்பிரிக்காவில் தொடர் வண்டியில் அவர் முதல் வகுப்புப் பெட்டியிலிருந்து வெளியேற்றப்பட்டது அனைவருக்கும் தெரியும்.

நிறப் பாகுபாட்டைத் தென்னாப்பிரிக்காவில் அனுபவித்தார் என்பதில் ஐயமில்லை. ஆனால் அவர் தவறான ஒப்பீட்டைக் காட்டுகிறார். அவரும் மற்ற இந்தியர்களும் தீண்டத்தகாதவர்கள் என்று அவர் விவரித்த ரயில் நிகழ்ச்சிக்கு முன்னர்தான் அவரின் கீழ் பணியாற்றிய வெள்ளைப் பணியாளர்களை வேலை நீக்கம் செய்திருக்கிறார். வெள்ளைத் தென்னாப்பிரிக்கரோடு

உணவு அருந்தியிருக்கிறார். அவர் வீட்டில் வெள்ளை விருந்தினர்கள் இருந்திருக்கிறார்கள். அந்த நேர்முகத்தில் தான் சொத்து வைத்திருந்தது பற்றியும், நிறைய பணம் வைத்திருந்தது பற்றியும் சொல்கிறார். இவ்வாறு அவர் சொல்கிற அன்றாடச் செயல்பாடுகள் எல்லாம் காந்தி காலத்து இந்தியத் தீண்டப்படாதவர்களுக்குச் சாத்தியமில்லை. இந்து சமூக அமைப்பில் தீண்டத்தகாதவர்களின் இழி நிலைக்கும் தென் ஆப்பிரிக்க இந்தியர்களின் நிலைக்கும் ஏணி வைத்தாலும் எட்டாது.

காந்தியை முதல் வகுப்பு வண்டியிலிருந்து வெளியேற்றியதையும், மாட்டு வண்டிக்காரர்களும், டோங்காவாலாக்களும் அம்பேத்கரை ஏற்றிக்கொள்ள மறுத்த காட்சியையும் ஒப்பிட்டுப் பார்க்கலாம். காந்திக்கு மூன்றாம் வகுப்பு மறுக்கப்படவில்லை. இந்தியத் தொடர் வண்டிகளை விடத் தென்னாப்பிரிக்கத் தொடர் வண்டிகள் நன்றாக இருந்தன என்று புகழ்ந்திருக்கிறார். வேறுபாடுகள் இதில் இல்லை. காந்திக்கு வேறு இடத்திற்குச் செல்ல உரிமை இருந்தது; அவரைத் தீண்டத்தகாதவராகக் கருதாத நாடுகளுக்கு அவர் செல்லலாம். இந்தியாவின் தீண்டப்படாதவர்களுக்கு வெளியில் செல்லும் உரிமை இல்லை. அவர்களது அவமானம் பூட்டி வைக்கப்பட்டு விட்டது - ரிக் வேதத்தின் *புருஷ சுக்தா*[10]-வின் படி பிறப்பிலிருந்து அரசமைப்புச் சட்டத்தின் முகப்புரை வரையில்.

இதில் நகை முரண் என்னவென்றால் அவர் தனது நாட்டுக்குள்ளேயே ஓர் அந்நியன். வேண்டாத விருந்தாளி. ஒரு விசாதான் அவரது சொந்த நாடான பகை நாட்டிலிருந்து பிராமணியத்தின் ஆதிக்கத்திலிருந்து நெடுந்தூரம் பயணம் செல்ல அனுமதி அளித்தது. வெளிநாட்டில்தான் தீண்டத்தகாதவன் என்ற நிலையிலிருந்து விடுதலை கிடைத்தது. வெளியில் தெரியக்கூடிய நிறப் பாகுபாட்டினால் ஏற்பட்ட வெறுப்பை அனுபவிப்பதுகூட இந்தியாவை விட்டுப் போக விசா கிடைத்த பின் ஓர் ஆடம்பரமாக இருந்தது. கண்ணுக்குத் தெரியாத சாதிக் கொடுமையினால் அனுபவித்த தனிமைப்படுத்தலிலிருந்தும், ஒடுக்கப்படுதலிலிருந்தும் வெகுதூரம் சென்றுவிட்டார். அதனால்தான் அவருடைய தன் வரலாறு *waiting for a visa* என்று அழைக்கப்பட்டது.

மீண்டும் கிராமத்திற்கு

இந்த விபரங்கள் அல்லது மதிப்பீடுகளைக் கூட நாம் ஏற்றுக்கொள்ள வேண்டியதில்லை. இந்தியக் கிராமம் பற்றிய காந்தியின் மதிப்பீட்டுக்கும், அம்பேத்கரின் எதிரான மதிப்பீட்டுக்கும் இடையே உள்ள வேறுபாடுகளுக்குக் காரணமான காந்தியின் ஒப்புமையின் தவறினை அறிந்துகொள்ள அது தேவையில்லை. கிராமம் பற்றிய காந்தியின் மதிப்பீட்டில் கிராமம் வன்முறையின்மையின் அடிப்படையிலான நாகரிகத்திற்கு அடிப்படை, மாண்புமிக்க அமைதியான வாழ்வுக்கு ஒரு நிலை. ஆனால் அம்பேத்கர் இதற்கு நேர் எதிராக, 'கிராமம் உள்ளூர் கழிவுத் தொட்டி, அறியாமை, குறுகிய மனப்பான்மை, சாதியம் ஆகியவற்றின் குகை'[11] என்று விவரித்தார். மாண்பிற்கு அங்கே இடமில்லை. சாதியின் அவமானம் கட்டாயமாக நடைமுறைப்படுத்தப்பட்டு, புனிதமானதாக ஏற்றுக்கொள்ளப்பட்டது கிராமத்தில்தான் என்று சொல்கிறார் அம்பேத்கர்.[12]

> இந்துக்களின் காலனியவாதத்தின் ஒரு வகையை இந்தியக் கிராமங்கள் காட்டுகின்றன. இது தீண்டத்தகாதவர்களைச் சுரண்டுவதற்காக ஏற்பட்டது. தீண்டப்படாதவர்களுக்கு எந்த உரிமையும் இல்லை. அவர்கள் காத்துக் கிடக்க வேண்டும், பணிபுரிய வேண்டும், பணிந்து போக வேண்டும். அவ்வாறு செய்ய வேண்டும், அல்லது சாக வேண்டும். அவர்கள் கிராமக் குடியரசுக்கு வெளியே இருப்பதால் அவர்களுக்கு உரிமைகள் எதுவும் இல்லை. அவர்கள் குடியரசு என்று அழைக்கப்பட்ட ஒன்றிலிருந்து அவர்கள் வெளியே இருக்கிறார்கள். ஏனென்றால் அவர்கள் இந்து என்ற அமைப்பிற்கு வெளியே இருக்கிறார்கள்.[13]

அம்பேத்கரின் கருத்துப்படி, மாண்பு என்பது சாதியால் விலக்கி வைக்கப்படுகிறது. படிநிலைச் சமத்துவமின்மைக் கொள்கை கொண்ட பிராமணியத்தில் விதிமுறைக்குட்பட்ட படிநிலை மாண்பு உள்ளது. ஒவ்வொரு சாதியினருக்கும் வெவ்வேறு படிநிலை, தர வரிசை. சமத்துவம் என்கிற கருத்தியலை விட, மாண்பு என்ற கருத்தியலில் படிநிலையோ தர வரிசையோ இருக்க முடியாது. மாண்பில் தரப்படும் ஒவ்வொரு படிநிலையும், மாண்பின் இழிநிலை.

ஆனால் காந்திக்கு, - அல்லது அம்பேத்கரின் மதிப்பீட்டின்படி காந்திக்கு - அப்படியில்லை. காந்திக்கு அவருடைய வர்ணாச்சிரம இலட்சியக் கோட்பாட்டின்படி, அவர் கட்டிக் காத்த சாதி வேறுபாட்டின் சமூக, ஒழுக்க நெறி விளைவுகள், அவருடைய இலட்சிய அமைப்பில் பிற வர்ணத்தாருக்குப் பரம்பரை பரம்பரையாகத் தொண்டு ஊழியம் செய்ய விதிக்கப்பட்டவர்களுக்கு, இழிவுபடுத்துகின்றவை தான். அவர்களை அடிமைகளாக இருக்கக் கற்றுத் தருகிறது. அடிமை மனப்பான்மையால் வருகின்ற உளவியல் சிக்கல்களை உண்டாக்குகிறது. வர்ணாச்சிரமத்தில் ஒரு பக்கம் கொடுங்கோன்மை, ஆடம்பரம், அகந்தை, கர்வம், பேராசை, தன்னலம் ஆகியவை இருக்கின்றன. மற்றவர்களிடமிருந்து ஊழியம் பெற உரிமை தருகிறது. இன்னொரு புறம் ஊழியம் செய்ய விதிக்கப்பட்டவர்களுக்குப் பாதுகாப்பின்மை, ஏழ்மை, இழிவு, தன்னுரிமை இழப்பு, சுய மரியாதைப் பறிப்பு ஆகியவை கிடைக்கும். காந்தியின் வர்ணாச்சிரமத்தின் இலட்சியக் கொள்கையின் சமூக அரசியல், உளவியல் விளைவுகளை அம்பேத்கர் கடுமையான சொற்களில் சுருங்கச் சொல்கிறார்.

மக்களாட்சிச் சமுதாயம் இப்படிப்பட்ட விளைவுகளுக்குப் பாராமுகமாக இருக்க முடியாது. ஆனால் காந்தியம் இந்த விளைவுகளைப் பற்றிக் கண்டுகொள்ளவே இல்லை.[14]

முகப்புரையில் மாண்பு

அம்பேத்கரின் மனத்தில் காந்தியத்திற்கும் அதனால் மாண்புக்கு ஏற்படும் பாதிப்புகளுக்கும் இடையே தொடர்பு பற்றிய சிந்தனைதான் முகப்புரையில் முதன்முதலில் மாண்பை வலியுறுத்துவதற்குக் காரணம். 1948 பிப்ரவரி 6 அன்று சகோதரத்துவப் பிரிவில், 'மாண்பு' என்ற சொல் இவ்வாறு இடம் பெற்றிருந்தது.

சாதி,(மத) நம்பிக்கை வேறுபாடின்றி ஒவ்வொரு தனிமனிதனுக்கும் மாண்பினை உறுதி செய்யும் சகோதரத்துவம்.[15]

முந்தைய இயலில் 'மாண்பு' என்ற கருத்தியலை. உள்ளடக்கிய சகோதரத்துவத்தின் வளர்ச்சியையும் மாற்றத்தையும் சொல்லியிருந்தோம். சாதியிலிருந்து சகோதரத்துவம்

(அத்தோடுகூட மாண்பும்) படிப்படியாக நீக்கப்பட்டதைப் பார்த்தோம். மேலும் மாண்பு என்பதிலும் சிறிய மாற்றம் இருந்தது. 'ஒவ்வொரு தனிமனிதனின் மாண்பு' என்பது 'தனி மனிதனுடைய மாண்பு' என்ற மாற்றம் இருந்தது. எனவே 1948 பிப்ரவரி 21 அன்று இவ்வாறு எழுதப்பட்டது. 1950 ஜனவரி 26இல் அந்த வாசகம் இருந்தது.

> தனி மனிதனின் மாண்பினையும், நாட்டின் ஒருமைப்பாட்டையும் உறுதி செய்யும் சகோதரத்துவம்.[16]

ஆனால் மாண்பினையும், சாதியையும் இணைத்த அம்பேத்கரின் முதல் கருத்து மாண்பைப் பயன்படுத்த வேண்டிய அவசியத்தையும் அதன் பொருளின் இரகசியத்தையும் வெளிப்படுத்திற்று.

அரசமைப்புப் பேரவையின் விவாதங்கள்

வரைவு அரசமைப்பு, அரசமைப்புப் பேரவையின் தலைவருக்கு 1948 பிப்ரவரி 21 அன்று அனுப்பி வைக்கப்பட்டது. எல்லா உறுப்பினர்களுக்கும் அனுப்பி வைக்கப்பட்டது. பல திருத்தங்கள் முன் வைக்கப்பட்டன. அவற்றில் 'மாண்பு' பற்றியதும் அடங்கும்.

குறிப்பிடத்தக்க திருத்தம் பட்டாபி சித்தாராமைய்யாவால் கொண்டு வரப்பட்டது. அந்த ஆண்டு காங்கிரசின் தலைவராக அவர் தேர்ந்தெடுக்கப்பட்டிருந்தார். சித்தாராமைய்யா மரியாதைக்குரிய சுதந்திரப் போராட்ட வீரர். பல போராட்டங்களில் பங்கு பெற்றுச் சிறைக்குச் சென்றவர். இந்திய தேசிய காங்கிரஸ் வரலாற்றில் வல்லுநர், *Indian Nationalism* என்ற புத்தகத்தை 1913இல் எழுதினார்.[17]

அவருடைய திருத்தம் வருமாறு:

> 'சகோதரத்துவம்' என்ற பிரிவுக்குப் பதிலாகக் கீழ்க்கண்டவாறு சேர்க்கப்படலாம். நாட்டின் ஒருமைப்பாட்டையும், தனி மனிதனின் மாண்பையும் உறுதி செய்யும் சகோதரத்துவம்.[18]

இந்தத் திருத்தம் சாதாரணமானதுதான். ஆனால் அம்பேத்கருக்கு ஏற்றதாக இல்லை. தேச ஒற்றுமையை முதலில் வைத்து, தனி மனிதனின் மாண்பை இரண்டாவது இடத்தில் வைப்பது ஏற்றதாக இல்லை. அவருடைய கருத்துக்கு K.N.முன்ஷியும், B.N.ராவும் ஆதரவு தந்தார்கள். K.N.முன்ஷி வல்லுநர் குழுவின்

உறுப்பினராக இருந்தார். அவருடைய *Pilgrimage to Freedom*[19] என்ற நூல் வரைவுக் குழுவின் சிந்தனைகளை விளக்குகிறது.

> முகப்புரையின் முக்கிய அம்சம் 'நாட்டின் ஒருமைப்பாட்டையும்' அதே அளவிற்குத் 'தனி மனித மாண்பையும்' வலியுறுத்துவது. மாண்பு என்கிற சொல் ஒழுக்க நெறி, ஆன்மிகம் ஆகிய இரண்டிற்கும் உரியது. குடிமகனின் ஆளுமைக்கு மரியாதை தருவதும், ஒவ்வொரு குடிமகனும் தனது முழு நிறையைக் காண உரிமை பெறும் சூழலை உருவாக்குவதும் ஒன்றிய அரசின் கடமையாகும்.
>
> எனவே 'தனிமனித மாண்பு' என்ற சொற்றொடரைச் சேர்த்திருப்பது ஹெகலியக் கோட்பாட்டை நிராகரிப்பது ஆகும். இக்கோட்பாட்டின் அடிப்படையில்தான் சர்வாதிகாரத்துவம் இருக்கிறது. அரசு என்பது ஒரு தத்துவார்த்த நிலை. தன்னுடைய இருத்தலைப் பாதுகாப்பது ஒன்றை மட்டும் அது நோக்கமாகக் கொண்டிருக்கும். தனிமனிதனுக்கும் அதற்கும் தொடர்பில்லை, அதனை மறைக்கவும் செய்துவிடும். எனவே சொற்றொடர் முற்காலத்திலிருந்தே நாம் சுவீகரித்துக்கொண்ட வாரிசுரிமையுடைய சமூக, ஆட்சி அதிகார வேறுபாடுகளை வெளிப்படையாகவே ஒதுக்கித் தள்ளுகிறது.[20]

'*ஹெகல்*' என்று யாரும் சொன்னார்களா? ராவ் வருகிறார்.

இப்படிப்பட்ட தத்துவார்த்த விளக்கம் அம்பேத்கருக்கு இன்ப இசையாக ஒலித்தது. ஆனால் நிர்வாக அனுபவம் கொண்ட பி.என்.ராவ் ஹெகலின் தத்துவத்தை மேற்கோள் காட்டவில்லை. 1947 மே 30 அன்று தனது முகப்புரையை முடிவு செய்துகொண்டிருந்த அவர் அயர்லாந்தின் 1937 அரசமைப்புச் சட்டத்தைப் பார்க்க நேர்ந்தது. அயர்லாந்துக்குப் போய் வந்த பிறகு அவருடைய அறிவிக்கைப் பகுதியில் இந்த வார்த்தைகளைச் சேர்த்தார். ராவினுடைய முகப்புரையில்:

> பொது நன்மையை வளர்த்தெடுக்க முற்படும் இந்திய மக்களாகிய நாங்கள், எங்களால் தேர்ந்தெடுக்கப்பட்ட பிரதிநிதிகள் மூலம் இந்த அரசமைப்புச் சட்டத்தை ஏற்று, சட்டமியற்றி எங்களுக்குக் கொடுத்துக்கொள்கிறோம்.[21]

இது அயர்லாந்தின் முகப்புரையின் அறிக்கைப் பகுதியைப் பின்பற்றியது. 'அயர்லாந்திற்குப்' பதிலாக 'இந்தியா' இடம் பெற்றது. அத்தோடு 'எங்களால் தேர்ந்தெடுக்கப்பட்ட பிரதிநிதிகள்' என்பது சேர்க்கப்பட்டது. நாம் ஏற்கெனவே முன்னுரையில் பார்த்தது போல இறுதி அரசமைப்பு முகப்புரையில் அறிவிக்கைப் பகுதியில் ராவின் வரைவு முகப்புரை பெருமளவு இடம் பெற்றிருந்தது. ஆனால், அதன் விவரிப்புப் பகுதி எதுவும் சேர்க்கப்படவில்லை.

அயர்லாந்து முகப்புரையின் விவரிப்புப் பகுதி பொது நலம், மாண்பு, நாட்டின் ஒருமைப்பாடு ஆகியவற்றையும் குறிப்பிடுகிறது.

> மூவொரு கடவுளின் பெயரால் அயர்லாந்து மக்களாகிய நாங்கள் இயேசு கிறிஸ்துவாகிய இறைவனுக்கு எங்களுடைய கடமைகளைப் பணிவுடன் ஏற்றுக்கொண்டு, தனி மனிதரின் மாண்பும், உரிமையும் உறுதி செய்யப்படவும், உண்மையான சமூக அமைப்பை அடையவும், நமது நாட்டின் ஒருமைப்பாட்டை மீட்டெடுக்கவும், பிற நாடுகளோடு நல்லுறவைக் கருதியும் சரியான முறையில் விவேகம், நீதி, அறம் ஆகியவற்றைக் கடைப்பிடித்து பொது நலன் பேணிக் காக்க, இங்கே இந்த அரசமைப்புச் சட்டத்தை ஏற்று, சட்டமாக்கி எங்களுக்கே கொடுத்துக் கொள்கிறோம்.[22]

அயர்லாந்தின் அரசமைப்புச் சட்டம் வழிபாட்டு மன்றாட்டு போல இருக்கிறது; சட்ட ரீதியான ஓர் ஆவணமாக அது இல்லை. எனினும் B.N.ராவ் அயர்லாந்து முகப்புரையிலிருந்து எடுத்துக் கொண்ட சொற்றொடர்கள் ஓர் எளிய தீர்வைத் தந்தன. தனிமனிதனின் மாண்பிற்கு முதலிடம் தரா விட்டால் நமது நாட்டில் ஒருமைப்பாடு இருக்க முடியாது என்ற அம்பேத்கரின் உறுதிபாட்டை ராவ் ஆதரித்தார். அவர் K.M.முன்ஷியின் தத்துவார்த்த நியாயப்படுத்தலைப் பின்பற்றவில்லை. இதனைச் செயல்முறைச் சிக்கலாகவே கண்டார். அயர்லாந்தின் முகப்புரை அதை முன்மாதிரியாகக் கொண்டாடப்பட்டது என்று அவர் மென்மையாக விளக்கினார்.

அதன்படி ராவ் அரசமைப்புப் பேரவைக்குச் சுற்றறிக்கையாக நீண்ட குறிப்பைத் தயாரித்தார். 1948 பிப்ரவரியில் வரைவு அரசமைப்புச் சட்டம் தொடர்பாக வரைவுக் குழுவிற்கு

அனுப்பப்பட்ட கருத்துகளும், திருத்தங்களும் வந்தடைந்தன. மீண்டும் கூட்டப்பட்ட வரைவுக் குழுவின் முடிவுகளும், சிறப்புக் குழுவின் முடிவுகளும் வந்தடைந்தன. ராவ் தனது குறிப்பில் அம்பேத்கர் மாண்பிற்கு முதலிடம் தருகின்ற உறுதிப்பாட்டை மிகச் சிறப்பாக முன் வைத்தார்.

3. இது முழுக்க முழுக்க வரைவுத் திருத்தம். முதலில் நாட்டின் ஒருமைப்பாட்டை வைக்கவும், அடுத்து தனி மனிதனின் மாண்பை வைக்கவும் வரைவு செய்தது. தனி மனிதனின் மாண்பை முதலில் வைக்க வேண்டிய காரணம், தனி மனிதனின் மாண்பினை உறுதி செய்யாவிட்டால் நாடு ஒருமைப்பாட்டுடன் இருக்காது. அயர்லாந்தின் அரசமைப்புச் சட்டத்தில் நாட்டின் ஒருமைப்பாட்டுக்கு முன்னால் 'தனி மனிதனின் மாண்பு வருகிறது'. எனவே இந்தச் சொற்றொடரையே நாம் வைத்துக்கொள்வோம்.[23]

ஒரு சொல், இரண்டு எதிரெதிரான பொருள்கள்

CAD-இல் 'மாண்பு' என்ற சொல் குறிப்பிடப்பட்டது இது முதல் முறையல்ல, இரண்டாவது வாசிப்பில் எட்டு விவாதங்களில் இச்சொல் வந்தது. ஆனால் அதன் பொருள் முகப்புரையில் வரும் சொல்லுக்கு எதிர்ப்பதம். முதலில் CAD-இல் 'மாண்பு' என்ற சொல் மதிப்பையும், அரசு மரியாதையையும், குறிப்பதற்காகப் பயன்பட்டது. 'இந்த உயர் பதவியின் மாண்பு' (dignity of his high office) அல்லது 'மதிப்பிற்குரிய நீதித் துறையின் மாண்பிற்குக் கீழானது' அல்லது குடியரசுத் தலைமையின் மாண்பை உயர்த்தி அல்லது 'இந்த மாண்பான கூட்டத்தின் மாண்பு' முதலிய இடங்களில் பயன்பட்டது. இந்திய அரசமைப்புச் சட்டத்தின் ஆவணக் காப்பகத்தை ஆராய்ந்தால், -அரசியலமைப்பு ஆலோசகர் பி.என். ராவ்வின் புத்தகங்கள்[24] - 'மாண்பு' (dignity) என்ற சொல்லின் நேரடிப் பொருள் 'அரசர்க்குரிய' மதிப்பு வாய்ந்த, மாண்பார்ந்த முதலியன. காந்தியின் நூல்களிலும் இந்தப் பொருளிலேயே அச்சொல் பயன்படுகிறது. ஏற்கெனவே சொல்லப்பட்ட உழைப்பு, கிராமம் ஆகியவற்றில் பயன்பாடு தவிர மற்ற இடங்களில் பயன்பாடுபற்றி இவ்வாறு கூற முடியும்.

அம்பேத்கர்தான் முகப்புரையிலும், எழுத்துகளிலும் அச்சொல்லை நேரெதிரான பொருளில் பயன்படுத்தினார். அதற்குச் சமத்துவப்

பொருள் தந்து ஒவ்வொரு மனிதரிடமும் இருக்கும் அகப்பண்பின் சமமான மதிப்பை விளக்குமாறு பயன்படுத்தினார்.

ஆங்கிலச் சொல்லான dignity-க்கு இரண்டு எதிர் எதிரான அர்த்தங்கள் எப்படி இருக்க முடியும்? ஒரு பயன்பாட்டில் அதற்கு மதிப்பு, மாண்பு, பிறவற்றிலிருந்து படிநிலையில் உச்சத்தில் இருப்பதாகப் பொருள் தருகிறது. இன்னொன்றில் எல்லோராலும் பகிரப்படுகிற, ஒவ்வொரு மனிதனிடமும் இருக்கக்கூடிய ஒரு பண்பாக அர்த்தம் தருகிறது.

'Dignity' என்ற சொல்லின் கருத்தியல் வரலாற்றைப் பார்க்க வேண்டும். நான்கு நிலைகளில் அதைக் காண முடியும். பண்டைய கிரேக்க, ரோமானிய, கிறிஸ்துவிற்கு முந்திய பொருள். கத்தோலிக்க இறையியல் பயன்பாடு; தத்துவத்தின் வழியாக மதச் சார்பின்மைப் பொருள்; புரட்சிகளில் அனைவருக்கும் நல்லுணர்வைத் தர ஆனது, 1945இல் ஐ.நா.சாசனம், 1948இல் மனித உரிமைகளின் பன்னாட்டு அறிவிக்கை, அதன் விளைவாக உலக அளவில் அரசமைப்புச் சட்டங்களில் அடிப்படை உரிமையாகக் கூறப்படுவது.

இந்த ஆய்வு எதிரெதிரான அர்த்தங்களை அந்தச் சொல் ஏன் தருகிறது என்பதை விளக்கும். அத்தோடு கூட அம்பேத்கரின் சம காலத்தில் அச்சொல்லை அதன் படிநிலைத் தர வரிசைப் பொருளில் மட்டுமே ஏன் பயன்படுத்தினார்கள் என்பதையும் காட்டும். எல்லாவற்றிற்கும் மேலாக அம்பேத்கரின் முகப்புரையில் 'மாண்பு' என்கிற சொல்லின் இரகசிய வரலாற்றையும் வெளிக் கொணர்கிறது. அம்பேத்கரிடமும் ஏன், எப்போது அச்சொல்லின் சமத்துவப் பொருள் முக்கியமானதாக ஆயிற்று என்று நாம் அறிகிறோம். 1930இல் கலாராம் கோயில் சத்தியாகிரகம் முதல் 1940, 50-கள் வரையிலான அவரது வரலாறு இதற்குப் பதிலளிக்கும்.

மாண்பு என்பது மதிப்பு நிலையாக

மாண்பு என்பதைத் தர வரிசை நிலை, சிறப்பு மாண்பு என்று புரிந்துகொள்ளப்படுவதை கிரேக்க அரசியல் சிந்தனையில் காண முடியும். இதனை இந்தியாவோடு ஒப்பிட முடியும். கிரேக்க வரலாற்றுக்கு முந்திய காலத்தோடு, இந்தியாவில் வேத புராண காலத்தோடு ஒப்பிட முடியும். இந்த இலக்கியங்களில் யார் ஆள

வேண்டும், யாருக்கு ஆள வாரிசுரிமை இருக்கிறது என்பது பற்றிய விளக்கம் இருக்கிறது. மனிதன் இன்னொரு மனிதனை ஆள்வது என்பதில் படிநிலை ஆதிக்கம் இருக்கும். அதனால் இப்போது சட்டத்தின் ஆட்சி என்கிறோம். பண்டைய கிரேக்கத்தில் இருந்த ஆள்வது என்ற கருத்தியல் மதிப்பு நிலையைக் குறிக்கும். அதாவது இந்த மாதிரி ஆள்பவர்கள் ஆளப்படுபவர்களோடு வேறுபடுத்தி அறியப்பட்டார்கள். அவர்களுக்கு மரியாதை, புகழ், மாண்பு முதலியன அதிகமாகத் தரப்படும். சில வழிகளில் வேத புராண கால இந்தியாவின் கருத்தியல் முரண்பாடானது. அரசியல் ஆட்சியாளருக்கு, பாதுகாத்தல், தான் ஆள்கின்றவற்றை வளர்த்தல் முதலான வேலைகள் இருந்தன. எனினும், இந்தப் பொருளின் அமைப்பில், வர்ணம் சொல்கின்ற படிநிலையும், பின்னர் சாதியும் சேர்ந்துகொள்ள, சில வர்ணம் அல்லது சாதியைச் சேர்ந்தவர்கள்தான் ஆள முடியும் என்று ஆயிற்று.[25] பண்டைய கிரேக்கத்திலும், இந்தியாவிலும், காப்பிய காலத்தில் ஓர் ஆளுடைய மதிப்பு அவருடைய தர வரிசை நிலை, மதிப்புகள், படிநிலைகள் ஆகியவற்றைச் சார்ந்திருந்தது. இந்த அமைப்பில் ஆட்சி செய்பவரின் சிறப்பும், ஆளப்படுகிறவரின் அல்லது பணிபுரிகிறவரின் மதிப்பின்மையும் ஏற்றுக் கொள்ளப்பட்டவை.

ஆனால், ரோமானியர் காலத்தில் அதற்கு ஒரு பெயர் தரப்பட்டது - dignitas. இது ஒரு ஆளுடைய மதிப்பை அடையாளப்படுத்தியது. இப்போது தான் மாண்புக்கு (dignity) அரசர்க்குரிய (majestic) என்ற பொருள் வந்தது. இந்த அர்த்தம் பல நூற்றாண்டுகள் தொடர்ந்தது. தாமஸ் ஹாப்ஸ் போன்ற தத்துவ ஞானிகள் கூடப் பயன்படுத்தினார்கள். ஒரு மனிதனின் பொதுவாக ஏற்றுக்கொள்ளப்பட்ட மதிப்பை, ஹாப்ஸ் dignity - dignitas என்று குறிப்பிட்டார்.[26] ஆனால் அரசமைப்புப் பேரவையின் விவாதங்களில் பேசப்பட்ட மாண்பு (dignity) என்ன என்பதற்கு இது போதாது. இதனைப் புரிந்துகொள்ள கத்தோலிக்கத் திருச்சபையின் வளர்ச்சியின் மேல் வந்த கருத்தாக்கம், அகந்தை, ஆடம்பரம், சூழல் ஆகியவற்றின் உச்சக் கட்டத்தைப் பார்க்க வேண்டும்.

மாண்பு இரட்டிப்பாகிறது

கத்தோலிக்கத் திருச்சபையின் குருபரிபாலன வளர்ச்சியில் ஆட்சி, நிர்வாகம் ஆகியவற்றில் போப்பாண்டவர் முதல்

கீழே உள்ள 'டீக்கன்' (குருவானவருக்குக் கீழ் அடுத்த நிலை) வரையில் படிநிலை இருக்கிறது. அவர்கள் அணியும் உடைகளின் வேலைப்பாடுகளிலும் வேறுபாடு இருக்கும். இதேபோன்ற மேலாடைகள்தான் இன்று கூட நீதித் துறையில் காணப்படுகின்றன. இதில் பயன்படும் *diginity* பதவியின் தர வரிசையைக் குறிக்கும். இந்தப் பொருளில் அரசமைப்புப் பேரவையின் விவாதங்களில் இந்தச் சொல் பயன்படுத்தப்பட்டது. நீதித் துறையில் தர வரிசைப்படியான அவர்களின் பதவிகளுக்கு ஏற்ப உடையும் படிநிலைகளுக்குத் தகுந்தாற்போலத் தொடர்கின்றன.

நிறுவனங்களில் காணப்படும் இந்த அமைப்பினால், அவை மனிதர்களை அந்தந்த நிறுவனங்கள் படிநிலைகளில் அவர்களின் மதிப்பிற்குத் தக்கவாறு அமைக்கின்றன. அந்த அமைப்பிலிருந்து தான் *diginity* மாண்பு என்கிற பொருள் வருகிறது. கத்தோலிக்கத் திருச்சபையிலும் இறையியலிலும் மாற்றங்கள் தோன்றின.

மனிதன் கடவுளின் சாயலில் படைக்கப்பட்டான். எனவே கடவுளின் கணக்கில் எல்லோரும் சமம். இது விவிலியத்தின் போதனை. இதனை மாற்ற முடியாது. வத்திக்கானில் சிஸ்டைன் சிற்றாலயத்தின் ஓர் ஓவியம் இருக்கிறது. கடவுள் எனும் தந்தை எல்லா மனிதருக்கும் மூதாதையரான ஆதாமுக்குத் தனது ஆவியை ஊதின காட்சி அது. எனவே ஆதாம் ஒருவருடைய தர வரிசை, படிநிலை என்னவாக இருந்தாலும் ஒவ்வொருவருக்கும் தனது மாண்பினை வழங்குகிறார். மகனாகிய கடவுள் மனித உருவம் எடுக்குமளவிற்குத் தாழ்ந்து வருகிறார். இவ்வாறு மனிதர் ஒவ்வொருவரிடமும் உள்ள மதிப்பை, மாண்பை நிலைநிறுத்துகிறார்.

எனவே ஒவ்வொரு மனிதருக்குள்ளும் இந்த மாண்பு இருக்கிறது, இது இறையியலில் உயிர் வாழ்க்கையின் புனிதத்துவம் என்று அழைக்கப்படுகிறது. அரசியல் சிந்தனையின் வரலாற்று நிகழ்வுகள் போலவே, இந்த இறையியல் சொற்றொடரும் சிறிது சிறிதாக மதச் சார்பினை இழந்துவிடுகிறது. இப்போது ஒருவரின் புனிதத்துவம் அல்லது தெய்வீகத் தன்மை, வாழ்க்கையின் புனிதத்துவம் என்று சொல்கிறோம். இப்படிப்பட்ட சொற்றொடர்கள் தான் மனித உரிமைகளின் அறிவிக்கைகளிலும் காணப்படுகின்றன. அவை எல்லோருக்கும் உரியவை, மதச் சார்பின்மை. இந்தச் சொற்றொடர்களைக் கத்தோலிக்கராக இல்லாத நாடுகளும்

அவர்களது அறிவிக்கைகளில் பயன்படுத்தி அவற்றை அவர்களுடையதாக அடையாளப்படுத்திக் கொள்கின்றன.

இந்தப் பின்னணியில் 1937 அயர்லாந்து அரசமைப்புச் சட்டத்தின் முகப்புரையைப் பார்க்கலாம். ஏற்கெனவே சொன்னதுபோல, அது மதச் சார்பற்றதாக, அரசமைப்புச் சட்டம் போலில்லாமல், கத்தோலிக்கச் செப வாசகம் போல இருக்கின்றது.

> மூவொரு கடவுளின் பெயரால் அயர்லாந்து மக்களாகிய நாங்கள் எங்களது தெய்வீக ஆண்டவர் இயேசு கிறிஸ்துவிற்கு எங்கள் கடமைகளை பணிவுடன் ஏற்று, தனி மனிதனின் மாண்பும், உரிமையும் உறுதி செய்யப்பட, உண்மையான சமூக அமைப்பைப் பெற்றிட, நமது நாட்டின் ஒருமைப்பாடு மீட்டெடுக்கப்பட...[27]

எனினும், ஐ.நா. சபை அல்லது மனித உரிமைகளின் பொது அறிவிக்கை ஆகியவற்றில் மாண்பு என்ற சொல் மதச் சார்பின்மையைச் சுட்டவே பயன்படுத்தப்பட்டிருக்கிறது. அதன் முதல் பிரிவே இதுதான்.

> பிரிவு 1 - எல்லா மனிதர்களும் விடுதலையோடும் மாண்பிலும், உரிமைகளிலும் சமமாகவும் பிறந்திருக்கிறார்கள்.[28]

இந்த மதச் சார்பற்ற பொருளில்தான் முகப்புரையில் மாண்பு இடம் பெற்றிருக்கிறது. நீதித் துறையில் கறுப்பு கவுனை அணிந்தால் அது கத்தோலிக்க மதத்தில் குற்றங்களை விசாரிக்கும் குருவினுடையது என்று யாரும் கருதமாட்டார்கள்.

புரட்சிகரமான சமத்துவக் கருத்தியல் இறையியலிலும், பொதுவான பயன்பாட்டிலும் வந்துவிட்டது. இந்து சமூகப் பழக்க வழக்கங்களில் சமத்துவ இறையியலை வெளிப்படுத்தும் கருவியாக அது இருக்கிறது. இவ்வாறுதான் அம்பேத்கரின் எழுத்துகளில் மாண்பு என்ற சொல் பயன்படுத்தப்படுவதைப் பார்க்கிறோம்.

ஓர் இந்துவிற்கு வாழ்க்கைச் சட்டங்கள் உள்ளன. அது அவனுடைய மதத்தின் ஒரு பகுதி. அது அவனுக்குப் பல உரிமைகளைத் தருகிறது. தீண்டத்தகாதவர்கள் மேல் மனித வாழ்க்கையின் மாண்பும், புனிதத் தன்மைக்கும் புறம்பான பல அவமானங்களைச் சுமத்துகிறது. மதம் என்ற பெயரால் இந்துக்கள் தீண்டத்தகாதவர்கள் மேல் கொட்டிய

அவமரியாதைகளையும், அறிக்கைகளையும் எதிர்த்து நாடு முழுவதும் அவர்கள் போராடி வருகிறார்கள்.[29]

தத்துவ ஞானிகளின் மாண்பு

அரசமைப்பு, மதச் சார்பின்மை ஆகியவற்றில் ஃபெடரல் ரிபப்ளிக் ஆஃப் ஜெர்மனியின் அரசமைப்புச் சட்டம் இவ்வாறு தொடங்குகிறது. மனித மாண்பு சார்ந்த தன்மையைப் பற்றிய மிகச் சிறந்த வெளிப்பாடுகள் அவை.

பிரிவு 1 (மனித மாண்பு)

1. மனித மாண்பு மறுக்கப்பட முடியாதது. எல்லா அரசு அதிகாரத்துக்கும் அதனைக் காத்து மரியாதை செலுத்த வேண்டியது அரசின் கடமை.

2. ஒவ்வொரு இனத்தின் அடிப்படையாகவும், அமைதி, நீதி ஆகியவற்றின் அடித்தளமாகவும் மறுக்கப்பட முடியாத மனித உரிமைகளை ஜெர்மன் மக்கள் ஏற்றுக் கொள்கிறார்கள்.[30]

ஜெர்மன் நாடுதான் மனிதரின் உயிருக்கும் மாண்புக்கும் மதிப்பளிக்காத நாடாக இருந்தது. ஆனால் இரண்டாம் உலகப் போருக்குப் பிந்தைய புதிய அரசமைப்புச் சட்டம், மனிதரின் மாண்பின் மறுக்கப்பட முடியாத தன்மையைத் துல்லியமாக அறிவிக்கிறது. மனித வாழ்க்கையைப் பற்றிய அப்படிப்பட்ட கருத்தியல் ஜெர்மன் சிந்தனைக்குப் புதிதல்ல. ஜெர்மன் தத்துவ ஞானியான இமானுவேல் கான்ட் மாண்பின் ஒரு விதிமுறையையே தந்தார்.

கான்ட்டின் ஒழுக்க நெறித் தத்துவம் சரி, தவறு என்பதைத் தீர்ப்பிடுவதற்கு முறைசார் வழிமுறையைத் தந்தது. ஒருவர் எந்த ஒழுக்க நெறிச் செயலைச் செய்ய வேண்டுமென்று தீர்மானிப்பது மனிதனின் பண்புக்கு உரியது. சார்பற்ற, பகுத்தறிவிற்குட்பட்ட, அனைவருக்கும் பொதுவான ஒன்று சரியான செயல் ஆகும். இது எந்த நிபந்தனைக்கும் உட்பட்டது அல்ல. நிபந்தனைகள் இருந்தால், குறிப்பிட்ட ஆசைகள், இலக்குகளுக்கு ஏற்ப நாம் விளைவுகளை எடைபோடுவோம். அப்படியானால் அவை ஒரு சில குறிப்பிட்ட நிகழ்வுகளுக்கு மட்டுமே பொருத்தமாக இருக்கும். பொதுப்படையாக ஒரு

விதியாகவோ, கொள்கையாகவோ இருக்காது. ஆனால் விதி விலக்கற்ற அறிவிக்கை சார்பற்றதாக இருக்கும்.

கான்ட்டின் இந்த உறுதியான கோட்பாட்டின்படி, நாம் உள்பட ஒருவரை, ஒரு கருவியாக நடத்துவதற்காகச் செயல்படுத்தக் கூடாது. அதுவே இலக்கு அல்லது முடிவாக இருக்க வேண்டும். இதற்குக் காரணம் ஒருவரிடம் உள்ளார்ந்த மதிப்பிட முடியாத மதிப்பு இருக்கிறது. அதுதான் மாண்பு. ஒரு கருவியாகப் பயன்படுத்தினால், அதற்கு ஒரு விலை உண்டு. அதனுடைய மதிப்புக்குப் பேரம் பேச முடியும். பரிமாறிக்கொள்ள முடியும்; விற்கவும் வாங்கவும் முடியும். ஆனால், மனிதன் விலை மதிப்பற்றவன். மனிதனை வாங்குவதோ, விற்பதோ ஒழுக்க நெறிகளின்படி வெறுக்கத்தக்கது. கான்ட் சொல்வதுபோல ஒரு மனிதனே இலக்கும் முடிவும் (*end*) ஆவான்.

இவ்வாறு ஒரு மனிதனை இலக்காகவும், முடிவாகவும் கருதுவதை மாண்பு என்று தத்துவார்த்தமாக வரையறை செய்வதன் தாக்கத்தை அம்பேத்கரின் எழுத்துகள் முழுவதும் காண முடியும். *The Hindu Social Order* முதலான அவரது கட்டுரைகள் அவருக்கு ஒரு மனிதனின் புனிதத்துவம் பற்றிய கத்தோலிக்கக் கோட்பாடும், ஒரு மனிதன் முடிவாக இருக்கிறான் என்கிற தத்துவமும் நன்கு தெரிந்திருந்தன என்பதைக் காட்டும்.

சமுதாய நோக்கங்களுக்கு ஒரு தனிமனிதன் கருவியாக இல்லாமல் முடிவாக ஏன் இருக்க வேண்டும்? ஒரு மனிதனின் உரிமைகளைப் பாதுகாக்க நாம் ஏன் நமது மதிப்புமிகு உடைமைகளையும், உயிரையும் தியாகம் செய்ய வேண்டும்? அதற்கு பேரா ஜேகஸ் பாரித்தான் தரும் விடை மிகப் பொருத்தமானது.

மனிதன் என்று சொல்லும்போது நாம் என்ன பொருள் கொள்கிறோம்?

> ஒரு மனிதன் எவ்வளவு ஏழையாக நொடித்துப் போயிருந்தாலும், அவன் முழுமையானவன், தனியாக இயங்கக் கூடியவன். ஒருவரை மனிதன் என்று சொல்லும்போது அவனது மனிதத்தின் ஆழத்தின் ஒரு பகுதியாக அல்ல, முழுமையாக இருக்கிறான். அடிமை நிலையை விட விடுதலை பெற்றவனாக இருக்கிறான். மதச் சிந்தனை ஒருவரைக் கடவுளின் சாயலில் இருக்கிறார் என்று சொல்வது ஒரு தத்துவார்த்த மறைபொருள். ஒருவரின்

மதிப்பு, மாண்பு, உரிமைகள் ஆகியவை இயற்கையிலேயே புனிதமான வகையைச் சார்ந்தவை.[31]

தத்துவத்தைக் கோவில் நுழைவின் மூலம் சோதித்தல்

மனிதனின் அழிக்க முடியாத அவனுக்குள்ளேயே இருக்கிற மாண்பு என்ற கருத்தியலுக்கான மூல ஆதாரங்களை அம்பேத்கர் பயன்படுத்தினார். அவற்றின் சமூகத் தாக்கங்களை அவர் அறிந்திருந்தார். அவை எவ்வாறு பிராமணிய இறையியலுக்கும், தத்துவத்திற்கும் மாறானவை என்பதை அவர் புரிந்து கொண்டிருந்தார். 1930இல் அம்பேத்கர் கோவில் நுழைவுப் போராட்டத்தை வழி நடத்தினார். அதனை மாண்பின் பெயரால் நியாயப்படுத்தினார். இந்தப் போராட்டத்தை உயர் சாதி இந்து மனத்துக்கு ஓர் அறைகூவலாக முன் வைத்தார். இந்து மனம் பொது மனச் சான்றைக் காட்ட முடியுமா, மனிதரின் அடிப்படையான, சமத்துவமுள்ள மாண்பை அதனால் புரிந்து கொள்ள முடியுமா என்பதுதான் சவால். கோவிலுக்குள் நுழைவது இலக்கில்லை. அவருக்குக் கோவிலுக்குள் நுழையும் ஆசையும் இல்லை. இந்த இயக்கம் சமத்துவத்துக்கானது. அவரும் பிற தீண்டத்தகாதவர்களும் கோயிலுக்குள் நுழைய விரும்பினால் அவர்கள் நுழைவதற்கான உரிமையை நிலை நாட்டுவதே நோக்கம். ஏனென்றால் அவர்களது உள்ளார்ந்த மாண்பு அதை எதிர்ப்பார்க்கிறது என்பதை ஏற்றுக்கொள்ள வேண்டும்.

> நாம் கோவிலுக்குள் நுழைவது நம்முடைய வாழ்க்கையில் எந்தப் புரட்சிகர மாற்றத்தையும் ஏற்படுத்தப் போவதில்லை. ஆனால், இந்து மதம் மனிதன் மனிதனாக நடத்தப்பட வேண்டும் என்ற புதிய யுகத்தின் உயர் நோக்கங்களை, அவனுக்கு மனித உரிமைகள் அளிக்கப்பட வேண்டும் என்பதை, மனிதரின் மாண்பு நிலை நிறுத்தப்பட வேண்டும் என்பதை ஏற்றுக்கொள்கிறதா என்று பார்க்க இது ஒரு சோதனை. உயர் சாதி இந்துக்கள் இவற்றைக் கருத்தில்கொண்டு அதன்படி நடப்பார்களா என்பது தான் முதன்மைக் கேள்வி.[32]

இப்படிப்பட்ட சோதனைகள் தோல்வியிலேயே முடிந்தன. அம்பேத்கர் இதன் பகுத்தறிவிற்குப் பொருந்தாத தன்மையால் மனம் நொந்தார். அவருடைய உரைகளும், எழுத்துகளும்

தத்துவார்த்த தர்க்க நீதியானவை. அதே சமயம் உணர்ச்சி மிக்கவை, நியாயமான சீற்றம் கொண்டவை. அம்பேத்கர் தனது இன மக்களின் மேல் அவிழ்த்து விடப்பட்ட வன்முறைகளின் முரண்பாடுகளைச் சுட்டிக்காட்டினார். அவர்கள் அதிகப்படியான வசதிகளைக் கேட்கவில்லை, சம உரிமைகளைத்தான் கேட்டார்கள். அவர்கள் ஏன் வன்முறைக்கு ஆளாக்கப்பட வேண்டும்? தீண்டத்தகாதவர்கள் என்று அழைக்கப்பட்டவர்கள் ஊர்வலமாகச் சென்ற போது அவர்கள் தாக்கப்பட்டார்கள். அப்படி அவர்களது ஊர்வலங்கள் சிறப்புகளுக்காக, பதவிகளுக்காக இல்லாதபோது அவர்களது ஊர்வலத்தை ஏன் தடுக்க வேண்டும்? சாதி இந்துக்கள் ஊர்வலம் செல்வதற்கு தீண்டத்தகாதவர்கள் எதிர்ப்பு தெரிவிக்கவில்லை. அவர்கள் கேட்பதெல்லாம் சங்கம் அமைத்து ஒன்றுபடுவதற்கான சம உரிமைதான். தீண்டத்தகாதவர்கள் தங்கம் அல்லது வெள்ளி நகைகள் அணிந்தால் அவர்கள் தாக்கப்பட்டார்கள். அவர்கள் தங்களுக்கு என்று தங்கத்தையும், வெள்ளியையும் எடுத்துக் கொள்ள முயன்றது போலத் தாக்கப்பட்டார்கள். ஆனால் அவர்கள் பண்பாட்டளவில் மட்டுமே சமமான உரிமைகளைக் கேட்டார்கள். தீண்டத்தகாதவர்கள் அவர்களது குழந்தைகளைப் பள்ளிக்கு அனுப்பினால், சாதி இந்துக் குழந்தைகளின் கல்விக்கு எதிரானவர்கள் என்பது போல அவர்கள் தாக்கப்பட்டார்கள். அவர்கள் கேட்டதெல்லாம் கல்வி பெறச் சம உரிமை. தீண்டத்தகாதவர்கள் கிணற்றிலிருந்து தண்ணீர் எடுத்தால், சாதி இந்துக்கள் அவர்கள் தண்ணீர் எடுப்பதைத் தடுப்பது போல அவர்களை அடித்தார்கள். அவர்கள் கேட்பதெல்லாம் அவர்களது மாண்பை ஏற்று, அவர்களுக்கு அடிப்படை, சம உரிமைகள் அளிக்கப்பட வேண்டும் என்பதுதான்.

அம்பேத்கர் அதைத் தெளிவாக எடுத்துரைத்தார். தீண்டத்தகாதவர் கேட்கும் அல்லது உரிமை கொண்டாடும் விடுதலைகள் அவர்களுக்கு மட்டுமே உரியவை அல்ல. சாதி இந்துக்கள் விடுதலையில் சம பங்கு கேட்கும் உரிமைகளிலிருந்து மாறுபட்டது அல்ல. அப்படி இருக்கும்போது அவர்கள் அடிப்படையான சம உரிமைகளைச் சட்டப்பூர்வமாகவும், பகுத்தறிவின் அடிப்படையிலும் கேட்பதன் நியாயத்தைச் சாதி இந்துக்கள் பார்ப்பதை எது தடுக்கிறது? ஏனென்றால், இந்து சமூக வாழ்க்கையின் விதிமுறைகளில் பொறிக்கப்பட்ட அவர்களது தத்துவமும், இறையியலும் தரவரிசையையும்,

படிநிலையையும் ஏற்றுக்கொள்கின்றன. மேலும் சிலர் மதிப்புள்ளவர்கள், மற்றவர்கள், மனிதர்கள் என்று சொல்லக் கூடத் தகுதியற்றவர்கள் என்பதை ஆதரிக்கின்றன. இதுதான் பிராமணிய மரபின் சித்தாந்தம், சாதியிலான கோட்பாடு.

> சாதி இந்துக்கள், தீண்டத்தகாதவர்களுக்கு எதிராகச் செய்தவையும், செய்யாமல் விட்டவையும், சாதாரண அநீதிகள் மட்டுமல்ல; சாதாரண அவமானங்கள் மட்டுமல்ல. அவை மனிதன் இன்னொரு மனிதனுக்கு இழைத்த கொடுஞ் செயல்கள். மருத்துவர் ஒரு நோயாளி தீண்டத்தகாதவர் என்பதாலேயே அவருக்குச் சிகிச்சை அளிக்கக் கூடாது. இந்து கிராமங்கள் தீண்டத்தகாதவர்களின் வீடுகளைக் கொளுத்துவது, அவர்களது கிணறுகளில் மனிதக் கழிவுகளைக் கொட்டுவது - இவையெல்லாம் மனித நேயமற்ற கொடுஞ்செயல்கள். இல்லை என்றால் வேறு என்னவாக இருக்க முடியும்?[33]

தத்துவத்திலிருந்து சட்டத்துக்கு

கான்ட் போன்ற தத்துவஞானிகள் மனித மாண்பினை பகுத்தறிவுப்பூர்வமாக நியாயப்படுத்தினார்கள். கத்தோலிக்கத் திருச்சபையின் இறையியல் அடிப்படையிலான நியாயப்படுத்தல்களைச் சார்ந்திருக்க வேண்டியதில்லை.

கத்தோலிக்கத் திருச்சபை பல அறைகூவல்களை எதிர்கொள்ள வேண்டியதிருந்தது. பதினேழாம் நூற்றாண்டில் ஐரோப்பாவினைக் கலக்கிய பிரிவினைச் சபையின் பல வடிவங்கள் ஒரு சவால். 1648இல் வெஸ்ட்பாலியா ஒப்பந்தம், 1689இல் ஆங்கிலேய உரிமைகள் வரைவு முதலியன எடுத்துக்காட்டுகள். பதினெட்டாம் நூற்றாண்டில் 1776இல் அமெரிக்க விடுதலை அறிவிக்கை, 1787இல் அதன் அரசமைப்புச் சட்டம், 1791இல் அதன் உரிமைகள் சட்டம், 1789 முதல் பிரெஞ்ச் புரட்சியின் விளைவான *Declaration of the Rights of Man and Citizen.*

இப்போதைய மனித உரிமைகள் பற்றி நடைமுறையில் காணப்படும் சொற்றொடர்கள் இந்த ஆவணங்களில் பொதுவாகக் காணப்படுகின்றன. “எல்லா மனிதரும் சமமாகப் படைக்கப்பட்டார்கள், அவர்களைப் படைத்தவர் அவர்களுக்காக மறுக்கப்பட முடியாத சில உரிமைகளை

அளித்திருக்கிறார். அவற்றில் மனித உயிர் வாழ்க்கை, தனியுரிமை, மகிழ்ச்சியைத் தேடுதல் ஆகியவை தரப்பட்டிருக்கின்றன. பதினெட்டாம் நூற்றாண்டில் புரட்சிகரமான உரிமைகளின் காலத்தில் கட்டுப்பாடற்ற தேசியம் ஒரு கருத்தியலில் இருந்தது. உரிமைகள் பற்றிய கருத்தியலில், அவை மக்களில், ஒரு நாட்டில் நிலைகொண்டிருந்தன. அவர்கள் தங்களையே ஆள உரிமை பெற்றவர்கள். தம்மையே ஆளும் நீதியுள்ள அமைப்பில் அதனைச் செயல்படுத்துபவர்கள். இன்றைக்கு நாம் சொல்லும் உரிமைகள் கருத்துக்கு இவை மாறானவை. நாம் உரிமைகளை மனித உரிமையாகப் பார்க்கிறோம், குடிமக்களின் உரிமைகளாக அல்ல. இந்த உரிமைகள் ஒரு குறிப்பிட்ட நாட்டுக்கு உரியவை அல்ல. அது உலகளவிலான கருத்தியல், நாடுகள் கடந்த ஒன்று. ஏனென்றால் அது ஒரு குறிப்பிட்ட நாடு அல்லது அரசுக்கு உட்படாமல் தனிமனிதனின் மாண்பில் அமைந்திருக்கிறது.

ஆக, 1945-48 காலகட்டத்தில் மனித உரிமைகள் பற்றிய நமது கருத்து தெளிவாகிறது. *Universal Declaration of Human Rights (UDHR)*-இல் இதனைக் காணலாம். அம்பேத்கர் தனது *States and Minorities* நூலை எழுதிய போது *UDHR*-உம் வரைவு பெற்றுக் கொண்டிருந்தது. ஜாகன் மரிட்டான் *UNESCO*-வின் சார்பில் *UDHR* முயற்சியின் சார்பில் முன்னெடுத்து வந்தார்.

இவ்வாறு ஏற்பட்ட பல முன்னெடுப்புகளினால் உரிமைகளின் பொதுத் தன்மை பற்றி ஒருமித்த கருத்து ஏற்பட்டது. ஹுமாயின் கபீரினுடைய பங்கினையும் நாம் நினைவு கூர்கிறோம்.

கான்ட் சொன்ன தனிமனிதனே இலக்கு என்ற தத்துவார்த்த நிலைப்பாடு *UDHR*-இல் முழுவதுமாகச் சேர்க்கப்பட்டது. இதுவே அம்பேத்கரின் அரசியல் தத்துவத்தில் இடம் பெற்றது. மக்களாட்சியின் அடிப்படையாக அம்பேத்கர் கருதிய நான்கு கருதுகோள்கள் கான்ட் மனிதனின் மாண்பினைப் பற்றிச் சொன்னவை.[34] *States and Minorities* இல் அவர் இப்படி எழுதினார்:

> அரசியல் மக்களாட்சியின் அடிப்படைக் கருதுகோள்கள் வருமாறு.
>
> 1. தனிமனிதன்தான் அவனது இலக்கு.

2. தனி மனிதனுக்குச் சில மறுக்கப்பட முடியாத உரிமைகள் உள்ளன. அவற்றிற்கு அரசமைப்புச் சட்டம் உறுதி தர வேண்டும்.

3. எந்த வசதியைப் பெறுவதற்கும் முன் நிபந்தனையாக தனிமனிதன் தன்னுடைய அரசமைப்பு உரிமைகளை விட்டுக் கொடுக்க வேண்டிய அவசியம் இருக்கக்கூடாது.

4. மற்றவர்களை ஆட்சி செய்ய ஒரு தனி ஆளிடம் அரசு தனது அறிவிக்கைகளைக் கொடுக்கக்கூடாது.[35]

அடுத்த ஆண்டு 'மாண்பு' பிரிவு அம்பேத்கரின் முகப்புரையில் இடம் பெற்றது. நாம் இதுவரையில் சொன்ன தத்துவார்த்தப் பின்னணி, அது இடம்பெற்றதன் இரகசிய வரலாற்றின் முக்கியப் பகுதி.

இரகசிய வரலாற்றின் இன்னொரு பகுதி 1948 பிப்ரவரி 6 அன்று அம்பேத்கரின் முகப்புரையில் மாண்பு என்ற சொல் முதலில் பயன்பட்டதை ஆவணப்படுத்துவதன் மூலம் தெளிவு பெறும். அதுவும் கூடச் சாதி பற்றியதுதான். அந்தப் பிரிவு இவ்வாறு இருந்தது: சாதி அல்லது சமய நம்பிக்கை என்கிற பாகுபாடு இல்லாமல் ஒவ்வொரு தனி மனிதருக்கும் மாண்பு உறுதி செய்யப்படும்.[36] அம்பேத்கரின் முகப்புரையில் மறைந்து கிடக்கும் வேறு தொடர்புகளையும் காணச் சாதி பற்றிய சூழலை மீண்டும் ஆராயலாம். இது மிக முக்கியம். ஏனென்றால் அதன் இறுதி வடிவத்தில் மாண்பு, சாதி என்கிற வெளிப்படையான செயல்கள் அழிக்கப்பட்டுவிட்டன. அழிக்கப்பட்டாலும், சாதி பற்றிய குறிப்பு மாண்புப் பிரிவின் அடியில் காணப்படுகிறது.

மனிதத்தின் சாதிகள்

இந்தியாவில் மாண்புமிக்க வாழ்க்கை இலட்சியத்தைக் கிராமத்தில் தான் அடைய முடியும் என்ற காந்தியக் கொள்கையோடு சண்டை போடும்போது அம்பேத்கர் ஒரு முக்கியமான பிரச்சினையை எழுப்பினார். அது வரலாறோ, இறையியலோ, தத்துவமோ, சட்டமோ, அரசியலோ சார்ந்ததல்ல. அது உளவியல் சார்ந்தது. அம்பேத்கர் சாதி என்ற ஒன்று தாழ்ந்த சாதியினரின் மனத்தில் என்ன செய்யும் என்று குற்றம் சாட்டியதை நினைவுகொள்வோம்:

அது அவர்களை அடிமையாக இருக்கப் பயிற்சி தருகிறது. அடிமை மனப்பான்மையிலிருந்து வரும் மனச் சிக்கலை உண்டாக்குகிறது. மாண்பையும், தனி மரியாதையையும் அது இழக்கச் செய்கிறது.[37]

படிநிலையுள்ள சமத்துவமின்மை, படிநிலையுள்ள மாண்பு ஆகியவற்றின் உளவியல் சிக்கல் அம்பேத்கரின் மனத்தில் இருந்து வந்திருக்கிறது. ஒரு சமயம் 'சாதி அமைப்பிலுள்ள படிநிலைக் கொள்கை சமூக உளவியலை ஏற்படுத்தக் காரணமாயிற்று' என்று கூறினார். அவர் சமூக உளவியல் என்று சொன்னது, சாதியினால் ஒதுக்கப்பட்டவர்கள் மேல் மட்டுமல்ல, எல்லாச் சாதியினரின் மேலும் ஏற்படும் சமூக உளவியல் பாதிப்புகளைக் குறிக்கிறது. அவர் மேலும் தொடர்கிறார்: "முதலாவதாக, வெவ்வேறு சாதியினர் மத்தியிலும் மாண்பிற்கான போட்டி மனப்பான்மையை உண்டாக்குகிறது. இரண்டாவதாக, வெறுப்பு மேலே செல்ல, இகழ்ச்சி கீழ் நோக்கி அதிகரிக்கிறது.[38] சாதியின் சமூக உளவியல், வெறுப்பையும், இகழ்ச்சியையும் மட்டுமே உண்டாக்கினால் தேசிய ஒருமைப்பாடு எப்படிச் சாத்தியம்? இந்தப் புதிரை விடுவிக்கத்தான் சகோதரத்துவம் தேவைப்படுகிறது. பின்னர் இதனை அம்பேத்கர் 'மெட்டா' என்று அழைத்தார். இதனால்தான் மாண்பு பற்றிய பகுதி சகோதரத்துவம் பற்றிய பிரிவில் இடம் பெற்றது என்பது வியப்பளிக்கவில்லை.

இப்போது அம்பேத்கர் அடிக்கடி குறிப்பிடுகிற சமூக உளவியலின் இன்னொரு பக்கத்தைப் பார்க்கலாம். சாதியில் கட்டமைக்கப்பட்டிருக்கிற படிநிலைகளில் அடி மட்டத்தில் இருப்பவர்களின் மேல் ஏற்படும் உளவியல் தாக்கங்களை ஆராயலாம். இந்த விளைவுகள் காந்தியவாதத்தினால் வந்தவை என்று வாதிடும் அம்பேத்கர் அவை பிராமணியத்தின் இயற்கையான விளைவு என்றும் வாதிடுகிறார்.

பிராமணியத்துவம் அதனுடைய வரம்பிற்கு வெளியே இருப்பவர்களிடம் பகைமை பாராட்டும். அவர்களுடைய ஆசைகளுக்கு எதிராக இருக்கும். அவர்கள் கல்வியில் முன்னேறுவதையோ, உயர் பதவிக்குச் செல்வதையோ ஆதரிக்காது. அவர்களுடைய மாண்பையும் சுய மரியாதையையும் உயர்த்தும் எந்த இயக்கத்தையும் அனுமதிக்காது.[39]

உளவியல் பார்வையில், மாண்புக்கும், தன் மரியாதைக்கும் இடையேயுள்ள உறவு மிக முக்கியம். இதனை அம்பேத்கர் அடிக்கடி சொல்வார். பல வழிகளில் அதனைப் பயன்படுத்தினார். அவுரங்காபாத் மிலிண்ட் கல்லூரிக்கு அடிக்கல் நாட்டும்போது அவர் பட்டியலினச் சாதியினரைப் பற்றிக் குறிப்பிட்டார்.

> அவர்களிடமிருந்து அவர்களை மற்றவர்களுக்கு அடிமைகளாக ஆக்கி அவர்களது வளர்ச்சியைத் தடுக்கும் தாழ்வு மனப்பான்மையை நீக்கி, அவர்களது வாழ்க்கையினால் அவர்களுக்கும் நாட்டுக்கும் உள்ள முக்கியத்துவம் பற்றி அவர்களை அறியச் செய்வது தான் சிக்கல். அவர்களது முக்கியத்துவம் இப்போதுள்ள சமூக அமைப்பில் கொடூரமாகக் கொள்ளையடிக்கப்பட்டு விட்டது.[40]

தன் வரலாற்று அனுபவம் - மீண்டும்

ஒரு குறிப்பிட்ட மனிதனின் அனுபவங்கள் அவரது மாண்பைப் பற்றிய கருத்தியலுக்கு எப்படிக் காரணமாக ஆகிற்று என்று பார்த்தோம். காந்தியின் (1927) தன் வரலாற்றையும் அம்பேத்கரின் *Waiting for a Visa* (1937) நூலையும் ஆராய்ந்தோம். இந்த இயலின் முடிவில், மறுபடியும் அந்தத் தடத்தில் செல்வோர் அம்பேத்கரின் கதையும் அவர் திரும்பத் திரும்ப வலியுறுத்தும் சாதியின் உளவியல் பரிமாணங்களும், மாண்பும் தன் மரியாதையும் பின்னிப் பிணைந்திருப்பதும் பின்னாள்களில் தலித் தன் வரலாறு என்னும் நூலில் வாழ்க்கை முழுவதும் திரும்பத் திரும்ப வரும் கருப்பொருளாக இருக்கும்.

ஏக்நாத் அவாத் என்பவரின் தன் வரலாறான *Strike a Blow to change the World*[41] நூலில் திரும்பத் திரும்ப வரும் கருத்து தன் மரியாதைதான். அவாதின் வாழ்க்கை வரலாறு ஃபிரான்ஸ் ஃபெனானின் வாழ்க்கையையும், எழுத்துகளையும் ஒத்திருக்கிறது. ஃபனான் அல்ஜீரியாவில் காலனி ஆதிக்க நீக்கத்திற்குப் பாடுபட்டவர். ஆனால் வன்முறை பற்றிய ஃபனானின் கருத்தும், அம்பேத்கரின் கருத்தும் நேர் எதிரானவை.

ஃபனானுடைய நூலான *The Wretched of the Earth* (1961)[42] காலனிய ஆதிக்க நீக்கத்திற்கு வன்முறை வேண்டுமென்பதை அடிப்படையாகக் கொண்டது. இக்கருத்து அவாதின் எழுத்திலும்

பிரதிபலிக்கிறது. ஃபனானின் கருத்துப்படி ஒடுக்கப்பட்டோரால் நீதி நேர்மையோடு வன்முறை பயன்படுத்தப்படும்போது, அதற்கு மீட்டெடுக்கும், துன்பத்தை வடிகால் செய்யும் ஆற்றல் கிடைக்கிறது. காலனியமாக்கப்பட்டவர் (இங்கே சாதியால் ஒடுக்கப்பட்டவர்) உடல் ரீதியாகவும் உள்ளத்தின் அடிப்படையிலும் தன்னையே விடுவிக்கும் ஆற்றலைத் தருகிறது. சமத்துவத்தின் அடிப்படையிலான ஒரு நேர்மறை அடையாளத்தைப் புதிதாக உருவாக்கிக்கொள்ளச் செய்கிறது. இதன் இறுதி நிலையில் தன் மரியாதைக்கு அடித்தளம் நாட்டப்படுகிறது.

அவாதின் நூல் சுயமரியாதை என்ற முக்கிய இலக்கை நோக்கிச் செல்ல செய்யப்பட்ட தியாகங்களின் கதையையும் கூறுகிறது. எடுத்துக்காட்டாக,

> ஒரு தலித் தனது தலைமையையும், சுய மரியாதையையும் கண்டுபிடிக்கத் தொடங்கும்போது அவர் பேசத் தொடங்குகிறார். அவர் பேசத் தொடங்கும்போது அதற்குப் பின்விளைவுகள் ஏற்படுகின்றன, கொடுமைகள் நடக்கின்றன. நான்கு காயங்கள் தரப்பட்டால் ஒன்று தான் திருப்பித் தரப்படுகிறது. ஆனால், இந்த மாற்றமுமே முக்கியமானது.[43]

மீண்டும் சொல்கிறார்

> ஒவ்வொரு திருவிழாவின் போதும் அல்லது கிராம நிகழ்ச்சியின்போதும், மாங்குகன் ஹாலக்சியையும் சனாயையும் வாசிப்பார்கள். அவர்களுடைய மங்பாஜாவிற்கு அவர்களுக்குக் கூலி கிடைக்காது. எனவே கிராமத்தின் இசைக் கருவிகள் தீயில் போடப்படுகின்றன. அந்த அழகான ஷெனாய்கள் எரியும்போது எனக்கு வருத்தமாக இருக்கும். ஆனால் இந்தத் தீ நாக்குகளின் வழியாக மாங்குகள் மத்தியில் உண்டாகும் சுயமரியாதைதான் மிக முக்கியமானது.[44]

ஒரு வகையில் அவாதின் தன் வரலாறு சுய மரியாதையைப் பெற ஒரு வடிகாலாக இருந்தது. அந்த நூலில் சுய மரியாதை என்ற சொல் பத்துப் பன்னிரண்டு இடங்களில் வருகிறது. உள்ளத்தைத் தொடும் நிகழ்ச்சிகளுக்கு இடையே பயன்படுத்தப்படுகிறது. பசியால் வாடும் குடும்பங்கள் இறந்து

கிடக்கும் விலங்குகளின் மாமிசத்தை உண்பதை விவரிக்கும் பகுதிகள், மாங் பிச்சைக்காரர்களின் (போட்ராஜ்) தலைகள் மழுங்கடிக்கக் கட்டாயப்படுத்தப்படுவது, கல்வி என்ற பேச்சு எழும்போதெல்லாம் மறுக்கப்படுவது.

அவாதின் வளர்ச்சிப் பணிகளும், சமூகப் போராட்டமும், தலித்துகள் இந்த விலைமதிப்பற்ற நிலையை அடைவதை நோக்கித்தான் இருக்க வேண்டும் என்று காட்டுகின்றன.

> தலித்துகளுக்கு உணவு தருவது, சில சிமெண்ட் வீடுகள் கட்டித் தருவது ஆகியவை தீண்டாமை என்ற பிரச்சினையைத் தீர்க்காது. அவர்களுடைய சுய மரியாதையை உசுப்பிவிடுவது தான் முக்கியம்.[45]

இன்னொரு தன் வரலாறு புரட்சியாளர் கவிஞர் தயா பாவர் எழுதிய பலுட்டா என்ற நூல். அம்பேத்கரியர்கள் கிராமம் கிராமமாகச் சென்று மக்களிடம் சுய மரியாதையோடு வாழ வேண்டும் என்று கேட்டுக்கொள்வார்கள். இந்தப் புத்தகத்தில் அம்பேத்கர் சுய மரியாதையின் அவதாரமாகக் காட்டப்படுவார்.[46]

> அம்பேத்கர் இருந்தவரையில் அவர் அரசியலில் ஒரு உயிரோட்டமுள்ள சக்தியாக இருந்தார். 'மகார்கி அடிமைத்தனம், நாங்கள் இந்த வேலையைச் செய்ய மாட்டோம்' என்பது சுய மரியாதை முழக்கமாக இருந்தது. அப்போது எங்களுக்கு மலையையும் தகர்க்கும் ஆற்றலும், துணிவும் இருந்தன.[47]

இந்த விழிப்புணர்வுக்குக் காரணம் தலித்துகள் அம்பேத்கர் வழி நடத்திய மகாத் கிளர்ச்சியால் தூண்டப்பட்டார்கள் என்று பாவர் குறிப்பிடுகிறார். அதுதான் மாண்பிற்காகவும், சுய மரியாதைக்காகவும் எடுக்கப்பட்ட மிகப் பெரிய தலித் புரட்சி[48], முகப்புரையில் வரும் மாண்பு என்ற சொல்லுக்குப் பின்னால், அம்பேத்கரின் உரைகளின் எதிரொலியைத் தலித்துகள் கேட்டார்கள். எடுத்துக்காட்டு, கலாராம் கோவிலில் நிகழ்த்திய சொற்பொழிவு. அம்பேத்கர் மகாத் தண்ணீர்த் தொட்டியில் அம்பேத்கர் எதிர்க் குரல் எழுப்பி தாகத்தைத் தணித்துக் கொண்டது.[49]

உணவு அல்ல மானம்தான்

அம்பேத்கர் வன்முறையைத் தவிர்த்தார். சுய மரியாதையை எழுப்புவதன் அவசியத்தை அவரும் அவாத்தும் ஒரே குரலில் சொல்லவில்லை. இதனைத் தயா பாவர் போன்ற தலித் தீவிரவாதிகள் உறுதி செய்கிறார்கள். காந்தியும் பிற தேசிய இயக்கத் தலைவர்களும் தீண்டத்தகாதவர்கள் மேல் அனுதாப நோக்கோடு பார்ப்பதைக் கண்டித்தது. அம்பேத்கர் ஒரு கட்டுரை எழுதினார். அதில் மாண்பு, சுய மரியாதை ஆகியவற்றில்

Photograph by Sundar Lal, copyright © Buddhist Society of India (BSI)courtesy of BSI Delhi state president Shanti Swaroop Baudh.

அவரது கருத்தாக்கம் அழகாகத் தொகுத்துக் கொடுக்கப் பட்டிருக்கிறது. பல நூற்றாண்டுகளாக வறுமையைத் தாங்கிக் கொள்ளத் தீண்டத்தகாதவர்களைக் கட்டாயப்படுத்தியது, அவர்கள் பொறுத்துக்கொள்ள வேண்டியது அவர்களது துரதிர்ஷ்டம் என்று கூறி அவர்களை அவமானப்படுத்தியதன் விளைவைவிட அதிகமில்லை.

சமுதாய அளவில் மேம்படுத்துதல்தான் தன்னாட்சியின் இறுதி நோக்கமா? அடிமைப்பட்டுக் கிடக்கும் வகுப்பினர் சார்பில் பேசும்போது, அவர்கள் இறையாண்மையுள்ள விடுதலை பெற்ற இந்தியாவில் எதிர்பார்ப்பது வாழ்க்கைத் தத்துவமாகவும், சமூக அமைப்பாகவும் பிராமணியம் இருப்பதை முழுவதுமாக ஒழிப்பதுதான் என்பதில் எனக்கு ஐயமில்லை. அடிமைப்பட்டுக் கிடக்கும் வகுப்பினர் சமுதாய மேம்பாட்டைப் பற்றிக் கவலைப்படவில்லை. தீய சமூக அமைப்பின் விளைவாக அவர்கள் தாங்கிக் கொள்ள வேண்டிய அவமானத்தோடும் அவமதிப்போடும் ஒப்பிடும்போது அவர்களது ஏழ்மை நிலை ஒன்றுமில்லை. அவர்களுக்கு வேண்டியது உணவு அல்ல, தன்மானம் தான்.[50]

6

நாடு: ஒரு மாயையின் வருங்காலம்

அம்பேத்கரின் முகப்புரையின் முதல் வடிவம் 1948 பிப்ரவரி 6 அன்று வெளியாயிற்று. அதில் 'நாடு' என்கிற சொல் இல்லை. பிறகு அது 'சகோதரத்துவம்' பிரிவின் இறுதியில் இடம் பெற்றிருந்தது. முதலில் அதன் வாசகம் இதுதான்:

> சாதி, நம்பிக்கை வேறுபாடு இன்றி ஒவ்வொரு தனிமனிதனுடைய மாண்பினையும் உறுதி செய்யவும், சகோதரத்துவம்.[1]

முதல் வடிவத்தில் இடம் பெற்றிருந்த பகுதிகளான சகோதரத்துவமும், மாண்பும் அம்பேத்கரின் சிந்தனையிலும் எழுத்துகளிலும் முக்கிய இடம் பெற்றிருந்தன. ஆனால் பிற இடங்களில் அதிகம் காணப்படவில்லை. இறுதி அரசமைப்புச் சட்டத்தில் சேர்க்கப்பட்ட மூல ஆவணங்களில் அவை இடம் பெறவில்லை. பிற மாற்று அரசமைப்புச் சட்டங்களிலும் அவை இல்லை.

இதனை நான் வலியுறுத்துவதற்குக் காரணம், 'நாடு' என்பதில் இதன் எதிர்ப்பதமே சரியாக இருந்தது.

அம்பேத்கரின் 1948 பிப்ரவரி 6 முகப்புரையிலும் அந்தச் சொல் இல்லை. ஆனால் முதன்முறையாக 1948 பிப்ரவரி 9 வாசகத்தில் அது தோன்றியது.

> சாதி, வகுப்பு, நம்பிக்கை ஆகிய வேறுபாடுகள் எதுவுமின்றி, ஒவ்வொரு தனிமனிதனுக்கும் மாண்பையும், நாட்டின் ஒற்றுமையையும் உறுதி செய்யவுமான சகோதரத்துவம்.[2]

அதிக விருப்பமில்லாமல் அம்பேத்கரின் முகப்புரையில் இடம் பெற்ற சொல் தேசிய இயக்கத்தின் எல்லா ஆவணங்களிலும் இடம் பெற்றது; இந்திய அரசமைப்புச் சட்டத்தின் மூல நூல்கள் அனைத்திலும் பரவலாகக் காணப்பட்டது. அச்சொல்லை ஒவ்வொரு ஆவணமும் தாராளமாகப் பயன்படுத்திற்று. அக்காலக் கட்டத்தில் தேசம் என்பது காலம், இடம். ஆகியவற்றின் அடிப்படைக் கருத்தியலாயிற்று. அதுதான் அமைப்பு ரீதியான கொள்கை. கடந்த எழுபது ஆண்டுகளாக எல்லோரும் பொருள்கொண்டு, நியாயப்படுத்தப்பட்டு, போற்றப்பட்டது. அரசமைப்புப் பேரவை உறுப்பினர்களும், பிறரும் தேசத்தைக் கட்டி எழுப்பவதை நோக்கமாகக் கொண்டிருந்தார்கள்.

1948 பிப்ரவரி 9-க்குப் பிறகு நடந்த வரைவுக் குழுக் கூட்டங்களில், 'நாடு' (தேசம்) என்ற சொல் இடம் பெற்ற பிரிவு இறுதி செய்யப்பட்டது. 1948 பிப்ரவரி 21 அன்று அதன் வாசகம்:

> தனிமனிதரின் மாண்பையும், நாட்டின் ஒற்றுமையையும் உறுதி செய்யும் சகோதரத்துவம்[3] என்ற இறுதி வடிவம் பெற்றது.

அதுவே 1950 ஜனவரி 26 அன்றும் தொடர்ந்தது.

இவ்வாறே அரசமைப்புச் சட்டத்திற்கு 42ஆம் திருத்தம் கொண்டு வரப்படும் வரையில் இருந்தது. அதில் தான் 'ஒருமைப்பாடு' சோக்கப்பட்டது. அதன் பிறகு 'நாட்டின் ஒற்றுமையும், ஒருமைப்பாடும்' என்ற புதிய வாசகம் வந்தது. ஒருமைப்பாடு (*integrity*) என்ற சொல்லின் பயன்பாடு நீண்ட வரலாறு கொண்டது. முப்பதாண்டுகளுக்கு முன்னர் நேருவின் நோக்கங்கள் தீர்மானத்திலும் பயன்படுத்தப்பட்டது. இன்னும் இரண்டு சொற்களான, 'மதச் சார்பற்ற', 'சோஷலிச' என்ற சொற்கள் 42ஆம் திருத்தத்தில் சேர்க்கப்பட்டன. அவையும் கூட 1950 ஜனவரி 26 முகப்புரையில் சேர்க்கப்பட வேண்டுமாவென்று நீண்ட விவாதங்கள் நடந்தன.

நாடா, அரசா?

அரசமைப்புப் பேரவையின் பார்வையில் அவர்கள் ஒரு நாட்டை உருவாக்கினார்கள்; அரசமைப்புச் சட்டம் ஓர் இலக்கை அடைய வழி. ஆகவே CAD-இல் இது பற்றி விவாதிக்கப்பட்டதில்

பொருளுண்டு. இடதுசாரிகள் சோஷலிசம், மதச்சார்பற்ற ஆகிய சொற்கள் இடம் பெற வேண்டுமென்று தீவிரமாக இருந்தார்கள்.

அதே சமயம் தேசியவாதிகளின் பல பிரிவுகளும் காந்தியக் கொள்கைகள் வேண்டுமென்று வாதிட்டார்கள். தொடக்கத்தில் இறை வணக்கம் இல்லாததும் ஒரு விவாதப் பொருளாயிற்று.

இவை காரசாரமான விவாதங்கள். ஏனென்றால் அவை நாட்டுக்கு மிகவும் தேவையானவை; அரசியல்வாதம் மட்டுமல்ல, தத்துவார்த்தமானதும் கூட.

ஆனால் அம்பேத்கர் இவற்றை நிதானமாக அணுகினார். அவரைப் பொறுத்த வரையில் அவர் அரசமைப்புச் சட்டத்தை வரைவு செய்கிறார், 'நாட்டை' அல்ல. எந்த நேரத்தில் 'நாடு' என்ற கருத்தியலை இந்தியாவுக்குப் பயன்படுத்துவது என்பது ஒரு மயக்க நிலை; ஆபத்தான குறுகிய பார்வை: 'நாம் ஒரு நாடு என்று நம்புவது ஒரு மாயை. பல்லாயிரக் கணக்கான சாதிகளாகப் பிளவுபட்டுக் கிடக்கும் மக்கள் ஒரு நாடாக இருப்பது எப்படி?'[4] நமது முக்கியத் தேவையெல்லாம் முதலில் ஓர் அரசின் அடித்தளமாக இருக்கும் ஓர் அரசமைப்புச் சட்டம். ஓர் அரசு இறுதியில் ஒரு நாடாக உருவாகுமா என்பதைப் பொறுத்திருந்துதான் பார்க்க வேண்டும். இப்போதைக்கு அது ஒரு மாயையின் வருங்காலம். ஒரு தேசியத்தை ஆயத்தப்படுத்துவதற்காக, குறைந்த அளவு நிபந்தனைகளை அடைந்தால்தான், இந்தியா என்ற தேச நிலையை அது எட்ட முடியும்.

நாம் முந்தைய இயலில் பார்த்தது போலத் தனிமனிதனின் மாண்பு ஓர் அடிப்படை நிபந்தனை. அதனால்தான் அம்பேத்கரும், வரைவுக் குழுவும் 'நாட்டொற்றுமையும், தனிமனிதனின் மாண்பும்' என்ற திருத்தத்தை ஏற்றுக்கொள்ளவில்லை. தனிமனித மாண்பு உறுதி செய்யப்பட்டால்தான் நாடு ஒற்றுமையாக இருக்க முடியும்' என்று விளக்கமளித்தது.[5]

ஒற்றுமை இல்லாத நாடு எதற்கு?

அரசமைப்புச் சட்டப் பேரவையின் விவாதங்கள்

பேரவையில் அம்பேத்கரின் மூன்று உரைகள் பேரவை எதிர்கொள்ளும் பெரிய பணியின் பரிமாணத்தைக் காட்டின.

மேலும் வருங்கால இந்திய நாட்டில் எல்லோரும் ஏற்றுக் கொள்ளக்கூடிய நல்ல, செயல்படக்கூடிய ஓர் அரசமைப்புச் சட்டத்தின் நிபந்தனைகளையும் அவை குறிப்பிட்டன. நேருவின் நோக்கங்களின் தீர்மானத்தில் 1946 டிசம்பர் 17 அன்று பேசியபோது முதன்முதலில் கூறினார். அப்போது வரைவுக் குழு கூட்டப்படவில்லை. அம்பேத்கருக்கு, அதில் தான் என்ன பங்கு வகிக்கப்போகிறோம் என்பது தெரியாது. இரண்டாவது உரை 1948 நவம்பர் 4 அன்று நிகழ்த்தியது. அப்போது அவர் அரசமைப்புச் சட்டத்தினை அறிமுகப்படுத்தினார். முதல் வாசிப்பு தொடங்கப்பட்டது. மூன்றாவது உரை எல்லா செயல் முறைகளும் முடிந்த பிறகு 1949 நவம்பர் 25 அன்று நிகழ்த்தப்பட்டது. இந்த இறுதி உரைக்குப் பிறகு அடுத்த நாள் அரசமைப்புச் சட்ட வாக்கெடுப்பு மூலம் ஏற்றுக் கொள்ளப்பட்டது. மூன்றாவது வாசிப்பு முடிவுக்கு வந்தது.

1946 டிசம்பர் 17

1946 டிசம்பர் 17 அன்று அம்பேத்கர் வாழ்க்கையில் நடந்த நிகழ்வுகளை அவருடைய வாழ்க்கை வரலாற்றை எழுதுபவர்கள் மிகத் துல்லியமாகக் கொண்டு வந்திருக்கிறார்கள். முன் தயாரிப்பு இல்லாமல் அவர் ஆற்றிய உரை அவரை இந்திய அரசமைப்புச் சட்டத்தின் முதன்மைச் சிற்பியாகத் தேர்வு செய்யுமாறு செய்தது. அவருடைய உரை ஓர் அரசியல் மேதைக்கு உரியதாக, கசப்புணர்வு இன்றி அனைவருக்கும் அறைகூவல் விடுப்பதாக இருந்தது. அனைவருடைய கவனத்தையும் ஈர்த்தது. உரை முடிந்த பிறகு ஆரவாரத்துடன் அதனை வரவேற்றார்கள். வெளியில் வந்தவுடன் அவர் பாராட்டில் மூழ்கிப் போனார் என்று ஓர் உறுப்பினர் எழுதினார்.[6]

பேச்சின் கருப்பொருள் ஒற்றுமை. நாடுகளின் விதிகளை நிர்ணயிக்கும் போது ஒற்றுமை மிக அவசியம். "இன்று நாம் பிளவுபட்டு இருக்கிறோம். நமக்கிடையே பல வகையான முகாம்கள். அப்படிப்பட்ட ஒரு முகாமுக்கு நான் தலைவன். இத்தனை சாதிகளும், நம்பிக்கைகளும் இருந்தாலும் ஏதோ ஓர் உருவத்தில் ஓர் ஒற்றுமையான மக்கள் கூட்டமாக ஆகி விடுவோம் என்பதில் எனக்குச் சிறிதளவு ஐயமும் இல்லை."[7]

அம்பேத்கரின் உரையின்போது பல இடங்களில் வாழ்த்தொலிகளும், இடிமுழக்கமாகக் கைத்தட்டல்களும்

இருந்தன என்று ஆவணங்கள் கூறுகின்றன. இவையெல்லாம் அம்பேத்கர் எதிர்பாராதவை. அவரைப் பேச அழைத்ததே அவர் எதிர்பாராத ஒன்று தான். பேரவை கூட அவரிடமிருந்து இதுபோன்ற உரையை எதிர்பார்க்கவில்லை. அப்போதுதான் அவர் *What Congress and Gandhi have done to the untouchables*[8] என்ற காட்டமான குற்றச்சாட்டுகளுடன் கூடிய நூலை எழுதியிருந்தார். இச்சூழலில்தான் உண்மை, அறிவுத்திறம், பேச்சாற்றல், அனைவரையும் வெற்றி கொள்ளும் ஆற்றல், புத்தரின் அமைதி ஆகியவை கொண்ட புதுத் தென்றல் காற்றாய் அவர் வந்தார்.

> நமது இறுதி இலக்கைப் பொறுத்தவரையில் நமக்கு அச்சம் எதுவும் தேவையில்லை. நாம் யாரும் ஐயம் கொள்ள வேண்டாம். நம்முடைய இக்கட்டு இறுதியான வருங்காலம் பற்றியது இல்லை. பல வகைப்பட்ட மக்கள் திரளை ஒன்று சேர்த்து பொது முடிவு ஒன்று எடுத்து, ஒற்றுமைக்கு வழி வகுக்கும் கூட்டுறவுப் பாதையில் எப்படிச் செல்வது என்பதுதான் நம்முடைய சிக்கல். ஒன்றாக நடக்க ஆயத்தமில்லாதவர்களின் விருப்பு வெறுப்புகளுக்குப் பெரும்பான்மைக் கட்சி சமரசம் செய்வது ஒரு மிகப் பெரிய அரசியல் தந்திரம். அதற்காகத்தான் நான் இந்த வேண்டுகோளை வைக்கிறேன். வெற்று முழக்கங்களை ஒதுக்கி விடுவோம். நமது பகைவர்களுக்குரிய வெறுப்புணர்வுகளுக்கு மதிப்பளித்து சமரசம் செய்வோம். அப்போது அவர்கள் நம்மோடு சேர்ந்து நடந்து வர முன்வருவார்கள். அந்தச் சாலைகள் ஒற்றுமைக்கு இட்டுச் செல்லும். இந்தப் பேரவை ஆட்சி அதிகாரத்தைக் கையிலெடுத்துக்கொண்டால், அவற்றை நாம் ஞானத்தோடு கையாள்வோம் என்ற நமது நடத்தையின் மூலம் நிரூபிப்போம். ஒற்றுமைக்கு இட்டுச் செல்ல வேறு வழிகள் இல்லை.[9]

அம்பேத்கர் முன்வைத்த ஒற்றுமை அரசியல் தொடர்பானது, தத்துவார்த்தமானது அல்ல. அதாவது அரசியல் ஒற்றுமை அரசுக்கான அடிப்படைக் கட்டமைப்பை ஏற்படுதத அனுமதிக்கிறது. அத்வைத வேதாந்தம் உட்பட்ட தத்துவ நம்பிக்கைகள் தத்துவார்த்த ஒற்றுமை தரும். விடுதலைக்குத் தன்னுரிமையும் சமத்துவமும் அரசியல் ஒற்றுமை தரும். இதிலிருந்துதான் அம்பேத்கரின் நாட்டுக்கு மேலாக அரசாங்கத்தை

வைக்கும் கருத்தியல் வந்தது. நாட்டின் பிற உட்கூறுகளான, அதன் போற்றப்படும் இலக்கியம், பெரும்பான்மை மதம், அதன் முதன்மை மொழி, ஆட்சி செய்யும் அல்லது அதிகாரம் செலுத்தும் சாதி ஆகியவற்றை அரசாங்கத்தின் அடிப்படைக் கட்டமைப்பை ஏற்படுத்தப் பயன்படுத்துவது விவேகமும், அறிவுடைமையும் மட்டும் அல்ல, அது அநீதியும் கூட. அம்பேத்கரின் சிந்தனையின்படி, உட்பிரிவுகள், எதிர் எதிரான நோக்கங்கள், வேறுபாடுகள் ஆகியவற்றை ஒன்று சேர்க்கும் புள்ளி பலவகைப்பட்ட சமய, தத்துவ நம்பிக்கைகளை ஏற்றுக் கொள்ள முடியும். ஒரு நாள் 'நாடு' என்ற நிலையைக் கூட அடைய முடியும். மாறாக, ஒரு நாடு என்ற கட்டமைப்புகள் இருக்கும் அரசாங்கம், நாட்டின் அதிகாரக் குரல்களின் தத்துவார்த்த கொள்கைகளையும், சமய நம்பிக்கைகளை மட்டுமே கொண்டிருக்கும். இது எளிதாக மக்களாட்சியிலிருந்து நழுவி மத ஆட்சிக்கும், பாசிசத்துக்கும், சர்வாதிகாரத்திக்கும் கொண்டு போய்ச் சேர்த்துவிடும்.

இதன் அடிப்படையில் அம்பேத்கர், காந்தி ஆகியோரின் கொள்கையின் பிரதிநிதித்துவத்தை இன்று இந்தியா முழுவதும் காண முடியும். காந்தி அரசமைப்புப் பேரவையில் நாடு என்ற மேலாதிக்கக் கருத்தியலில் மதிப்பு வாய்ந்த இலக்கியமான கீதையைக் கையில் பிடித்திருக்கும்போது, அம்பேத்கர் அரசமைப்புச் சட்டத்தைத் தாங்கிப் பிடித்தார். அரசமைப்புப் பேரவையின் வேலை நாட்டின் அரசமைப்பை வரைவு செய்வது மட்டுமே என்று அம்பேத்கர் நம்பவில்லை, மாறாக இந்தியாவின் அரசமைப்புச் சட்டத்தை ஒரு இறையாண்மையுள்ள, சுதந்திரமான மக்களாட்சி அரசாங்க சட்ட அரசமைப்புச் சட்டத்தை வரைவதுதான் அதன் நோக்கம் என்று கருதினார். வரவிருக்கும் நாட்டின் அடித்தளத்தை உண்டாக்கும் நீதியுள்ள, கொள்கையுள்ள, ஒருமைப்படுத்தும் ஆவணமாக அது இருக்கும்.

1948 நவம்பர் 4

எனவே, 1948 நவம்பர் 4 அன்று அவர் நிகழ்த்திய உரையில் "இந்திய மண்ணின் மேல் அலங்காரம்தான் இந்தியாவின் மக்களாட்சி; அடிப்படையில் இது மக்களாட்சிக்கு எதிரானது," என்றார். புதிய அரசமைப்புச் சட்டத்தில் தவறுகள் நேர்ந்தால், அது நமது அரசமைப்புச் சட்டத்தின் தவறினால் அல்ல.

மனிதன் தீயவன், குற்றமுள்ளவன் என்பதே காரணம். நாம் செய்ய வேண்டியதெல்லாம், நாடு என்பது போன்ற ஒரு தத்துவ அமைப்பின் மக்களாட்சித் தத்துவத்திற்கு எதிரான, தீய மதிப்பீடுகள் அரசமைப்புச் சட்டத்தின் கட்டமைப்பு, உட்பொருள் செயல்கள் ஆகியவற்றைக் கட்டுப்படுத்துவதாக இருக்காது. மாறாக, இந்திய மக்களை அவர்களது சிந்தனையிலும் செயலிலும் உயர்நிலைக்கு எழுப்புவதாக இருக்கும். அதன் சகோதர உணர்வு வளமான நாட்டைச் சாத்தியமாக்கும். இந்த இலக்கினை அடைய அரசமைப்புச் சட்டம் செயல்படக் கூடியதாக, இணக்கமுள்ளதாக நாட்டை இழுத்துப் பிடித்து ஒன்றாக இணைக்கும் வலிமை கொண்டிருக்கும் என்று அம்பேத்கர் கூறினார்.[10]

இதனைக் கருத்தில் கொண்டு அம்பேத்கர் அரசமைப்புச் சட்ட வரைவில் பண்டைய இந்திய அரசியல் கருத்து பற்றியும் காந்தியக் கொள்கைகள் பற்றியும் ஒன்றும் கூறாமல் விட்டதற்கான காரணத்தை விளக்க ஏன் இவ்வளவு நேரம் எடுத்துக்கொண்டார் என்பது புரியும். இந்தக் கோரிக்கைகளுக்கு உடன்பட்டால், அது 'நாடு' என்பதற்கான ஏற்கெனவே சொல்லப்பட்ட கருத்தியல் அரசின் அடிப்படைக் கட்டமைப்பாக ஏற்றுக் கொண்டதாக ஆகும். ஓராண்டு கழித்து அரசமைப்புப் பேரவையில் அவர் தனது உரையில் இதனை நிரூபிக்க விரிவான ஆதாரங்கள் தந்தார். ஏனென்றால் தேசியவாதிகளின் கூற்றுப்படி அவர்களுடைய தவறான வரலாற்று வரைவியலில் 'நாடு' என்பதற்கு ஒருதலைப்பட்சமானதாக இருந்தது. அரசியல் கட்டமைப்பு வரைவியலில் பண்டைய இந்திய அரசியலிலிருந்து ஒன்றும் இடம் பெறவில்லை. ஆனால் அம்பேத்கர் அவருடைய பின்னாள் உரையில் இதற்கு நேரெதிரான கருத்தைக் கூறினார். இந்திய வரலாற்றினைப் புரட்சிகரப் பார்வையில் புரட்சிக் கருத்தியல் அவருடைய *Revolution and Counter - Revolution* என்ற நூலில் முழு உருப் பெற்றது.[11] ஒரு நாடு எப்படி இருக்க வேண்டும் என்பதற்குத் தவறான தேசியம் கூறும் போலிக் கருத்துகள் ஆபத்தானவை என்பதை நிரூபித்தார்:

> இந்தியாவுக்கு மக்களாட்சி என்பது தெரியாது என்பதல்ல. ஒரு காலத்தில் இந்தியாவில் குடியரசுகள் நிறைத்திருந்தன. நாடாளுமன்றத்தையோ, நாடாளுமன்ற நடைமுறைகளையோ இந்தியா தெரிந்திருக்கவில்லை என்பதல்ல. புத்த பிட்சு

சங்காக்களை ஆராய்ந்தால் நாடாளுமன்றங்கள் இருந்தன என்பதும் (சங்கங்கள் நாடாளுமன்றங்கள் தான்) சங்காக்கள் நவீன கால நாடாளுமன்ற நடைமுறைகளையும் தெரிந்து வைத்திருந்தன, பின்பற்றின என்பதும் தெளிவாகும். அவர்களுக்குத் தீர்மானங்கள் கொண்டு வருதல், குறைந்த பட்ச வருகை, கொரடா, வாக்கு எண்ணிக்கை ஆகிய விதிகளும் தெரிந்திருந்தன. இந்த மக்களாட்சி முறையை இந்தியா இழந்துவிட்டது.[12]

ஒற்றுமை பற்றி அம்பேத்கரின் அக்கறை பற்றிப் பார்ப்போம். இவ்வுரையில் அவர் கூட்டாட்சியை விட ஒன்றியத்தையே முதன்மைப்படுத்துகிறார். 1939ஆம் ஆண்டிலிருந்தே அவர் இந்தக் கருத்தில் உறுதியாக இருந்தார். அவருடைய Federation versus Freedom[13] என்ற நூலில் ஒற்றுமையின் கொள்கைகளை ஆதரித்தார். அரசு ஓர் ஒன்றியமாக இருக்க வேண்டும். அந்த ஒற்றுமை உணர்வு ஒரு நாடு உருவாக அடித்தளமாக அமையும். இவ்வாறு அம்பேத்கர் இரட்டை அரசியலை முன் வைக்கிறார். ஒன்றிய அமைப்பிலும், கூட்டாட்சி அமைப்பிலும் உள்ள சிறப்பான நடைமுறைகளை எடுத்துக்கொண்டார். "வரைவு அரசமைப்பு இந்தியா கூட்டாட்சியையும் அதே சமயம் நாட்டில் ஒற்றுமையைப் பராமரிக்கத் தேவையான அடிப்படை விஷயங்களில் சீரான தன்மையையும் கொண்டிருக்குமாறு விதிகளையும் செயல்முறைகளையும் சேர்க்க முயற்சி செய்யும்."[14]

நீதியை மேம்படுத்த அமைக்கப்பட்ட அரசு நிறுவனங்களின் அடிப்படைக் கட்டமைப்பு, இந்திய சமூக வாழ்வில் பரவியிருக்கும் மக்களாட்சிக்கு முந்தைய சித்தாந்தத்திற்கு உள்ளத்தளவில் துதி பாடும் நிர்வாகத்தால் ஆபத்திற்குள்ளாக்கப்படும்போது ஒரு பயனும் இல்லாமல் போகும். எனவேதான் அரசமைப்பு ஒழுக்க நெறி தேவைப்படும்.

அடிப்படை அரசமைப்பு ஒழுக்க நெறி பரவலாக இருக்கும் என்று நாம் அனுமானிக்க முடியுமா? அரசமைப்பு ஒழுக்க நெறி என்பது இயற்கையானதோர் உணர்வு இல்லை. அதனை வளர்த்தெடுக்க வேண்டும். நமது மக்கள் அதனை இனிமேல்தான் கற்க வேண்டும் என்பதை அறிய வேண்டும். இந்தியாவில் மக்களாட்சி என்பது அடிப்படையில் மக்களாட்சி முறைக்கு எதிரான இந்திய மண்ணின் மேல் அலங்காரம் மட்டும்தான்.[15]

இதனை ‘நாடு’ என்பதன் சூழலுக்கு நாம் பயன்படுத்த வேண்டும். அம்பேத்கரின் சமகாலத்தவர்கள் முன்னிறுத்திய இந்த நாடு அடிப்படையில் மக்களாட்சித் தத்துவத்திற்கு எதிரானது. விடுதலைப் போராட்டத்தில் நாடு, தேசியவாதம் ஆகியவை பயனுள்ள மையமாக இருந்தன. அவற்றில் உணர்ச்சி வேகம் நிறைந்திருந்தது. இந்த உணர்ச்சித் தீயை சமமான தன்னுரிமை, தனிப்பட்ட மாண்பு போன்ற நீதியின் கொள்கைகளால் அணைக்காவிட்டால் மற்றவர்களை விலக்கி வைக்கும் அடக்குமுறைவாதம் சார்ந்த நாடு என்பது அனைவரையும் உள்ளடக்கும் அரசியல் மென்மையை வர அனுமதிக்காது.

1949 நவம்பர் 25

இந்தக் கருத்துகள் அரசமைப்புப் பேரவையின் தொடக்கக் காலத்திலேயே இருந்தன. முதல் வாசிப்பின்போது அறிமுகப்படுத்தப்பட்டன. அவை மூன்றாவது வாசிப்பின் இறுதியில் அரசமைப்புப் பேரவை முடிவுக்கு வரும்போது, அம்பேத்கரால் மிக அழுத்தமாகச் சொல்லப்பட்டன. இதுதான் அம்பேத்கரின் வரலாற்றுச் சிறப்புமிக்க 1949 நவம்பர் 25 உரை. அதில்தான் தனியுரிமை, சமத்துவம், சகோரத்துவம் ஆகியவற்றைக் கொள்கைகளாகக் கொண்ட வாழ்க்கை முறையை அவர் முன் வைத்தார். அம்பேத்கர் அரசமைப்புச் சட்டத்தை ஏற்கும்போது, நாம் முரண்பாடுகளின் வாழ்க்கைக்குள் நுழைகிறோம், அரசியல் சமத்துவம் உறுதி செய்யப்படும் அதே வேளையில் சமூக, பொருளாதார, சமத்துவமின்மை எங்கும் காணப்படுகிற உலகில் நுழைகிறோம் என்று எச்சரித்தார்.

இந்த முரண்பாட்டை அரசாங்கத்திற்கும், நாட்டிற்கும் இடையேயான இறுக்கத்தின் மூலம் புரிந்துகொள்ளலாம். செயல்படுத்தப்படக் கூடிய அரசமைப்புச் சட்டத்திற்கும் சமத்துவமின்மை வளர அனுமதிக்கும், மனிதன் தீயவனாக இருக்க அனுமதிக்கும் ஒரு இந்திய தேசியச் சித்தாந்தத்திற்கும் இடையே உள்ள முரண்பாடு அது. அரசமைப்புச் சட்டத்தின் உயிரோட்டத்தைத் தீர்மானிப்பது பழைய சமத்துவமற்ற நாடு அல்ல. நாம் நாடு என்று புரிந்துகொண்டிருப்பதற்கு மாற்றுரு கொடுப்பது. ஒவ்வொரு தனி மனிதனின் மாண்பின் மொத்த உறைவிடமாகப் புதிய மாண்பைத் தருவது. அது ஒற்றுமையால் மட்டுமே சாத்தியமாகும்.. அது சகோதரத்துவத்தைச்

சார்ந்திருக்கிறது. "சகோதரத்துவம் என்றால் எல்லா இந்தியர்களின் பொதுவான சகோதரத்துவம் - இந்தியர்கள் அனைவரும் ஒரே மக்கள் என்ற உணர்வு. இந்தக் கொள்கை சமூக வாழ்க்கையின் ஒற்றுமையையும் ஒருங்கிணைப்பையும் கொடுக்கும்.[16]

நாம் அரசமைப்புச் சட்டத்தை முதலில் வைத்தோமென்றால், சமூக, தனிமனித அளவில் நடைமுறைப்படுகிற சகோதரத்துவ ஒற்றுமையைக் கொண்டு முரண்பாடுகளைத் தீர்க்க முடியும் என்ற நம்பிக்கை இருக்கிறது. அப்போது பொது மனச்சான்றை வளர்த்து, அரசமைப்பு ஒழுக்க நெறியைப் பயில முடியும். ஒருமைப்பாடு இல்லாமல் ஒரு நாடு இருக்க முடியாது. சாதி என்னும் அநீதியை நீக்கிச் சாதிப் பிரிவு என்ற இடத்தில் அரசமைப்பு ஒழுக்க நெறியையும் பொதுவான மனச்சான்றையும் வைக்காவிட்டால், இந்த ஒருமைப்பாட்டை அடைய முடியாது. இன்னொரு வேளையில் அம்பேத்கர் பேசிய போது, பொது மனச்சான்றை இவ்வாறு வரையறுத்தார்: பொது மனச்சான்று என்பது யார் அநீதிக்கு உட்பட்டாலும், அந்த அநீதியைக் கண்டு துடித்தெழுவது ஆகும். தான் உட்பட்டாலும் பாதிக்கப்படாவிட்டாலும், பாதிக்கப்பட்டவருடைய துன்பத்தைப் போக்க அவரோடு சேர்வதாகும். இவ்வாறு பொது மனச்சான்று, அரசமைப்பு ஒழுக்க நெறியைப் பிரித்தாளும் சாதித் தர்க்க நிலையைத் தாண்டி, ஒரு நாட்டை உருவாக்கும் ஒற்றுமைக்குத் தளம் அமைக்கும்.[17] அல்லது அம்பேத்கர் தனது 1949 நவம்பர் 25 உரையில் சொன்னது போல, சாதி தேச விரோதமானது என்றாகிவிடும்.

> அரசியல் ஆர்வம் கொண்ட இந்தியர்கள் 'இந்தியாவின் மக்கள்' என்ற சொற்றொடரை வெறுத்த நாள்களை நான் நினைவு கூர்கிறேன். அவர்கள் 'இந்திய தேசம்' என்ற சொற்றொடரை விரும்பினார்கள். நாம் ஒரே நாட்டவர் என்று நம்பும்போது ஒரு பெரிய மாயையை வளர்த்து விடுகிறோம் என்பது எனது கருத்து. ஆயிரக்கணக்கான சாதிகளால் பிளவுபட்டுக் கிடக்கும்போது அது எப்படி நாடாக இருக்க முடியும்? அச்சொல்லுக்குச் சமூக, உளவியல் அடிப்படையில் பொருள் காணும்போது இன்னும் நாம் ஒரு நாடாக ஆகவில்லை என்பதை எவ்வளவு சீக்கிரம் அறிந்து கொள்கிறோமோ அந்த அளவிற்கு நல்லது. அப்போது தான் நாம் ஒரு நாடாக ஆக வேண்டியதன் அவசியத்தை

உணர்ந்து, அந்த இலக்கை அடையும் வழியைத் தேடுவோம். அந்த இலக்கை அடைவது கடினமானது. இந்தியாவில் சாதிகள் இருக்கின்றன. சாதிகள் தேச விரோதமானவை. முதலாவதாக அவை சமூக வாழ்க்கையில் பிரிவினையைக் கொண்டு வருகின்றன. அவை தேச விரோதமானவை; ஏனென்றால் அவை பொறாமையையும், வெறுப்பையும் சாதிகளுக்கு இடையில் ஏற்படுத்துகின்றன. ஆனால் நாம் ஒரு நாடாக உண்மையில் ஆக வேண்டுமென்றால் இந்த இக்கட்டுகளை எல்லாம் எதிர்கொண்டு வெற்றிகொள்ள வேண்டும். சகோதரத்துவம் இல்லாவிட்டால் சமத்துவமும், தன்னுரிமையும் மேல் பூச்சாகத்தான் இருக்கும்.[18]

நாடு என்பது பற்றிப் போட்டியிடும் இரண்டு கண்ணோட்டங்கள்

அரசமைப்புப் பேரவையிலேயே நாடு என்கிற கருத்தியல் பற்றிய வேறுபாடுகள் இருந்தன. அந்த ஆவணங்களும், இந்த வேறுபாட்டைப் பிரதிபலிக்கின்றன. ஆனால் அவையெல்லாம் அந்தச் சொல்லின் பயன்பாட்டை ஏற்றுக்கொண்டன. அதனால்தான், அம்பேத்கர் அதனை முகப்புரையில் சேர்க்காமல் விட்டது நகை முரணாக இருக்கிறது.

நாடு / தேசம் என்ற சொல் எல்லா இடங்களிலும் எல்லா ஆவணங்களிலும் அரசமைப்புச் சட்டப் பேரவையின் காலத்தில் பரவியிருந்தது. அந்தச் சொல் பற்றிய பலவகைக் கண்ணோட்டங்கள் இந்திய தேசிய காங்கிரசுக்குள் இருந்தன. வெளியிலும் அது பேசப்பட்டது.

தேசியம், தேசம் ஆகியவை பற்றிய தாகூரின் தெளிவற்ற நிலைப்பாடு அம்பேத்கரின் கருத்தை ஒத்திருந்தது. தாகூர் காரே பாய்ரே[19] என்ற நூலில் 1916இல் சொன்னது அம்பேத்கர் முப்பதாண்டுகளுக்குப் பின்னர் சொன்னதோடு ஒத்திருந்தது. States and Minorities-இல் அவர் இவ்வாறு எழுதினார்.

இந்தியாவிலுள்ள சிறுபான்மையினரின் தீவினைப் பயனாக, இந்திய தேசியம் ஒரு புது கொள்கையைக் கொண்டு வந்திருக்கிறது. அதனைப் பெரும்பான்மையினரின் தெய்வீக உரிமை என்று சொல்லலாம். இது பெரும்பான்மையினரின் விருப்பங்களுக்கு ஏற்ப சிறுபான்மையினரை ஆட்சி செய்வது. சிறுபான்மையினர் அதிகாரத்தில் உரிமை

கேட்டால் அது வகுப்புவாதம் என்று சொல்லப்படுகிறது. மொத்த அதிகாரத்தையும் பெரும்பான்மையினர் எடுத்துக் கொண்டால் அது தேசியம் என்று சொல்லப்படுகிறது.[20]

தாகூர் தேசம், தேசியம் என்ற தலைப்புகளில் இந்தியாவிலும், வெளிநாடுகளிலும் உரை நிகழ்த்தினார். அவற்றில் தேசியத்தின் அமைப்புள்ள தன்னலத்தைச் சாடினார். அந்தக் கருத்தியல் இந்தியாவில் பழமைக்கு எதிரானது என்றார். 'இந்தியாவில் தேசியம் என்ற உணர்வே இருந்தது இல்லை,'[21] என்றார். மக்கள் தாகூரின் பார்வையை தேசியத்திற்கு அனைத்தையும் உள்ளடக்கிய மாற்று என்றார்கள். ஆனால் அதுபற்றி என்ன நினைப்பார் என்று சொல்ல முடியாது.

சோஷலிசவாதிகளையும், மார்க்சியவாதிகளையும் பன்னாட்டுக்காரர்கள் என்று பேரவையிலும், வெளியிலும் சொல்வது பிரச்சனை இல்லை. ஏனென்றால் பன்னாட்டுத் தலைமை அவர்களது கட்சிகளின் கொள்கையில் இணைந்தது, நாடு என்பதன் பேராதிக்கக் கருத்தை மார்க்சியவாதிகளும் ஏற்றுக்கொண்டார்கள். ஒருபுறம் உழைப்பாளி வர்க்கத்திற்காக இடைவிடாத அர்ப்பணம். இன்னொரு புறம் நாடு என்பதன் பேராதிக்கச் சித்தாந்தம் பாசிசமாக மாறிவிடுமோ என்ற அச்சம். ஆகவேதான், அம்பேத்கர் இடதுசாரிகளோடு உடன்பாடான கருத்துகளைக் காண முயற்சி செய்தார்.

இரட்டை நாடு எனும் கோட்பாடு

முஸ்லீம் லீக் கொண்டு வந்த 'இரட்டை நாடு' ஒரு முக்கிய கருத்தியல். 1950ஆம் ஆண்டு லாகூர் முஸ்லீம் லீக் மாநாட்டில், முகமது அலி ஜின்னா நூற்றாண்டுப் பழமையான கருத்துக்கு புத்துயிர் கொடுத்தார். 'இந்தியாவை இப்போது ஒற்றைத் தலைமையுள்ள ஒரே மாதிரியான நாடு என்று சொல்ல முடியாது. மாறாக, இரண்டு நாடுகள் உள்ளன. இந்துக்கள் நாடு, முஸ்லீம்கள் நாடு.'[22]

அம்பேத்கர் இந்த இரட்டை நாடு கோட்பாட்டை தனது *Pakistan or the partition of India* நூலில் ஆய்வுக்கு எடுத்துக் கொண்டார். அதில் நாடு என்பதற்கு விளக்கம் தந்தார்.

நாடு என்பது என்ன? இந்தத் தலைப்பில் பலர் நிறையவே எழுதியிருக்கிறார்கள். ஆனால் அவற்றின் உட்கருவைச்

சில சொற்களில் கூறிவிடலாம். தேசியம் என்பது ஒரு சமுதாய உணர்வு. ஒருமைத் தன்மையுள்ள ஒரு கூட்டுணர்வு. அதனைக் கொண்டவர்கள் உறவினர்கள் என்ற உணர்வுடன் இருப்பார்கள். தேசிய உணர்வு என்பது ஓர் இரட்டை முனைக் கத்தி. உறவினர்கள் மட்டில் சகோதர உணர்வு; உறவினர்களாக இல்லாதவரிடத்தில் சகோதரத்துவத்திற்கு எதிரான உணர்வு. இது ஒரு வகை. நினவு நிலை உணர்வு. ஒரு பக்கம் அது அவ்வுணர்வு கொண்டவர்களை ஒன்றாக இணைக்கிறது. ஒரு பக்கம் பொருளாதார முரண்பாடுகள், சமூகப் படிநிலைகள் ஆகியவற்றினால் வரும் வேறுபாடுகளை வெற்றி கொள்கிறது. இன்னொரு புறம் அவர்களோடு ஒட்டாதவர்களிடமிருந்து தங்களைத் துண்டித்துக்கொள்கிறது. வேறு எந்தக் குழுவோடும் சேராமல் இருக்கும் ஓர் ஏக்கம். தேசியம், தேச உணர்வு ஆகியவற்றின் சாரம் இதுதான்.[23]

நாடு என்ற கருத்தாக்கத்தின் இந்த இரட்டைக் கத்தி முனைத் தன்மை பற்றித்தான் அம்பேத்கர் அச்சமுற்றார். அதனை உருவாக்கும் 'சகோதரத்துவம்' நல்லதுதான். ஏனென்றால் அது பொருளாதார முரண்கள் அல்லது சமூக ஏற்றத்தாழ்வுகளை (வகுப்பு, சாதி) வெற்றிகொள்கிறது. ஆனால் இதற்குப் பெரிய விலை கொடுக்க வேண்டியுள்ளது. மற்றவர்கள் மேல் ஓர் எதிர்ப்புணர்வு ஏற்படுத்த அவர்களை அந்தக் குழுவிற்கு வெளியில் வைத்துவிடுகிறது. எல்லோரையும் உள்ளடக்காத நாட்டை அரசுக்கு அடித்தளமாகக் கொள்வதில் உள்ள ஆபத்து அதுதான்.

காந்தியின் சுயராஜ்ஜியம்

உள்ளே இருப்பவர்கள் x வெளியே இருப்பவர்கள், நண்பர்கள் x எதிரிகள் என்ற ஆபத்து காந்தியின் *Hind Swaraj*[24]-இல் முளை விடுகிறது. இந்திய தேசிய இயக்கத்தின் வரலாற்றில் அது ஒரு மைல் கல்.

காந்தியின் *Hind Swaraj* நூல் பல பதிப்புகளைக் கொண்டது. 1909இல் இந்தியிலும் 1910இல் ஆங்கிலத்திலும் வெளி வந்தது. 1919இல் ஆங்கிலத்தில் இந்தியப் பதிப்பு வந்தது. இந்நூலில் காந்தி மேல் நாட்டு நாகரிகத்திற்கும், இந்திய நாகரிகத்திற்கும் இடையேயுள்ள வேறுபாடுகளை விளக்குகிறார். மேலை நாட்டு

நாகரிகம் மத உணர்வு இல்லாதது, 'ஒழுக்கமின்மையைப் பரப்பும் தன்மைகொண்டது' என்று எழுதினார். மாறாக, ஒழுக்க நெறியில் மனிதனை உயர்த்தும் தன்மைகொண்டது இந்திய நாகரிகம் என்றார். மேலை நாட்டு நாகரிகம் சாத்தானுக்குரியது, போர் செய்வது தான் ஆளப்படும் சாத்தானின் அரசு. மாறாக இந்திய நாகரிகம் கடவுளின் அரசு. அது அன்பின் கடவுளால் ஆளப்படுகிறது. இந்தக் காரணங்களால் இந்தியா மற்றவர்களிடமிருந்து கற்றுக்கொள்வதை விடக் கற்றுத் தருவதே அதிகமுள்ளது.'[25]

நவீன காலத்துக்கு முந்தைய பொற்காலம் பற்றிச் சொல்லும் இந்தியச் சிந்தனையின் தன்மை. காந்தி இந்தியாவின் பண்டைய நாகரிகத்தினை எடுத்துக் கூறினார். அதுதான் உலகத்திலிருந்த பிறவற்றை விடச் சிறந்தது என்பது அவர் கருத்து. 'குழந்தை தனது மார்பகத்தை ஒட்டிக்கொண்டது போல இந்தியா மேல் பற்றுக் கொண்டவர்கள் இதைப் புரிந்துகொண்டு நம்ப வேண்டும்.'[26]

காந்தி வளர்ந்து அவரது சிந்தனையில் முதிர்ச்சி ஏற்பட்டபோது அவரது கருத்தில் அவருக்கு மாற்றம் ஏற்பட்டது. ஆனால் 1919இல் வந்த இந்தியப் பதிப்பில், இதில் எந்த மாற்றமும் செய்யப்படவில்லை. *CAD* சமயத்தில் காந்தி இந்தியாவின் அரசமைப்புச் சட்டம் எப்படி உருவாக்கப்படும் என்று நேருவிற்கு எழுதும்போது *Hind Swaraj* பற்றிக் குறிப்பிட்டிருக்கிறார்.

குறிப்பாக, பிராமணிய இலக்கியத்தில் முத்தாய்ப்பான அத்வைத வேதாந்தத்தில் பண்டைய இந்தியாவைப் பலர் பல வகைகளில் பெருமைப்படுத்தி எழுதினார்கள். அவர்களில் கொஞ்சம் வித்தியாசமாகவே கருத்துச் சொன்னவர்களும் இருந்தார்கள். ஆரிய சமாஜ்யத்தின் ஷ்ரசுனந்தா சன்னியாசி. "தன்னாட்சி இல்லாமல் தேசியத் தன்னாற்றலும், வீர்யமும் இருக்க முடியாது. சந்நியாசியாகிய நான் பாலியல் தூய்மைக்காகவும், தேசிய ஒன்றிணைப்புக்காகவும், இந்தத் தெய்வீகப் பணிக்காகவும் எனது வாழ்நாள் முழுவதையும் செலவழிப்பேன்,"[27] என்றார்.

இந்துத்துவா

விநாயக் தாமோதர் சாவர்க்காரின் இந்துத்துவா நூல் அவர் ரத்னகிரி சிறையில் இருந்தபோது 1921இல் எழுதப்பட்டது.[28] இது

1919இல் காந்தி தனது *Hind Swaraj* நூலை வெளியிட்டதைத் தொடர்ந்து வந்தது. சவர்க்கார் அதைப் படித்திருந்தார் என்பது தெளிவு. இந்துக் கொள்கைகளின் புகழ்ச்சிகள், அதன் நாகரிக வரலாற்றின் அதிசயங்கள் ஆகியவற்றை அடிப்படையாகக் கொண்ட இந்திய தேசியம் என்ற கோட்பாட்டை முன் வைத்தார்.[29] இக் கருத்து கோல்வால்கரின் *We: Our Nationhood Defined (1939)*[30] என்ற நூலில் முழு வடிவம் பெற்றது. இனத் தூய்மையையும், நாட்டு ஒருமைப்பாட்டையும் வலியுறுத்துவதில் நாசிகளின் முயற்சியை கோல்வால்கர் பாராட்டினர். பின்னர் இந்த நூலை RBS ஏற்றுக்கொள்ள மறுத்தது. ஆனால் கோல்வால்கர் அதன் தலைவராகப் பல ஆண்டுகளாக நீடித்தார்.

சவர்க்கார், கோல்வால்கர் ஆகியோரின் எழுத்துகளிலிருந்து பெறப்படும் RSS கருத்தியலில் தேசம் என்பது ஐந்து அம்சங்களாக உள்ளது.

1. இரத்தம் (இஸ்லாம்)
2. நிலம் (நிலவரம்புக்கு உட்பட்டது) இது இந்துஸ்தான் என்கிற சொல்லில் அடங்கும்.
3. மொழி (சமஸ்கிருதம் தெய்வீக மொழி, இந்தி தேசிய மொழி)
4. மதம் - இந்து மதம்.
5. பண்பாடு (பகிரப்பட்ட வரலாறு)[31]

இதில் நகை முரண் என்னவென்றால் இந்த ஐந்து முக்கிய அம்சங்களும் காந்தியின் சித்தாந்தத்திலும் இருந்தன. இரண்டிலும், பண்பாட்டுத் தனித் தன்மையின் தேவை, அவர்களுக்கே உரிய, பிறரை உள்ளடக்காத ஆன்மிகம், தனிப்பட்ட ஒழுக்க நெறி, நவீனத்துவத்திற்கு எதிர்ப்பு, பழமையைப் போற்றுதல் ஆகியவை இருக்கின்றன.

அம்பேத்கரைப் பொறுத்தவரையில் நாடு என்ற கருத்து பற்றிய சிந்தனையில் அது எப்படி அதனுடைய தத்துவார்த்த, சந்தேகத்துக்கு இடமான வரலாற்று வரைவியல், அனுமானங்கள் ஆகியவற்றை வைத்திருக்க முடியும் என்ற கேள்வி இருந்தது. இந்திய நாட்டின் எல்லைக்குள் குடியிருப்பவர்களில் ஓர் அத்வைதம் சாராதவன், அனைத்துயிர் ஆன்மிகவாதி, இறை மறுப்பாளன், ஆங்கிலோ இந்தியன், கிறிஸ்தவன், பழங்குடியினன்,

முஸ்லீம் முதலானோர் இருந்தால் என்ன செய்வது? தேசம் என்பதற்கு இப்படிப்பட்ட பிற்போக்கான வழியில் குறுகிய கருத்தியல் கொள்வதுதான். நாடு என்பது பற்றிய RSS-இன் முக்கியத் தேவைகளை ஆராயும்போது ஒரு நாட்டை நிறுவுவதற்காக அதன் அரசமைப்பு வடிவமைக்கப்பட வேண்டும், ஒரு நாட்டை உருவாக்க அல்ல என்பதுதான் அதன் நோக்கம் என்பது தெளிவாகும்.

இந்திய நாட்டிற்குள் பல்வேறு வகையான பல இனக் குழுக்கள் இருப்பதை ஏற்றுக்கொள்ள வேண்டுமென்றால் இரத்தம் - இனம் ஆகியவற்றிற்கு இடமில்லை. இவற்றை எல்லைகளாக இல்லாமல், நிலமும் நாடும் பிரிவினையால் பயனற்றுப் போயின. அவை மலைகளும் கடலும் ஏற்படுத்தியவை அல்ல; மனிதன் ஏற்படுத்திய செயற்கை எல்லைகளால் ஏற்படுத்தப்பட்ட ஒரு நிலைப்பாடு. மதம் என்பதை எடுத்துக்கொண்டால் மனித இனத்தின் எல்லா மதங்களும் இந்தியாவில் இருக்கின்றன. பண்பாடு அல்லது பகிர்ந்துகொள்ளப்பட்ட பண்பாடு என்பதும் சிக்கலானது. ஏனென்றால் எங்கே, கோடு போட்டுப் பிரிப்பது என்பது தெரியாது, அம்பேத்கர் இதனைச் சுருக்கமாகக் கூறினார்.

தேசியம் அல்லது ஒருவருடைய நாடு என்பது நிலவியல், பண்பாடு அல்லது மொழி பற்றியது மட்டுமல்ல. அது மொழி, இனம், நிலவரையறை முதலான சில தன்மைகள் தொடரும் இயற்பியல் பொருளும் இல்லை. மாறாக, நாடு என்பது மக்களை ஓர் ஆழமான நட்புறவில் இணைக்கும் ஓர் ஆன்மிக மெய்நிலை.[32]

நாடு என்பது வருங்காலத்திற்கான உறுதி மொழி, பழைய மாயை இல்லை

அரசமைப்புச் சட்டத்தின் வழியாக நாட்டிற்கு ஓர் அரசைத் தருவது பற்றி அரசமைப்புப் பேரவையின் உறுப்பினர்களில் பலர் சிந்தித்துக் கொண்டிருந்தபோது, அம்பேத்கரின் சிந்தனை விடுதலை பெற்ற துணைக் கண்டத்திற்கு ஓர் அரசமைப்புச் சட்டத்தைக் கொடுத்து, அதனை நாடாக ஆக்குவது பற்றியதாக இருந்தது. அதுதான் ஒரு நிலப் பகுதி ஒரு நாடாக உருவாவதற்கான நிபந்தனை. நாட்டின் வருங்காலம் பற்றிய சிந்தனை நாட்டின் பழம் பெருமைகளைப் பேசுவதற்கு மாறாக இருந்தது. ஒரு நீதியான அரசு ஒவ்வொரு இந்தியனையும்

யாரையும் விலக்காமல் உட்படுத்தி வருங்காலத்தின் எல்லா புகழ்களிலும் பங்கு கொள்ளச் செய்வதாக இருக்கும் என்பது அம்பேத்கரின் பார்வை.

வருங்காலச் சாத்தியக் கூறுகள் பலவற்றைத் தியாகம் செய்து பழம் பெருமையை நோக்கிச் செல்லும் தேசமும், தேசியமும் அம்பேத்கருக்கு உடன்பாடு இல்லை. அம்பேத்கர் 1930இல் பாம்பே சட்டமன்றத்தில் உறுப்பினராக இருந்தபோது தன்னுடன் பணியாற்றியவர்களிடம் பழம் பெருமைகளை விட வருங்காலக் கொள்கைகள் முதன்மையானவை என்று பேசியிருக்கிறார்.

> வரலாற்றாசிரியர்களை நாம் இங்கே கொண்டு வர வேண்டுமென்று நான் நினைக்கவில்லை. வரலாற்றாசிரியர்கள் பற்றி நாம் கவனமாக இருக்க வேண்டும். தேசிய உணர்வைக் கொண்டு வரப் பாடுபட்டுக் கொண்டிருக்கும் இந்த வேளையில், பொது தேசிய உணர்வையும், இந்தியக் குடிமையில் ஒரு பொது உணர்வையும் கொண்டு வரப் போராடும் இவ்வேளையில், அந்த உணர்வை நீர்த்துப் போகச் செய்ய நாம் எதையும் செய்யக்கூடாது என்பது எனது கருத்து.³³

1930-களின் காலத்திலிருந்து அரசமைப்புப் பேரவை உரைகள் வரை பழமையில் நிலைகொண்டு, பிராமணியத்தின் இலக்கியத்தையும், தத்துவத்தையும் மீட்டெடுக்கவும், இந்திய கிராமத்தை ஒரு கற்பனையுடைய லட்சியமாக ஆக்கவும் இந்து தேசியவாதிகளின் விடாப்பிடித்தனத்திற்கு அம்பேத்கர் அறைகூவல் விடுத்தார். Annihilation of Caste என்ற நூலில் அவர் 'பழமையை, தங்களது இலட்சியங்களைத் தரும் ஒன்றாகக் கருதி வழிபடுவதை இந்தியர்கள் நிறுத்த வேண்டும்' என்று எழுதினார்:

> இந்துக்கள் அவர்களது சமூகப் பாரம்பரியம் முழுவதையும் பாதுகாக்க வேண்டுமா அல்லது வருங்காலத் தலைமுறைகளுக்குத் தேவையானவற்றை மட்டும் தேர்ந்தெடுத்து அவற்றை அடுத்த தலைமுறையினருக்குத் தர வேண்டுமா என்பதைச் சிந்தித்துப் பார்க்க வேண்டும். என்னுடைய ஆசிரியரும், நான் மிகவும் கடமைப்பட்டிருப்பவருமாகிய பேரா.ஜான் டியூவி சொல்கிறார்: "ஒவ்வொரு சமுதாயமும் பழங்காலத்திலிருந்து

வருகிற சாதாரணமானவற்றாலும், பயனற்றவையாலும், வக்கிரங்களினாலும் தடைகளுக்கு உட்படுத்தப்படுகிறது. சமுதாயம் ஒளி பெறத் தொடங்கத் தொடங்க, அது இப்போதைய சாதனைகள் அனைத்தையும் பாதுகாத்து அடுத்த தலைமுறைக்குக் கடத்த வேண்டியது தனது கடமை இல்லை என்பதையும், வருங்காலச் சமுதாயத்திற்கு நல்லவனவற்றை மட்டுமே காத்து அளிக்க வேண்டும் என்பதையும் உணர்ந்துகொள்கிறது.[34]

நடைமுறைக்குச் சாத்தியமான வருங்காலம்

அம்பேத்கர் ஜான் டியூவியை மேற்கோள் காட்டியிருப்பது அவர் நாடு பற்றிக்கொண்டிருந்த அணுகுமுறைக்கு ஒரு குறிப்பு. நல்லுறவையும், நாட்டில் ஒவ்வொருவருக்கும் உரிமை உண்டு என்ற சிறந்த செயல்முறைகளையும் மையமாகக் கொண்டிருக்கும் வரையில் நாடு என்ற கருத்தியலை அவர் வரவேற்றார். ஆனால், அவர் சொன்னதுபோலத் தேசியம் என்பது ஓர் இரட்டை முனை உணர்வு. எனவே அதில் சகோதர உணர்வுக்கு எதிரான முனை மழுங்கச் செய்யப்பட வேண்டும். இல்லையென்றால் நாடு என்ற கருத்தியலுக்காக அரசு விலை கொடுக்க வேண்டியதிருக்கும். தனது கடைசிக் காலத்தில் அம்பேத்கர் புத்தரின் செய்தியான மெட்டாவைப் பரப்பும் பணிகளை மேற்கொண்டார். மெட்டாவின் பண்புகளுக்கு அப்பாற்பட்டு, அது தேசிய உணர்வின் கூர்மையை மழுங்கச் செய்யும் ஆற்றலும் கொண்டது.

அம்பேத்கரின் நடைமுறைக்கு ஏற்ற அணுகுமுறை 1948 பிப்ரவரி 6ஆம் நாளுக்குப் பிறகு நடந்த வரைவுக் குழுக் கூட்டங்களில் செயல்பட்டது. அன்று தான் 'நாடு' என்பது ஒரு பிரிவாக முடிவு செய்யப்பட்டது. 1948 பிப்ரவரி 21இல் இந்தப் பிரிவு எந்த மாற்றமும் இல்லாமல் 1950 ஜனவரி 26 அன்று இடம் பெற்றிருந்தது.

> "தனிமனித மாண்பினையும், நாட்டின் ஒற்றுமையையும் உறுதி செய்யும் சகோதரத்துவம்.[35]

எனினும் அம்பேத்கர் நாடு என்ற சொல்லைச் சேர்க்க நினைத்தது இரண்டு நிபந்தனைகளின் அடிப்படையில்தான். முதலாவதாக, சகோதரத்துவம்தான் நாட்டின் ஒற்றுமையை

உறுதி செய்கிறது என்பதும், சகோதரத்துவதைக் கொடுக்கும் என்று மாயையாக நம்பப்பட்ட நாடு என்ற அதீதக் கற்பனை அல்ல என்பதும் தெளிவாக்கப்பட வேண்டும். இதனை அந்தப் பிரிவே சொல்கிறது. இரண்டாவதாக, 'நாடு' என்பதைத் தனிமனித மாண்புக்கு முன்னால் கொண்டு வர வேண்டும் என்ற திருத்தத்தை வரைவுக்குழு ஒரே குரலில் தள்ளுபடி செய்து காட்டுவதுபோலத் தனிமனித மாண்பு உறுதி செய்யப்படா விட்டால், நாடு என்பது ஒற்றுமையாக இருக்க முடியாது என்பதும் தெளிவாக்கப்பட வேண்டும்.[36]

அம்பேத்கரின் முகப்புரை, - இந்தியாவின் அரசமைப்புச் சட்டத்தின் முகப்புரை - இவற்றை ஓர் உண்மைப் பொருளாக ஆக்குகிறது. இந்தச் செயல் முறையில் அம்பேத்கர் கொண்டிருந்த கருத்தையே முகப்புரை ஏற்றிருக்கிறது. முதலாவதாக, நாட்டுப் பெருமை, பழம் பெருமைகளிலிருந்து பெறப்படக் கூடாது. வருங்காலம் தரவிருக்கும் புகழின் மூலமே நாட்டின் பெருமை இருக்க வேண்டும். அரசு ஒவ்வொரு தனிமனிதனின் மாண்பை செயல்படுத்தும் வருங்காலம் இது, இதனை அரசமைப்பு ஒழுக்க நெறியைச் செயல்படுத்தும் அரசு அலுவலர்கள் அனைவராலும் சாதிக்கப்பட வேண்டிய ஒன்று. நல்லுறவில் தனிமனிதனின் மாண்பின் பாதிப்பு ஒவ்வொன்றும் நமது பொது மனச் சான்றை எச்சரிக்கை மணியடித்து எழுப்புகின்ற வருங்காலம் இது.

வருங்காலத்தின் அந்தக் காலப் புள்ளியில் 1950 ஜனவரி 26 அன்று தொடங்கிய நம்து முரண்பாடுகளின் வாழ்க்கை முடிவுக்கு வந்து இந்திய நாடு என்பது உதயமாகும்.

முடிவுரை

முன்னொரு காலத்தில் ஒருவன் கடற் பயணம் சென்று விட்டு நீண்ட நாள்கள் கழித்து ஊருக்குத் திரும்பினான். மக்கள் அவனிடம் அவன் பார்த்தவற்றிலேயே மிகவும் உன்னதமானது எது என்று கேட்டார்கள். நான் அனுபவித்தவற்றிலெல்லாம் மிகவும் உன்னதமானது நான் வீட்டிற்குத் திரும்பி வந்ததுதான் என்றான். இந்த அரசமைப்புச் சட்டத்தைப் பொறுத்த வரையில், நாங்கள் அதை முடித்ததுதான் அதிசயங்களிலும் அதிசயம்.

நசிருதீன் அகமது
அரசமைப்புப் பேரவைக்கு, 1949 நவம்பர் 17

நசிருதீன் அகமது அம்பேத்கரை மிக இரகசியமாக அரசமைப்புச் சட்டத்தை வரைவு செய்து விட்டார் என்று குற்றம் சாட்டியவர். ஆனால் அது முடிவுற்றபோது அவர் வியப்படைந்தார். வரைவுக் குழுவின் இரண்டாண்டு பணியைக் கண்டுகொள்ளாது அதனை ஏற்றுக்கொண்டதையே அதனுடைய ஒரு சிறப்பம்சம் என்று அகமது கூறினார். அம்பேத்கரும் அவரைக் கண்டுகொள்வில்லை. அவருக்கு எதிராக இருந்தவர்களையெல்லாம் பெயர் சொல்லி நன்றி சொன்னார். அகமதின் பெயரை அதில் சேர்க்கவில்லை.

அம்பேத்கர் அவர்களது எதிர்ப்புக்கு நன்றிக் கடப்பாடு உடையவராக இருந்தார். ஏனென்றால், வரைவினைக் கட்டாயமாகத் திணிக்காமல், ஒவ்வொரு பிரிவுக்குள்ளும் அடங்கியிருந்த உண்மையான பொருளை அவர் ஆழமாகச் சிந்தித்தார். "அவர்கள் இல்லாவிட்டால் எனக்கு அரசமைப்புச் சட்டத்தின் பின்புலத்திலிருந்த கொள்கைகளை விரிவுபடுத்த

வாய்ப்புக் கிடைத்திருக்காது. அதுதான் ஒரு பிரிவினை அப்படியே ஏற்றுக்கொள்வதை விட மிகவும் முக்கியம் வாய்ந்தது.[1] ஒவ்வொரு பிரிவுக்கும் பின்னாலுள்ள கருத்துகளும், கொள்கைகளும், அந்தப் பிரிவின் வடிவத்தை விட முக்கியமானவை."

மிகப் பெரிய அதிசயம்

அகமது கூறிய மிகப் பெரிய அதிசயம் முகப்புரை முடிவுற்றது அல்ல. அதிசயம் என்னவென்றால் அதை எழுதியது யார் என்று தெரியாமல் இருப்பதுதான். இந்தியாவின் அரசமைப்புச் சட்டத்தை யார் எழுதியது? அதற்கான விடை ஒரு நூல் அளவிற்கு விரியும். ஜவகர்லால் நேரு, பி.என். ராவ், வரைவுக் குழு மொத்தமும், அல்லது அம்பேத்கர் மட்டும் என்ற விடைகள் எல்லாமே போதுமான செய்தி, அல்லது தவறான செய்தி முதலானவற்றால் வந்தவை. ஆனால் முகப்புரையை ஆராயும்போது அந்தக் கேள்வியே சிக்கல் மிகுந்தது என்பது தெரிய வரும்.

முகப்புரைகள் தெளிவான பகுதிகளை உடையதாக இருக்கும். இறை வணக்கம், விளம்பல், விவரணை, நோக்கம் ஆகிய பகுதிகள்.

இந்திய முகப்புரையில் இறை வணக்கம் பகுதி இருக்காது. CAD-இல் இறை வணக்கப் பகுதி வேண்டுமென்று பல கோரிக்கைகள் எழுந்தன. ஆனால் வரைவுக் குழு உறுப்பினர்கள் பலர், குறிப்பாக அம்பேத்கர் அதனை வலிமையாக எதிர்த்தார்கள். முகப்புரையை யார் எழுதியது என்பதைத் தீர்மானிப்பதில் யார் அந்தச் சொற்களை எழுதினார்கள் என்று கூறுவது மட்டும் அல்ல, எந்த வார்த்தைகள் விடப்பட வேண்டும் என்று யார் தீர்மானித்தது என்பதும் அடங்கும்.

பெருங் குழப்பம்! எளிமையான வழியைப் பார்க்கலாம். விளம்பல் பகுதியை எழுதியது யார்? இதற்கு உறுதியான விடை தர முடியும். இப்பகுதி மட்டுமே B.N.ராவினால் தயாரிக்கப்பட்ட பகுதியிலிருந்து எடுக்கப்பட்டது. அப்படியானால் இந்திய அரசமைப்புச் சட்டத்தின் முகப்புரையில் விளம்பல் பகுதியை எழுதியது அவர்தான் என்று சொல்லலாம்.

ஆனால் அப்படி இல்லை. அவர் அதனை எழுதியவர் இல்லை.

ராவ் இப்பகுதியில் அயர்லாந்து அரசமைப்புச் சட்டம் 1937-இலிருந்து வார்த்தைக்கு வார்த்தை எடுத்திருந்தார். அதில் அயர்லாந்துக்குப் பதில் இந்தியா என்று மாற்றினார், அவ்வளவு தான்.

வார்த்தைக்கு வார்த்தை பிற மூல நூல்களிலிருந்து எடுக்கப்பட்டது ஒரு பிரச்சினையானால் அது நேருவின் நோக்கங்கள் தீர்மானத்தையும் பாதிக்கும். நோக்கங்கள் தீர்மானத்தின் பெரும்பகுதி நோக்கங்கள் பகுதியில் பயன்பட்டதென்று பார்த்தோம். "இறையாண்மையுள்ள, மக்களாட்சியான குடியரசு". அப்பகுதியும், விவரணைப் பகுதியும் (அடிப்படைக் கொள்கைகளை உள்ளடக்கியது) அடங்கும். நோக்கங்கள் தீர்மானமும் நேருவும் எல்லோரும் சேர்ந்து மொத்தமாக வரைவு செய்த பகுதியிலிருந்து எடுத்தார் என்று முன்னுரையில் பார்த்தோம்.

இங்குதான் நமக்குத் தீர்வு கிடைக்கும். அனைவரும் சேர்ந்து வரைவு செய்தது என்ற மூன்றாவது முடிவுக்கு வரலாம். ஆனால் அதுவும் தவறு.

ஏனென்றால், வரைவுக் குழு உறுப்பினர்களான டி.டி. கிருஷ்ணமாச்சாரியும், முன்ஷியும் இவ்வாறு நடக்கவில்லை என்று கூறுகிறார்கள். அதற்கான ஆதாரங்களும் கிடைக்கின்றன.

மேலும், இயல்கள் 4,5இல் பார்த்தது போலவே இரண்டு புதிய சொற்கள் அறிமுகப்படுத்தப்பட்டன. அவை சகோதரத்துவம், மாண்பு ஆகியவை. அவை எல்லோராலும் முன்மொழியப்பட்டவை அல்ல. திடீரென்று வந்தவை. கூட்டக் குறிப்புகளை ஆராய்ந்தால் இரண்டு சொற்கள் மட்டுமல்ல, எட்டுச் சொற்களைக் கொண்ட முழுச் சொற்றொடர் சேர்க்கப்பட்டது என்பது தெரியவரும்.

இந்திய மக்களாகிய நாம், இந்திய நாட்டினை இறையாண்மையும், சமநலச் சமுதாயமும், சமயச் சார்பின்மையும், மக்களாட்சி முறையும் அமைந்ததொரு குடியரசாக நிறுவவும், அதன் குடிமக்கள் அனைவரும் சமுதாயம், பொருளியல், அரசியல், நீதி, சிந்தனை, அதன் வெளியீடு, கோட்பாடு சமய நம்பிக்கை, வழிபாடு ஆகியவற்றில் தன்னுரிமை, சமுதாயப் படிநிலை, வாய்ப்பு, நலம் இவற்றில் சமநிலை ஆகியவற்றை எய்திடச் செய்யும்,

தனிமனிதனின் மாண்பு, நாட்டு மக்களின் ஒற்றுமை, ஒருமைப்பாடு இவற்றை உறுதிப்படுத்தும் உடன் பிறப்புரிமையினை வளர்க்கவும், உள்ளார்ந்த உறுதியுடையவராய், நம்முடைய அரசமைப்புப் பேரவையில், 1949 நவம்பர் 26 நாளாகிய இன்று, ஈங்கிதனால், இந்த அரசமைப்பினை ஏற்று, இயற்றி, நமக்கு நாமே வழங்கிக் கொள்கிறோம்.[2]

இந்த வரைவு அதிகாரப்பூர்வமான ஒன்றாக 1948 பிப்ரவரி 6 அன்று கொண்டு வரப்பட்டது. இது அம்பேத்கரின் வாசகம் என்பது தெளிவாகிறது.

அப்படியானால், நான்காவது விடையான, இந்திய அரசமைப்புச் சட்டத்தின் முகப்புரையைத் தந்தவர் அம்பேத்கர் என்ற முடிவுக்கு வரலாமா? ஆம்.

அதே சமயம் 'இல்லை' என்றும் சொல்ல வேண்டும். ஏற்கெனவே சொன்ன மூன்று விடைகளும் சில பகுதிகளைப் பொறுத்தவரையில் உண்மை. ஆனால் நான்காவது விடை தவறு. எடுத்துக்காட்டாக, இறைவணக்கப் பகுதி தவிர்க்கப்பட்டதற்கு அம்பேத்கர் மட்டும் காரணமில்லை. ஆனால் அவர் தேசத் தந்தை காந்திக்கு வணக்கம் சொல்வதைக் கடுமையாக எதிர்த்திருப்பார் என்பது உறுதி. மேலும் பி.என். ராவின் விளம்பல் பகுதியை அம்பேத்கர் சேர்த்துக்கொண்டதில் மகிழ்ச்சி அடைந்திருப்பார் 'நோக்கம்' பகுதியை நாம் இந்த நூலில் ஆராயவில்லை. ஆனால், பலர் அம்பேத்கர் அவருக்குப் பிடித்தவாறு எழுதினார் என்று குற்றம் சாட்டினாலும், அது நோக்கங்களின் தீர்மானத்தினை அடிப்படையாகக் கொண்டது.

இறுதியாக விவரணைப் பகுதிக்கு வருவோம். முகப்புரையின் முத்தாய்ப்பு அதுதான். நாம் ஏற்கெனவே பார்த்தது போலச் சகோதரத்துவம், மாண்பு ஆகிய சொற்களுக்கு உரியவர் அம்பேத்கர்தான். நீதி, சமத்துவம் ஆகிய சொற்கள் நோக்கங்கள் தீர்மானத்திலிருந்து எடுக்கப்பட்டவை என்று பார்த்தோம். அதுபோல இயல் 2, இயல் 6 ஆகியவற்றில் விவரணைப் பகுதியில் வரும் தன்னுரிமை, நாடு ஆகியவை வரைவு செய்யப்படும் செயல்முறை முழுவதிலும் இருந்தன என்று பார்த்தோம். அப்படியானால் யார் முகப்புரையை எழுதியது?

முகப்புரை அம்பேத்கருடையதாக...

அம்பேத்கர் அரசமைப்புப் பேரவையின் நிறைவு உரையில் குறிப்பிட்டது போல, சொற்கள், அவற்றின் அமைப்பு ஆகியவை மட்டுமே அவற்றிற்குப் பொருள் தரவில்லை, மாறாக அவற்றின் அடிப்படையாக இருக்கும் கொள்கைகள் தான் பொருள் தரும். இந்த நூலில் இது இரண்டு முக்கிய வழிகளில் செய்யப்பட்டது என்பதைப் பார்த்தோம்.

முதலாவதாக, விவரணைப் பகுதியில் ஒவ்வொரு சொல்லின் பொருளும் அம்பேத்கரின் அனுபவங்கள், அவருடைய அறிவுத் தெளிவு ஆகியவற்றிலிருந்து பெறப்பட்டவை. முகப்புரையின் கருத்தியல்களுக்கெல்லாம் அம்பேத்கருக்கு ஒரு குறிப்பிட்ட பொருள் உண்டு. அது அவருக்கே உரியது. அவருடைய எழுத்துகளிலும், செயல்களிலும் இது வெளிப்படும். இந்த நூல் முழுவதும், முகப்புரைச் சொற்றொடர்களுக்குப் பின்னாலிருக்கும் வழக்கங்களையும், கொள்கைகளையும் ஆராய்தோம். அவற்றில் சில அம்பேத்கருடைய இரகசிய அர்த்தங்கள். அவற்றில் அவருடன் பயணித்த பலரும் பங்கு பெற்றார்கள்.

இரண்டாவது வழி வித்தியாசமானது; ஆனால் தொடர்புடையது. இதற்கு முன்னர் பயன்படுத்தப்படாத இந்தச் சொற்றொடர்களை அம்பேத்கர் அறிமுகப்படுத்தினார். அவற்றின் பொருட்கள் அவர் எதிர்பாராமலேயே விரிவு பெற்றது. அவர் 1948 பிப்ரவரி 6 அன்று கொடுத்த எண்பது சொற்கள் வரைவு 1948 பிப்ரவரி 21இல் மாற்றம் பெற்றது. இப்போது சொற்களின் பயன்பாட்டில் சிக்கனம் கையாளப்பட்டது. இதனால் அடிப்படைக் கொள்கைகளுக்கு ஏற்ப அவற்றின் பொருட்கள் மாறுபட்டன. எடுத்துக்காட்டாக, 'நாடு' என்ற சொல் முதலில் தேசியவாதிகளின் கருத்தியலுக்கு முக்கியத்துவம் தந்தது. ஆனால் 'மாண்பு' என்பதற்கு நாட்டை விட அதிக முக்கியத்துவம் தரப்பட்டபோது, 'நாடு' என்பதற்கு அம்பேத்கர் கொண்ட தனித்தன்மையான புரிதல் இடம் பெறுகிறது. ஏற்கெனவே இருந்த நீதி, தனியுரிமை, சமத்துவம், நாடு ஆகிய சொற்களின் முக்கியத்துவம் புதிதாகச் சகோதரத்துவம், மாண்பு ஆகிய சொற்கள் சேர்க்கப்பட்டதால் புது விளக்கம் பெற்றது.

இந்த இரண்டு முக்கிய வழிகளும் முகப்புரையின் இரகசிய வரலாற்றை ஆராய்ந்ததாலேயே கிடைத்தன. புதிரான,

இரகசியமான வரைவு முறையும், அம்பேத்கரின் வாழ்க்கை வரலாற்றிலும், எழுத்துகளிலும் வெளியில் தெரியாமலிருந்த அதனுடைய கருத்தியல்களின் வரலாறும் நமக்கு உதவின. இதனால், இந்திய அரசமைப்பின் முகப்புரை அம்பேத்கருடைய முகப்புரை என்று புரிந்துகொள்ளவும், ஏன்? எப்படி அது அம்பேத்கரின் முகப்புரை என்பதைத் தெளிவு பெறவும் உதவின.

அம்பேத்கரின் முகப்புரையை நம்முடையதாக ஆக்க

1950 ஜனவரி 26 அன்றோடு நிறைவு பெறும் வரலாற்றுப் பகுதியில் அம்பேத்கர் முதலான இந்தியக் குடியரசின் புதிதாக ஆக்குவோர் இந்திய மக்களுக்கு விடுதலையையும், மாண்பையும் கொடுப்பதில் குறியாக இருந்தார்கள். இன்று எழுபது ஆண்டுகளுக்குப் பிறகு, குடியரசைக் காப்பவர்கள் இவற்றில் பலவற்றை நீக்குவதிலேயே குறியாக இருக்கிறார்கள். இந்தப் பிற்போக்கு முயற்சியினால் முகப்புரையின் மேல் நமக்கு இருந்த ஆர்வம் மழுங்கிவிட்டது. முகப்புரை, மக்களாட்சி அரசின் அடிப்படை நோக்கங்களை அடையாமல், நிலையற்ற நல்ல நாட்டிற்கான நடக்க முடியாத கற்பனை நோக்கங்களுக்காக இயங்கி வருவது போலத் தோன்றுகிறது.

இந்தியக் குடியரசின் எழுபத்தைந்தாவது ஆண்டைக் கொண்டாடும் இவ்வேளையில் அம்பேத்கர் கவனமாக வகுத்த சட்டங்கள் கொண்ட முகப்புரையின் கொள்கைக்கு நமது அர்ப்பணத்தை மீண்டும் தட்டி எழுப்ப நமக்கு வாய்ப்புக் கிடைக்கிறது. அம்பேத்கரின் கதை அம்பேத்கரின் முகப்புரையின் கதை. அவருடைய கதைகளையும், நீதிக்காக அவர் வாழ்நாள் முழுவதும் நடத்தின போராட்டத்தையும் தேடலையும் நமதாக்கி இந்த முகப்புரையையும் நமதாக்க முடியும். அதுதான் சரியானதும் கூட.

முகப்புரையின்பாலுள்ள ஆர்வத்தை மீண்டும் தூண்டும் தீப்பொறியாக இருக்க இப்புத்தகம் ஒரு வழியாக இருக்கும் என்றே நம்புகிறேன்.

பின்னிணைப்பு 1

நிகழ்வுகளின் காலவரிசை

1927	பொதுக் கிணற்றில் தண்ணீர் குடிக்க மஹதுக்கு நடைப் பயணம்
1927	அம்பேத்கர் பொது இடத்தில் மனுஸ்மிரிதியை எரித்தல்
1927	அம்பேத்கர் பம்பாய் மாநிலச் சட்டமன்ற உறுப்பினராக 5 ஆண்டுகளுக்கு நியமிக்கப்படல். (1932இல் மேலும் ஐந்து ஆண்டுகளுக்குப் புதுப்பிக்கப்பட்டது).
1928 மே 29	அம்பேத்கர் சைமன் கமிஷனிடம் அரசமைப்புக்குட்பட்ட மக்கள் ஆட்சி பற்றியும் தீண்டத்தகாதவர்கள் நிலை பற்றியும் அறிக்கையைச் சமர்ப்பித்தல்
1929	இந்திய தேசிய காங்கிரசின் லாகூர் மாநாட்டில் டொமினியன் நிலைவேண்டாம் என்றும் முழு விடுதலை வேண்டுமென்றும் அழைப்பு விடுத்தல்
1930 ஜனவரி 26	இந்திய தேசிய காங்கிரஸ் முழு சுயராஜ்ஜியத்தை அறிவிக்கிறது. காந்தி முழுச் சுதந்திரம் வேண்டுமென்று கட்டுரை வெளியிடுகிறார். ஜனவரி 26 முழு சுயராஜ்ஜிய திவாசாகக் கொண்டாடப்படுகிறது.
1930	காங்கிரஸ் புறக்கணித்தாலும் அம்பேத்கர் வட்ட மேசை மாநாடு 1930இல் உரையாற்றுகிறார்
1930	அம்பேத்கரின் கலாராம் கோவில் சத்தியாகிரகம்
1931	இந்திய தேசிய காங்கிரசின் கராச்சி தீர்மானம் 1931
1932	வகுப்புவாரி ஒதுக்கீடு வழங்கப்படுகிறது. அம்பேத்கர் இதற்காக வட்ட மேஜை மாநாட்டில் போராடினார்.

1932 செப்டம்பர் 24	காந்தியின் சாகும் வரையில் உண்ணாவிரதம். அம்பேத்கர் பூனா ஒப்பந்தத்தில் கையெழுத்திடக் கட்டாயப்படுத்தப்படுகிறார்.
1935	இந்திய அரசு சட்டம் 1935
1935	'நான் இந்துவாகப் பிறந்தாலும் இந்துவாகச் சாகமாட்டேன்,' என்று எய்லாவில் அறிவிப்பு
1935–36	அம்பேத்கரின் முற்றுப்பெறாத *Waiting for a Visa* தன்வரலாற்று நூல்.
1936	அம்பேத்கரின் சாதி ஒழிப்பு உரை கட்டுரையாக வெளியாகிறது
1936 ஆகஸ்ட்	சுதந்திர தொழில் கட்சியை ஆரம்பிக்கிறார்
1937	கட்சி உறுப்பினர் ஒருவரின் முழக்கம் ஜெய் பீம் கமிட்டியில் எழுகிறது
1939	கோல்வால்கரின் *We Our Nationhood Defined* அறிக்கை
1939	அம்பேத்கரின் *Federation Versus Freedom*
1940	லாகூர் முஸ்லிம் லீக் மாநாட்டில் ஜின்னா இரட்டை நாடு கோட்பாட்டை முன்வைக்கிறார்
1944	எம்.என்.ராயின் *Constitution of Free India: A Draft under Radical Democratic Party.*
1945	'மாண்பு' என்பது ஐ.நா. சாசனத்தில் சேர்க்கப்படுகிறது
1945	அம்பேத்கரின் *Pakistan, or the Partition of India; What Congress and Gandhi Have Done to the Untouchables.*
1946	ஶ்ரீமன் நாரயண் அகர்வாலின் *The Gandhian Constitution of Free India* காந்தியின் முகவுரையுடன்.
1946	அம்பேத்கரின் *Who Were the Shudras?*
1946 மே 16	இந்தியாவின் வருங்கால அரசமைப்பு பற்றிய காபினட் மிஷன், வைஸ்ராய் பரிந்துரைகள்

1946 ஜூலை 22	CWC நியமித்த வருங்கால அரசமைப்புப் பேரவை, அதன் நோக்கங்கள் பற்றிய வல்லுநர் குழுவின் அறிக்கை தலைவர்: ஜவகர்லால் நேரு, உறுப்பினர்கள் அசஃப் அலி, கே.எம்.முன்ஷி, என். கோபாலசாமி அய்யங்கார், கே.டி. ஷா. ஹூமாயுன் கபிர்
1946 டிசம்பர் 17	ஜவகர்லால் நேரு இலக்குகள், நோக்கங்கள் தீர்மானத்தை அரசமைப்புப் பேரவையில் முன்மொழிகிறார்
1946 டிசம்பர் 17	ஒற்றுமை பற்றிய அம்பேத்கரின் தயாரிப்பு இல்லாத உரை. நேருவின் நோக்கங்களின் தீர்மானம் பற்றியது
1947 ஜனவரி 22	நோக்கங்கள் தீர்மானம் ஒருமனதாக நிறைவேற்றப்படுகிறது
1947 மார்ச் 15	அரசமைப்புப் பேரவையின் ஆலோசனைக் குழுவிற்கு (அடிப்படை உரிமைகள், சிறுபான்மையினர், பழங்குடியினர், சேர்க்கப்படாத பகுதிகளுக்கானது) அம்பேத்கர் *States and Minorities* ஐ சமர்ப்பிக்கிறார். முன்மொழியப்படும் முகப்புரை *States and MInoriteis* இல் இடம்பெறுகிறது
1947 மே 30	அரசமைப்பு ஆலோசகர் பி.என். ராவின் ஒன்றிய அரசமைப்பு பற்றிய குறிப்பாணை ஏற்றுக்கொள்ளப்படுகிறது அதில் முகப்புரை: இந்திய மக்களாகிய நாங்கள் பொதுநலத்தை வளர்க்கும் பொருட்டு எங்களது தேர்ந்தெடுக்கப்பட்ட பிரதிநிதிகள் மூலம் இங்ஙணம் இந்த அரசமைப்புச் சட்டத்தைச் சட்டமாக்கி ஏற்று எங்களுக்கே கொடுத்துக்கொள்கிறோம்.
1947 ஜூன் 3	பிரதமர் அட்லி பிரிவினை பற்றிய நிபந்தனைகளை அமைத்து மவுண்ட்பேட்டன் திட்டத்தை அறிவிக்கிறார்.
1947 ஜூன் 30	ஒன்றிய அரசமைப்புக் குழு பி.என். ராவின் முகப்புரையைத் தற்காலிகமாக ஏற்றுக்கொள்கிறது.

1947 ஜூலை 18	ஒரு வரைவுக் குழு அமைக்கப்படும் என்று நேரு அரமைப்புப் பேரவையில் தெரிவிக்கிறார். அது ஒரு வரைவினைக் கொடுக்கும்... முகப்புரை நோக்கங்களின் தீர்மானத்தைக் கருத்தில்கொண்டது. அது சில மாற்றங்களுக்கு உட்படுத்தப்பட வேண்டும். ஆனால் அடிப்படைக் கொள்கைகள் மாறாது.
1947 ஆகஸ்ட் 15	இந்தியா விடுதலை பெற்ற நாடு என்று அறிவிக்கிறது. இந்தியப் பிரிவினை, இந்திய சுதந்திரச் சட்டம் 1947. நேரு இந்தியாவின் பிரதமராக ஆகிறார். அவருடைய சிறப்புரை.
1947 ஆகஸ்ட்	அம்பேத்கர், நேரு அமைச்சரவையில் சட்ட அமைச்சராகப் பொறுப்பேற்கிறார்.
1947 ஆகஸ்ட் 29	இந்தியாவின் அரசமைப்புச் சட்டத்தை வரைவு செய்ய, அரசமைப்பு மேலவையின் தீர்மானம் மூலம் குழு அமைக்கப்படுகிறது. ஆலோசகர் தந்த வரைவினை ஆய்வு செய்வது அதன் பணி. வரைவு செய்யப்பட்ட அரசமைப்புச் சட்டம் பேரவையில் வைக்கப்படும்.
1947 ஆகஸ்ட் 30	வரைவுக் குழுவின் முதல் கூட்டம். தலைவராக அம்பேத்கர் தேர்ந்தெடுக்கப்படுகிறார்.
1947 அக்டோபர் 6	வரைவு அரசமைப்புச் சட்டத்தின் முகப்புரை ஆய்வுக்கு எடுத்துக்கொள்ளப்படுகிறது. அல்லாடி கிருஷ்ணசாகி அய்யர், மவுல்வி முகம்து சாதுல்லா, மாதவராவ், பி..என்.ராவ் (உறுப்பினர் இல்லை) ஆகியோர் அம்பேத்கர் தலைமையில் கூடுகிறார்கள்.
1948 பிப்ரவரி 9	குழு மீண்டும் கூடுகிறது. அம்பேத்கரின் முகப்புரை விவாதத்திற்கு எடுத்துக்கொள்ளப்படுகிறது.. 'வகுப்பு', நாட்டின் ஒற்றுமை ஆகியவை சேர்க்கப்படுகின்றன.
1948 பிப்ரவரி 10	குழுவின் அடுத்த கூட்டம். மாற்றங்கள் எதுவுமில்லை. அடிக்குறிப்பு தரத் தீர்மானிக்கப்படுகிறது; முகப்புரையை வரைவு செய்யும்போது நோக்கங்களின் தீர்மானம் பின்பற்றப்பட்டது என்பதை அது தெரிவிக்கும்.
1948 பிப்ரவரி 11 – 21	சகோதரத்துவம் பிரிவு திருத்தப்படுகிறது. நிகழ்ச்சிக் குறிப்பில் இந்தத் தகவல் இல்லை. எளிமையாக்க, முகப்புரை வரைவில் மாற்றங்கள் செய்யப்படுகின்றன.

1948 பிப்ரவரி 21	வரைவு அரசமைப்புச் சட்டம் அரசமைப்புப் பேரவையின் தலைவர் ராஜேந்திர பிரசாத்துக்கு அனுப்பிவைக்கப்படுகிறது. இறுதி வடிவம்: இந்திய மக்களாகிய நாம், இந்திய நாட்டினை இறையாண்மையும் சமநலச் சமுதாயமும் சமயச் சார்பின்மையும் மக்களாட்சி முறையும் அமைந்ததொரு குடியரசாக நிறுவவும், அதன் குடிமக்கள் அனைவரும் சமுதாய, பொருளியல், அரசியல் நீதி, எண்ணம், அதன் வெளியீடு, கோட்பாடு, சமய நம்பிக்கை, வழிபாடு இவற்றில் தன்னுரிமை, சமுதாயப் படி நிலை, வாய்ப்பு நலம் இவற்றில் சமன்மை ஆகியவற்றை எய்திடச் செய்யவும், அவர்கள் அனைவரிடையேயும் தனிமனிதனின் மாண்பு, நாட்டுமக்களின் ஒற்றுமை, ஒருமைப்பாடு இவற்றை உறுதிப்படுத்தும் உடன்பிறப்புரிமையை வளர்க்கவும் உள்ளார்ந்த உறுதியுடையவராய், நம்முடைய அரசமைப்புப் பேரவையில், 1949 நவம்பர் இருபத்தாறாம் நாளாகிய இன்று, ஈங்கிதனால், இந்த அரசமைப்பினை ஏற்று, இயற்றி, நமக்கு நாமே வழங்கிக்கொள்கிறோம். 1948 பிப்ரவரி 21 அன்று இது வழங்கப்பட்டது. இறுதியிலும் 1950 ஜனவரி 26 அன்றும் இதுவே ஏற்றுக்கொள்ளப்பட்டது.
1948 பிப்ரவரி 26	வரைவு அரசமைப்புச் சட்டம் மக்கள் பார்வைக்கு வைக்கப்படுகிறது.
1948 மார்ச் 22	பேரவை உறுப்பினர்கள் தங்கள் கருத்தைத் தர இறுதி நாள் அறிவிக்கப்படுகிறது. சகோதரத்துவப் பிரிவில் நாட்டின் ஒற்றுமை சொற்றொடரும் தனிமனித மாண்பும் இடம் பெறவேண்டும் என்று பட்டாபி சீத்தாரமையா திருத்தம் கொண்டுவருகிறார்.
1948 மார்ச 23–27	வரைவுக் குழு மீண்டும் கூடுகிறது.
1948 மார்ச்	இந்திய சோஷலிஸ்ட் கட்சி ஒரு வரைவு அரசமைப்பைத் தயாரிக்கிறது. ஜெயப்பிரகாஷ் நாராயணின் முன்னுரையுடன் *Draft Constitution of the Indian Republic* என்ற தலைப்பில் அது வருகிறது.

1948 ஏப்ரல் 10–11	முன்வைக்கப்பட்ட கருத்துகளில் வரைவு அரசமைப்பை ஆய்வுசெய்ய சிறப்புக் குழு கூடுகிறது; குழு, முகப்புரையை இறுதி செய்யும் பொறுப்பை அரசமைப்புப் பேரவைக்கு விட்டுவிடுகிறது
1048 அக்டோபர் 19–20	வரைவுக்குழு மீண்டும் கூடுகிறது; சிறப்புக் குழுவின் புதிய முடிவுகளை ஆராய்கிறது.
1948 அக்டோபர் 4	வரைவு அரசமைப்புச் சட்டத்தின் முதல் வாசிப்பு. ஒரு வாரம் நடக்கிறது. அம்பேத்கர் அதைத் தொடங்கி வைக்கிறார். வரைவின் பரந்த சட்டகம் கொள்கைகள் பற்றிய விவாதம். அம்பேத்கர் அரசமைப்பு ஒழுக்க நெறி பற்றிய போற்றுதற்குரிய உரையை நிகழ்த்துகிறார்.
1948 நவம்பர் 6	அரசமைப்புப் பேரவை உறுப்பினர் தக்குர் தாஸ் பார்கவா முகப்புரையில் சகோதரத்துவம் பற்றிய பிரிவைச் சேர்த்ததற்காக அம்பேத்கருக்கு நன்றி தெரிவிக்கிறார்.
நவம்பர் 15	இரண்டாவது வாசிப்பு. திருத்தப்பட்ட வரைவு அரசமைப்பு மீண்டும் ஆராயப்படுகிறது. 1949 அக்டோபர் 17 வரை அது நீடிக்கிறது. முகப்புரையுடன் விவாதம் தொடங்கப்பட்டாலும் இறுதியில் அதை எடுத்துக்கொள்ள முடிவு செய்யப்படுகிறது.
1948	அம்பேத்கர் டாக்டர் ஷாரதா கபிரை மணமுடிக்கிறார்.
1948	லக்ஷ்மி நரசுவின் *The Essence of Buddhism* நூலுக்கு அம்பேத்கர் முகவுரை எழுதுகிறார்.
1949 ஆகஸ்ட் 28	நத்தை – சாட்டை கார்ட்டூன் *ஷங்கர்ஸ் வீக்லி*யில் வெளியாகிறது.
1949 அக்டோபர் 17	இரண்டாவது வாசிப்பு நிறைவு பெறுகிறது. முகப்புரை விவாதத்திற்கு எடுத்துக்கொள்ளப்படுகிறது. கிருபளானி முகப்புரை பற்றி நீண்ட உரையாற்றுகிறார், தன்னுரிமை பிரிவு பற்றிப் பேசுகிறார். மூன்று விடுதலைகளும் வன்முறையின்மையின் அடிப்படையிலேயே உறுதியளிக்கப்பட வேண்டும் என்று வற்புறுத்துகிறார். சகோதரத்துவப் பிரிவு சேர்க்கப்பட்டதற்குப் பாராட்டுகளைத் தெரிவிக்கிறார்.

1949 நவம்பர் 17	அரசமைப்புச் சட்டம் மூன்றாவது வாசிப்பு தொடர்கிறது. உறுப்பினர்கள் சட்ட வரைவின் அமைப்பு பற்றிய கருத்துகளைத் தெரிவிக்கிறார்கள். காந்தியின் கொள்கைகள் சேர்க்கப்படவில்லை என்று உறுப்பினர்கள் தங்கள் மனக்குறையைத் தெரிவிக்கிறார்கள்.
1949 நவம்பர் 25	அம்பேத்கர் பேரவையில் தனது இறுதிப் பேருரையை நிகழ்த்துகிறார். அடுத்த நாள் வாக்கெடுப்பு. மூன்றாம் வாசிப்பு நிறைவுறுகிறது.
1949 நவம்பர் 26	அரசமைப்புச் சட்டம் ஏற்றுக்கொள்ளப்படுகிறது. நாள் முகப்புரையிலேயே இடம் பெறுகிறது. இந்திய மக்களாகிய நாம்... நம்முடைய அரசமைப்புப் பேரவையில், 1949 நவம்பர் இருபத்தாறாம் நாளாகிய இன்று, ஈங்கிதனால், இந்த அரசமைப்பினை ஏற்று, இயற்றி, நமக்கு நாமே வழங்கிக்கொள்கிறோம். இந்த நாள் அரசமைப்பு நாளாகக் கொண்டாடப்படுகிறது.
1950 ஜனவரி 26	இந்திய அரசமைப்புச் சட்டம் நடைமுறைக்கு வருகிறது. இந்திய அரசுச் சட்டம் 1935 நீக்கப்படுகிறது. குடியரசு நாளாகவும் கொண்டாடப்படுகிறது.
1951	சமத்துவம் பற்றிய முதல் திருத்தம்.
1941–1951	அம்பேத்கர் இந்து சட்டத் தொகுப்பு முன்வடிவு தயாரிக்கிறார்.
1951 செப்டம்பர் 27	இந்து சட்ட முன்வடிவு தோற்கடிக்கப்பட்டதால் அம்பேத்கர் அமைச்சரவையிலிருந்து விலகுகிறார். அவருடைய பதவி விலகல் உரையில் அதனை இந்த நாட்டில் மேற்கொள்ளப்பட்ட மிகப்பெரிய சமூகச் சீர்திருத்த முயற்சி என்று அழைத்தார்.
1951	*Revolution and Counter-Revolution in Ancient India* என்ற தனது நூலுக்கான இயல் திட்டத்தை வகுக்கிறார். அவர் இறப்பதற்குள் அது முடிவடையாமல் போயிற்று.
1951–53	*Riddles in Hinduism* நூல் தொடங்கப்பட்டிருக்கலாம்.
1952 ஜனவரி	அம்பேத்கர் மக்களவைக்கான தேர்தலில் கஜ்ரோல்கர் என்ற காங்கிரஸ்காரரால் தோற்கடிக்கப்படுகிறார்.
1952 ஜூன்	கொலம்பியா பல்கலைக்கழகம் அம்பேத்கருக்கு டாக்டர் பட்டத்தை வழங்குகிறது.

1953	மாநிலங்களவையில் அம்பேத்கர், "நான் வாடகைக் குதிரை போல. சொன்னதைச் செய்தேன். எனக்கு விருப்பமில்லாமலேயே பலவற்றைச் செய்தேன்," என்று பேசினார். அவர் அரசமைப்புச் சட்டத்தையே எரிப்பதாகச் சொன்னார் என்றும் சொல்லப்படுகிறது.
1953	The Buddha and His Dhamma வைத் தொடங்குகிறார். அவர் இறந்த பிறகு 1857இல் அது வெளியாகிறது
1954–56	இந்து சட்ட முன் வடிவு சிறிது சிறிதாக நிறைவேற்றப்படுகிறது.
1954	அனைத்திந்திய வானொலிக்கு நேர்முகம். அவருடைய சமூகத் தத்துவம் மூன்று சொற்களில் அடங்கியிருக்கிறது என்றார். அவை தன்னுரிமை, சமத்துவம், சகோதரத்துவம். அவை புத்தரின் போதனைகளிலிருந்து எடுக்கப்பட்டவை, ஃப்ரெஞ்சு புரட்சியிலிருந்து இல்லை என்றார்.
1955	தீண்டாமைக் குற்றங்கள் சட்டம் நிறைவேற்றப்படுகிறது
1955	இந்திய மக்களுக்குக் கொடுக்கப்பட்ட அரசமைப்புச் சட்டம் ஓர் உன்னதமான ஆவணம் என்று அம்பேத்கர் அறிவிக்கிறார்.
1956	பிபிசியில் காந்தி பற்றிய நேர்முகம்.
1956	புத்தரா? கார்ல் மார்க்சா? என்ற உரை
1956	சகோதரத்துவம் மெட்டா இல்லை; மெட்டாவை அன்பு, நீதி, நல்லெண்ணம் என்று புரிந்துகொள்ள வேண்டும் என்று தனது உரையில் குறிப்பிடுகிறார்.
1956 ஜூன்	தனது Revolution and Counter-Revolution என்ற நூலைப் பற்றிக் குறிப்பிடுகிறார்.
1956 அக்டோபர் 14	அம்பேத்கர் புத்த மதத்தைத் தழுவுகிறார்
1956 டிசம்பர் 6	அம்பேத்கரின் மறைவு
1976	இந்திய அரசமைப்புச் சட்டத்தின் 42ஆவது திருத்தம். 'மதச்சார்பற்ற, சோஷலிச, ஒருமைப்பாடு' ஆகிய சொற்கள் முகப்புரையில் சேர்க்கப்படுகின்றன.

பின்னிணைப்பு 2

வரைவு முகப்புரைகளின் குறுங்காட்சி

வல்லுநர் குழுவின் அறிவிக்கை: 1946 ஜூலை 22

அரசமைப்புப் பேரவையால் இந்தியாவை ஒரு சுதந்திரமான, இறையாண்மையுடைய குடியரசாக அறிவிக்கத் திடமான உறுதிப்பாட்டையும் வருங்கால அரசாட்சிக்குரிய ஓர் அரசமைப்புச் சட்டத்தை உருவாக்கவும் அறிவிக்கை செய்கிறது. இதில், இப்போது பிரிட்டிஷ் இந்தியாவாக இருக்கும் பகுதிகளும், இப்போது இந்திய மாநிலங்களாக இருக்கும் பகுதிகளும், பிரிட்டிஷ் இந்தியாவிற்கு வெளியிலிருக்கும் பிற பகுதிகளும், சுதந்திர இறையாண்மை இந்தியாவில் சேர விரும்பும் பகுதிகளும், எல்லாம் சேர்ந்து ஓர் ஒன்றியமாக இருக்கும். இப்போதுள்ள எல்லைகள் அல்லது அரசமைப்புப் பேரவையினால் தீர்மானிக்கப்படும் எல்லைகளுடன் இருக்கும். அதன்பிறகு, அரசமைப்புச் சட்டத்தின்படி தன்னாட்சி அலகுகள் என்கிற தகுதியை உடையதாகத் தொடரும், மிச்ச அதிகாரங்களைக் கொண்டிருக்கும் ஒன்றிய அரசுக்குத் தரப்பட்ட ஆட்சி அதிகாரங்களைத் தவிரவும், ஒன்றிய இறையாண்மைக்கான ஒன்றியத்திற்குரிய அதிகாரச் செயல்பாடுகளைத் தவிரவும், எல்லா ஆட்சி, நிர்வாக அதிகாரங்களையும் கொண்டிருக்கும். மேலும் இதில், சுதந்திர இறையாண்மை இந்தியாவின் அதிகாரமும், ஆணையும் ஒன்றியத்தில் சேர்ந்திருக்கும் அரசின் பகுதிகளும் அங்கங்களும் மக்களிடமிருந்து பெறப்படும். மேலும் இதில்,

சட்டத்தின்படி, கீழ்க்கண்டவை எல்லா இந்திய மக்களுக்கும் உறுதி செய்யப்பட்டு அறிவிக்கப்பட்ட சமூக நோக்கங்கள்,

பொருளாதார அமைப்பு, நிர்வாக எந்திரம் ஆகியவற்றில் கட்டப்பட்டு உறுதி செய்யப்படும்.

அ. சமூக, பொருளாதார, அரசியல் நீதி

ஆ. சட்டத்தின் முன்னர் தகுதி, வாய்ப்பு ஆகியவற்றில் சமத்துவம்,

இ. சிந்தனை, நம்பிக்கை, தொழில், கூட்டியக்கம், செயல் ஆகியவற்றில் சட்டத்திற்கும் பொது ஒழுக்க நெறிக்கும் உட்பட்ட சுதந்திரம் ஆகியவை இதில்,

சிறுபான்மையினர், பின்தங்கிய பகுதிகள், வகுப்பினருக்குப் போதுமான பாதுகாப்புகள் அளிக்கப்படும்.

இதனால்,

நாகரிகமடைந்த நாடுகளின் நீதிச் சட்டம் ஆகியவற்றின்படி, குடியரசின் பகுதிகளில் ஒருமைப்பாடும், நிலம், கடல், வானம் ஆகியவற்றில் இறையாண்மை உரிமைகளும் பராமரிக்கப்படும். மேலும்,

இந்தப் பழமையான நாடு உலகில் அதனுடைய உரிமையான மாண்புடைய இடத்தைப் பெற்று, மனித இனத்தின் நலனுக்காகவும், உலக அமைதியின் வளர்ச்சிக்காகவும் முழுப் பங்களிப்பை விருப்பத்துடன் கொடுக்கும்.

நேருவின் நோக்கங்களின் தீர்மானம் 13 டிசம்பர் 1946 ஏற்றுக்கொள்ளப்பட்டது 1947 ஜனவரி 22

1. அரசமைப்புப் பேரவை இந்தியாவை ஒரு சுதந்திரமான இறையாண்மையுள்ள குடியரசாக அறிவிக்கிறது. உறுதியான முடிவை அறிவிப்பாகவும், அதன் வருங்கால ஆட்சிக்கான அரசமைப்புச் சட்டத்தை வகுக்கவும் அறிவிக்கிறது.

2. இதில் இப்போது பிரிட்டிஷ் இந்தியாவில் இருக்கும் நிலப் பரப்புகளும், பிரிட்டிஷ் இந்தியாவுக்கு வெளியிலிருக்கும் இந்தியாவின் நிலப் பரப்புகளும், சுதந்திர இறையாண்மை இந்தியாவில் இணைந்துகொள்ள விரும்பும் மாநிலங்களும் சேர்ந்த ஒன்றியமாக இருக்கும்.

3. இதில், இப்போதைய எல்லைகளுடன் அல்லது அரசமைப்புப் பேரவையினால் தீர்மானிக்கப்படுகிற, அதன் பிறகு அரசமைப்புச் சட்டத்தின்படியும் தீர்மானிக்கப்படுகின்ற அந்த நிலப் பரப்புகள் தன்னாட்சியுள்ள அலகுகள் என்ற தொகுதியைப் பெற்று எஞ்சியுள்ள அதிகாரங்களுடன், அவற்றைத் தொடரும், ஒன்றியத்திற்குத் தரப்பட்ட அல்லது ஒதுக்கப்பட்ட அல்லது ஒன்றியத்தில் உள்ளடங்கிய பொருள் தரும் அல்லது அதிலிருந்து பெறப்பட்ட அதிகாரங்களையும், பணிகளையும் செயல்படுத்தும்.

4. இதில் சுதந்திர இறையாண்மை இந்தியா, அரசின் உள்ளடங்கிய பகுதிகள், உறுப்புகள் ஆகியவற்றின் எல்லா அதிகாரமும், ஆணையுரிமையும் மக்களிடமிருந்தே பெறப்படும்.

5. இதில் இந்தியாவின் எல்லா மக்களுக்கும் சமுகம், பொருளாதாரம் அரசியல் நீதியும், தகுதியிலும், வாய்ப்பிலும் சமத்துவம், சட்டத்தின் முன்னால் சமத்துவம், சட்டம், பொது ஒழுக்க நெறிக்கு உட்பட்டுச் சிந்தனை, பேச்சு / எழுத்து, நம்பிக்கை, மதம், வழிபாடு, தொழில், சங்கம் அமைத்தல் செயல்பாடு ஆகியவற்றில் உரிமையும், உத்திரவாதமும் பாதுகாப்பும் உறுதி செய்யப்படுகின்றன.

6. இதில் சிறுபான்மையினர், பிற்படுத்தப்பட்டோர், பழங்குடியினர் பகுதிகள், தாழ்த்தப்பட்டோர், பிற பின் தங்கிய வகுப்பினருக்குப் போதுமான பாதுகாப்புகள் அளிக்கப்படும்.

7. இதில் குடியரசின் நிலப்பரப்பின் ஒருமையும், நிலம், கடல், வானம் ஆகியவற்றின் இறையாண்மை உரிமைகளும், நாகரிகமடைந்த நாடுகளின் நீதி மற்றும் சட்டம் ஆகியவற்றின் படி பராமரிக்கப்படும்.

8. இந்தப் பழமையான நாடு உலக அரங்கில் அதன் உரிமையினை மாண்புள்ள இடத்தைப் பெற்று உலக அமைதியை மேம்படுத்தும்படி, மனித இனத்தின் நலனுக்கு முழுமையாக, தானாக முன் வந்து பங்களிக்கும்.

டாக்டர் அம்பேத்கரின் முகப்புரை 1547 மார்ச் 15

"அனைத்திந்திய பட்டியலின மக்களின் கூட்டமைப்பின் சார்பாக அரசமைப்புப் பேரவைக்குத் தருவதற்கான பட்டியலின மக்களின் பாதுகாப்பு பற்றிய குறிப்பாணை" என்று தலைப்புப் பக்கத்தில் குறிப்பிட்டிருந்தார். அப்படியே விட்டு விடாமல், டாக்டர் அம்பேத்கர் தேவையான அரசமைப்பின் சட்டகத்தையே உருவாக்கித் தந்தார். அதனை *யுனைடெட் ஸ்டேட்ஸ் ஆஃப் இந்தியா* - இந்திய ஐக்கிய நாடுகளுக்கான அரசமைப்புச் சட்டம் என்று பெயர் சூட்டினார். இந்த அரசமைப்புச் சட்டம் முகப்புரையுடன் தொடங்கிற்று.

மாகாணங்கள், மைய அரசால் நிர்வகிக்கப்படும் பகுதிகள், இந்திய அரசுகளின் நிலப்பரப்புகள் என்று பிரிக்கப்பட்டிருந்த பிரிட்டிஷ் இந்தியாவின் நிலப்பரப்புகள், இப்பகுதியின் முழுமையான ஒன்றிப்புடன் இருக்க வேண்டும் என்ற நோக்கத்திற்காக, அப்பகுதிகளின் மக்களாகிய நாங்கள் -

மாகாணங்களும், மைய அரசால் நிர்வகிக்கப்படும் பகுதிகளும் (அவை இனி மாநிலங்கள் என்று அழைக்கப்படும்), இந்திய அரசுகளும், சட்டமியற்றும் ஆட்சி, நிர்வாகம் ஆகியவற்றிற்காக இந்திய ஐக்கிய நாடுகள் என்ற முறையால் ஓர் அரசியல் அங்கமாக ஒன்றாக இணைய உறுதிகொள்கிறோம். அவ்வாறு இணைக்கப்பட்ட ஒன்றியம் கலைக்க முடியாதது.

மேலும்,

i. இந்திய ஐக்கிய நாடுகள் முழுவதும் தன்னாட்சி, நல்லாட்சி ஆகியவற்றின் சிறப்புக்களை நமக்கும் நமது வருங்காலத்துக்கும் பெற,

ii. ஒவ்வொரு குடிமகனுக்கும், உயிர் வாழ்க்கை, விடுதலை, மகிழ்ச்சியைத் தேடல் ஆகியவற்றிலும் பேச்சு சுதந்திரம், மதச் சுதந்திரத்தைச் சுதந்திரமாக கடைப்பிடிக்கவும் உள்ள உரிமையை நிலைநிறுத்த,

iii. கீழ்ப்படுத்தப்பட்ட வகுப்பினர்களுக்கு நல்ல வாய்ப்புகளை அளிப்பதன் மூலம் சமூக, அரசியல், பொருளாதார ஏற்றத்தாழ்வை நீக்க,

iv. ஒவ்வொரு குடிமகனும் தேவையிலிருந்தும், அச்சுறுத்தலிலிருந்தும் விடுபட்டு வாழ்வதைச் சாத்தியமாக்க,

v. உள்நாட்டுக் குழப்பத்தையும், வெளிநாட்டு அக்கிரமத்தையும் எதிர்ப்பதற்கான நிலையை உண்டாக்கவும் இந்திய ஐக்கிய நாடுகளின் அரசமைப்புச் சட்டத்தை நிறுவுகிறது.

பி.என். ராவின் முகப்புரை 1947 மே 30

இந்திய மக்களாகிய நாங்கள், பொது நன்மையை வளர்க்கும் நோக்கத்தில், எங்களால் தேர்ந்தெடுக்கப்பட்ட பிரதிநிதிகளின் வழியாக இந்த அரசமைப்புச் சட்டத்தை சட்டமாக்கி, ஏற்று எங்களுக்கு நாங்களே கொடுத்துக் கொள்கிறோம்.

டாக்டர் அம்பேத்கரின் முகப்புரை 1948 பிப்ரவரி 6

இந்திய மக்களாகிய நாங்கள், இந்தியாவை ஒரு இறையாண்மை கொண்ட சுதந்திர நாடாக அமைக்கவும், அதன் எல்லாக் குடிமக்களுக்கும் நீதி, சமூக, பொருளாதார, அரசியல் நீதி, சிந்தனை, வெளிப்பாடு, நம்பிக்கை, மதம், வழிபாடு, தொழில், சங்கம் அமைத்தல், செயல்படுதல், தரம் (அந்தஸ்து), வாய்ப்பு ஆகியவற்றில் - தத்துவம், சாதி, கொள்கை வேறுபாடுகள் இன்றி ஒவ்வொரு குடிமகனுக்கும் மாண்பினை உறுதி செய்யும் சகோதரத்துவம் ஆகியவற்றைப் பெற்றுத் தரவும், வளர்க்கவும் இந்த அரசமைப்புச் சட்டத்தை ஏற்று, சட்டமியற்றி, எங்களுக்கே கொடுத்துக்கொள்கிறோம்.

SOURCES:

- *From the 'Declaration' (22 July 1946) we have freedom of thought, belief, vocation, association, and action,*
- *Freedoms introduced by the Objectives Resolution, expression, faith, and worship.*

- *From both we have the 'solemn resolve', the 'sovereign independent', the 'Justice, social, economic and political', and the 'Equality of status, and of opportunity'.*
- *From B.N. Rau's draft, there is the 'We, the people of India', and the 'adopt, enact and give to ourselves this Constitution'.*
- *Dr Ambedkar added terms that could not have been anticipated: fraternity, dignity, caste.*

திருத்தப்பட்ட முகப்புரை (1948 பிப்ரவரி 9) வருமாறு:

சமூக, பொருளாதார, அரசியல், நீதி, எண்ணம், வெளிப்பாடு, நம்பிக்கை (மத) நம்பிக்கை, வழிபாடு, தொழில், சங்கம் அமைத்தல் செயல்பாடு, எல்லாக் குடிமக்கள் மத்தியிலும் சாதி, வகுப்பு, கொள்கை வேறுபாடின்றி சகோதரத்துவம், ஆகியவற்றில் ஒவ்வொரு தனியாளின் மாண்பையும் நாட்டின் ஒருமைப்பாட்டையும் உறுதி செய்யுமாறு எல்லாக் குடிமக்களுக்கும் பெற்றுத் தர...

முகப்புரை 10 பிப்ரவரி 1948

அடுத்த நாள், அந்தக் குழு உறுப்பினர்கள் கூடினார்கள். மீண்டும் முகப்புரை விவாதத்திற்கு எடுத்துக் கொள்ளப்பட்டது. அதில் எந்த மாற்றமும் செய்யப்படவில்லை. ஆனால் அடிக் குறிப்புகள் சேர்க்க முடிவு செய்யப்பட்டது. அதில் நோக்கங்கள் தீர்மானம் முகப்புரையை வரைவு செய்வதில் பின்பற்றப்பட்டது என்பது சேர்க்கப்பட்டது.

இறுதி வடிவம் 1948 ஃபெப்ரவரி 21

இந்திய மக்களாகிய நாம், இந்திய நாட்டினை இறையாண்மையும் சமநலச் சமுதாயமும் சமயச் சார்பின்மையும் மக்களாட்சி முறையும் அமைந்ததொரு குடியரசாக நிறுவவும், அதன் குடிமக்கள் அனைவரும் சமுதாய, பொருளியல், அரசியல் நீதி, எண்ணம், அதன் வெளியீடு, கோட்பாடு, சமய நம்பிக்கை, வழிபாடு இவற்றில் தன்னுரிமை, சமுதாயப் படி நிலை, வாய்ப்பு நலம் இவற்றில் சமன்மை ஆகியவற்றை எய்திடச் செய்யவும்,

அவர்கள் அனைவரிடையேயும் தனிமனிதனின் மாண்பு, நாட்டுமக்களின் ஒற்றுமை, ஒருமைப்பாடு இவற்றை உறுதிப்படுத்தும் உடன்பிறப்புரிமையை வளர்க்கவும் உள்ளார்ந்த உறுதியுடையவராய்..

முகப்புரை 26 நவம்பர் 1949

இந்திய மக்களாகிய நாம்....

நம்முடைய அரசமைப்புப் பேரவையில், 1949 நவம்பர் இருபத்தாறாம் நாளாகிய இன்று, ஈங்கிதனால், இந்த அரசமைப்பினை ஏற்று, இயற்றி, நமக்கு நாமே வழங்கிக் கொள்கிறோம்.

குறிப்புகள்

முகவுரை: ஓர் இரகசியத்தின் கூறு

1. 'Constituent Assembly of India Debates (Proceedings): Volume XI', https://www.constitutionofindia.net/constitution_assembly_debates/volume/11/1949-11-17.
2. Ibid.
3. https://www.constitutionofindia.net/constitution_assembly_debates/volume/11/1949-11-25.
4. Loksabha Secretariat, *Constituent Assembly Debates*, vol. VII (Delhi, 1999), p. 262.
5. Loksabha Secretariat, p. 291.
6. Loksabha Secretariat, p. 416.
7. Nehru Memorial Museum and Library's Oral History Project, https://nehruportal.nic.in/shri-t-t-krishnamachari-0.
8. Loksabha Secretariat, p. 231.
9. B.R. Ambedkar, *Dr. Babasaheb Ambedkar: Writings and Speeches*, vol. 15 (Bombay: Education Department, Government of Maharashtra, 1997), p. 976.
10. K.C. Markandan, *The Preamble: Key to the Mind of the Makers of the Indian Constitution* (Delhi: National, 1984), pp. 56–7.

முன்னுரை: நான்கு முகப்புரைகளின் கதை

1. Narendra Chapalgaonker, *Mahatma Gandhi and the Indian Constitution* (London: Routledge, 2016), p. 35.
2. Ibid.
3. The snail and the whip, *Shankar's Weekly*, 28 August 1949, Shankar. The cartoon controversy erupted in 2012, when Dalit activists discovered that the image was being used in Class XI NCERT textbooks. If you take the context away, what you are presented with is a Brahmin whipping a Dalit, which is offensive at a basic level. Further layers of context complicate the offense. The full history of the controversy regarding this cartoon can be found in *No Laughing Matter: The Ambedkar Cartoons 1932–1956*, edited and selected by Unmati Shyam Sundar (New Delhi: Navayana, 2019), pp. 224–25. The book also cites Dr Ambedkar's own response to accusations of delays in Constitution drafting:

'[A]t one stage it was being said that the Assembly had taken too long a time to finish its work, that it was going on leisurely and wasting public money. It was said to be a case of Nero fiddling while Rome was burning. Is there any justification for this complaint?' He followed this up with the number of years taken up to finish the constitutions of United States, South Africa, Australia and Canada, and also the number of variant ideological views that were allowed to be tabled and considered through the 2,473 amendments read in the house. 'If the Drafting Committee was drifting, it was never without mastery over situation. It was not merely angling with the off-chance of catching a fish. It was searching in known waters to find the fish it was after. To be in search of something better is not the same as drifting.'

4. B. Shiva Rao, ed., *The Framing of India's Constitution, Select Documents*, vol. III (Bombay: N.M. Tripathi, 1968), pp. 329–30.
5. Ibid., pp. 334–35.
6. *Constituent Assembly Debates, Official Report, Book 1* (New Delhi: Lok Sabha Secretariat), p. 63.
7. Ambedkar, *Dr. Babasaheb Ambedkar: Writings and Speeches*, vol. 13 (Bombay: Education Department, Government of Maharashtra, 1994), p. 9.
8. *Constituent Assembly Debates, Official Report*, p. 65.
9. Ambedkar, *Memorandum on the Safeguards for the Scheduled Castes submitted to the Constituent Assembly on behalf of the All India Scheduled Castes Federation* (1947), in *BAWS*, vol. 1 (1979), p. 381ff.
10. Ibid.
11. Ibid.
12. Suraj Yengde, *Caste Matters* (New Delhi: Penguin Random House, 2019), pp. 79–80.
13. Anand Teltumbde, *Republic of Caste: Thinking Equality in the Time of Neoliberal Hindutva* (New Delhi: Navayana, 2018), pp. 24–25.
14. It is worth mentioning that some of these ideas overlap with those of Raja Dhale and the Dalit Panther Movement. Both the conspiratorial view and the Panther view(s) challenge Ambedkarites' reluctance to circumvent constitutional means as the 'grammar of anarchy'; however, the Panther views were not necessarily conspiratorial.
15. See Yengde and Teltumbde, *The Radical in Ambedkar: Critical Reflections* (Delhi: Penguin Random House, 2018), pp. xi–xviii.
16. Niraja Jayal, *Citizenship and Its Discontents: An Indian History* (Delhi: Orient BlackSwan, 2015), p. 153.
17. For a complete biography of Dr Ambedkar, covering all of his myriad trials and triumphs, see: Aakash Singh Rathore, *B.R. Ambedkar: A Definitive Biography* (Macmillan, forthcoming in 2021).
18. B. Shiva Rao, *Volume III*, p. 4.

19. K.C. Markandan, *The Preamble*, p. 38.
20. Ibid., p. 39.
21. B. Shiva Rao, *Volume III*, p. 4.
22. *Constituent Assembly Debates* (New Delhi: Lok Sabha Secretariat).
23. https://nehruportal.nic.in/shri-t-t-krishnamachari-0.
24. K.M. Munshi, *Indian Constitutional Documents: Pilgrimage to Freedom*, 1902–1950 (Bombay: Bharatiya Vidya Bhavan, 1967), pp. 182–85, and regarding B.N. Rau, see p. 116ff.
25. B. Shiva Rao, *Volume III*, p. 481. 26. Ibid., p. 484.
27. As confirmed by Drafting Committee member K.M. Munshi, who frequently mentions that Ambedkar's appointment as Law Minister gave him final authority. See: *Indian Constitutional Documents: Pilgrimage to Freedom, 1902–1950*, pp. 185, 202ff.
28. B. Shiva Rao, *Volume III*, p. 489. 29. Ibid., p. 510.
30. The deletion of the term 'caste' calls for explanation. Taken up in Chapter 5 of this book.
31. B. Shiva Rao, *Volume III*, pp. 517–18. 32. Ibid., p. 750.

1. நீதி: B.R. அம்பேத்கரின் கதை

1. B. Shiva Rao, *The Framing of India's Constitution*, vol. IV, pp. 408–09.
2. *Constituent Assembly Debates, Volume 1*, https://www.constitution ofindia.net/constitution_assembly_debates/volume/1/1946-12-19.
3. K.C. Markandan, *The Preamble*, p. xx.
4. Narendra Chapalgaonker, *Mahatma Gandhi and the Indian Constitution* (New Delhi: Routledge, 2016), p. 89.
5. Ambedkar, *Dr. Babasaheb Ambedkar: Writings and Speeches*, vol. 3 (Bombay: Education Department, Government of Maharashtra, 1987), p. 25.
6. See, for example, the multi-volume collection of essays on Dr Ambedkar's idea of justice: Aakash Singh Rathore, ed., *B.R. Ambedkar: The Quest for Justice* (Oxford University Press, 2020).
6. Editions of each of these texts are available in *Dr. Babasaheb Ambedkar Writings and Speeches* [BAWS], in seventeen volumes.
7. Editions available in BAWS.
8. Gail Omvedt, *Ambedkar: Towards an Enlightened India* (Delhi: Penguin India, 2008).
9. Arun Shourie, *Worshipping False Gods* (Delhi: HarperCollins, 2012).

10. The title 'Young Bhim' is taken from the childhood stories of B.R. Ambedkar dramatized into a storybook for children by Devyani Khobragade (Delhi: Juggernaut, forthcoming).
11. See Aakash Singh Rathore, *A Philosophy of Autobiography: Body & Text* (Delhi: Routledge, 2019).
12. I rely here on Scott R. Stroud's pioneering work, which painstakingly details Dr Ambedkar's debt to Dewey. Among Stroud's many important writings, see for example, 'What Did Bhimrao Ambedkar Learn from John Dewey's *Democracy and Education?*' *The Pluralist*, 12 (2), 2017, pp. 78–103.
13. *Columbia Alumni News*, 19 December 1930, p. 12, available in Stroud, and also Zelliot and elsewhere.
14. Eleanor Zelliot, *Ambedkar's World* (New Delhi: Navayana, 2013), p. 69.
15. Nanak Chand Rattu, *Last Few Years of Dr. Ambedkar* (New Delhi: Amrit Publishing House, 1997), p. 35.
16. Much of this section relies upon Chapter 9, 'Gandhi and Ambedkar', of my earlier book *Indian Political Theory: Laying the Groundwork for Svaraj* (London: Routledge, 2017).
17. B.R. Ambedkar, BBC Interview, 1955, https://www.youtube.com/watch?v=omGcgEstVIE.
18. Upendra Baxi, 'Justice as Emancipation: The Legacy of Babasaheb Ambedkar', in Upendra Baxi and Bhikhu Parekh eds., *Crisis and Change in Contemporary India* (New Delhi: Sage, 1995), pp. 123–24.
19. Ramachandra Guha, 'Gandhi's Ambedkar', in Aakash Singh and Silika Mohapatra eds., *Indian Political Thought: A Reader* (London: Routledge, 2010), p. 33.
20. Even the historiography of the Poona Pact is complicated. See Karthik Raja, 'Foregrounding Social Justice in Indian Historiography: Interrogating the Poona Pact' in Aakash Singh Rathore ed., *B.R. Ambedkar: The Quest for Justice, Volume II: Social Justice* (Delhi: Oxford University Press, 2020), Chapter 11.
21. Round Table India, 'Dr. Ambedkar Remembers the Poona Pact in an Interview on BBC' (2012), http://roundtableindia.co.in/ index.php?option=com_content&view=article&id=3797:dr- ambedkar-remembers-the-poona-pact-in-an-interview-on-the-bbc- &catid=116:dr-ambedkar&Itemid=128.
22. M.K. Gandhi, *Collected Works of Mahatma Gandhi* (1958–94), vol. 84, p. 272, www.gandhiserve.org/cwmg/VOL084.PDF.
23. Editions of each of these texts are available in BAWS.
24. *Constituent Assembly Debates: Official Report, Volume 7: 04 November to 08 January 1949, Issues 1–11*, p.1.
25. *Constituent Assembly Debates*, Book 3, p. 39. 27. Ibid., p. 212.
28. M.K. Gandhi, *Hind Swaraj and Other Writings*, edited by Anthony Parel, (Cambridge: Cambridge University Press, 1997), pp. 149–56

29. Pyarelal, *Mahatma Gandhi on Human Settlements* (Ahmedabad: Navajivan, 1977), p. 21.
30. Bidyut Chakrabarty, *Confluence of Thought: Mahatma Gandhi and Martin Luther King Jr.* (New York: Oxford University Press, 2006), p. 44.
31. Ibid.
32. Harold G. Coward, *Indian Critiques of Gandhi*, SUNY series in Religious Studies, (New York: State University of New York Press, 2003).
33. http://www.questforequity.org/about.html.
34. Available in BAWS.
35. E. Newbigin, 'B.R. Ambedkar's Code Bill: Caste, Marriage and Postcolonial Indian Citizenship', in *The Hindu Family and the Emergence of Modern India: Law, Citizenship and Community* (Cambridge Studies in Indian History and Society), (Cambridge: Cambridge University Press, 2013), pp. 162–96.
36. For more on Dr Ambedkar's views on women's emancipation, see Sunaina Arya, 'Ambedkar as a Feminist' in Aakash Singh Rathore ed., *B.R. Ambedkar: The Quest for Justice, Volume IV: Gender and Racial Justice* (Delhi: Oxford University Press, 2020), Chapter 4.
37. Available in BAWS.
38. B.R. Ambedkar, *The Buddha and His Dhamma: A Critical Edition*, edited, introduced and annotated by Aakash Singh Rathore and Ajay Verma (New Delhi: Oxford University Press, 2011).
39. Sangharakshita, *Ambedkar and Buddhism* (London: Windhorse Publications, 1986), p. 20.

2. தன்னுரிமை: தன்னாட்சி யாருடைய பிறப்புரிமை?

1. *Constituent Assembly Debates.*
2. B. Shiva Rao, *Volume III*, pp. 334–35.
3. Ibid.
4. Ibid., pp. 517–18.
5. Freedom of association, however, has a more ignominious backstory. As the constitutional adviser explained: 'The reason for omitting "association" was that it would have seemed odd to stress so prominently freedom of association at a time when certain associations dangerous to the State were being banned' (B. Shiva Rao, *Volume IV*, p. 5). The association being hinted at is the RSS, whom we have to thank for the inability of the Constituent Assembly to underscore the freedom of association in the Constitution.
6. Dr Ambedkar's own use of the term 'liberty' is interesting, but will not be the focus of the present chapter. We might merely mention here three works where the term is specifically addressed. One is in *Annihilation of Caste* (Chapter 2 in *BAWS*, vol. 1, 1979). There, Dr Ambedkar suggests that the

concept of *liberty* implies a right to life and limb, a right to property, and a right to choose one's profession. In the *Philosophy of Hinduism*, Dr Ambedkar challenges the idea that liberty is primordial, showing instead that it is dependent upon preconditions such as social equality, economic security, and knowledge. The third is the early manuscript, *The Hindu Social Order* (Chapter 2 and 3 in *BAWS*, vol. 3, 1987), where Dr Ambedkar classifies liberty into civil liberty and political liberty.

7. *Constituent Assembly Debates: Official Report, Volume 10* (17 October 1949), p. 452.
8. As per Drafting Committee member K.M. Munshi's description from his memoirs. K.M. Munshi, *Indian Constitutional Documents: Pilgrimage to Freedom*, 1902–50, p. 183.
9. *Constituent Assembly Debates: Official Report, Volume 7: 04 November to 08 January 1949, Issues 1–11*, p. 1.
10. Gurpreet Mahajan, *India: Political Ideas and the Making of a Democratic Discourse* (New York: Zed Books, 2013), p. 41.
11. See Ananya Vajpeyi's *Righteous Republic: The Political Foundations of Modern India* (Cambridge, MA: Harvard University Press, 2012).
12. Gurpreet Mahajan, *India*, p. 42.
13. In his editorial in the *Bahishkrut Bharat* (29 July 1927), cited in Dhananjay Keer, *Dr. Ambedkar, Life and Mission* (Bombay: Popular Prakashan, 1962), p. 81.
14. This and the following six sections of the chapter have been drawn from my book *Indian Political Theory: Laying the Groundwork for Svaraj* (London: Routledge, 2017), Chapter 9.
15. These are Gandhi's words, as discussed further below. Dr Ambedkar himself fully characterized the situation thus: 'The British have an empire. So have the Hindus. For is not Hinduism a form of imperialism and are not the Untouchables a subject race, owing their allegiance and their servitude to their Hindu Master?' Ambedkar, *BAWS*, vol. 9, (1991), p. 429.
16. In the *Young India* of 29 December 1920, quoted in Ambedkar, *BAWS*, vol. 9. (1991), p. 37.
17. Gandhi, cited in B.R. Ambedkar, *BAWS*, vol. 5 (1989), p. 315. Also see M.K. Gandhi, *Collected Works of Mahatma Gandhi* (1958–94), vol. 53, p. 318, www.gandhiserve.org/cwmg/VOL084. PDF.
18. Gandhi, cited in Ambedkar, *BAWS*, vol. 5 (1989), p. 318.
19. Ambedkar, *BAWS*, vol. 9 (1991), p. 20.
20. Ibid. p. 22.
21. Ambedkar, *BAWS*, vol. 5, (1989), p. 299.
22. Ambedkar, *BAWS*, vol. 5, pp. 307–09.
23. Ambedkar, *BAWS*, vol. 2, (1982), pp. 503–06.

24. *Young India*, cited in Ambedkar, *BAWS*, vol. 9 (1991), pp. 36–37.
25. Ambedkar, *BAWS*, vol. 17, part 3 (2003), p. 443.
26. Ibid., p. 64.
27. Ambedkar, *BAWS*, vol. 5, p. 314. 28. Ibid., pp. 299–300.
29. Ambedkar, *BAWS*, vol. 8 (1990), p. 154.
30. Ambedkar, *BAWS*, vol. 9, pp. 290–91.
31. Ambedkar, BAWS, vol. 1 (1979), p. 40.
32. Ambedkar, *BAWS*, vol. 10 (1991), p. 496.
33. Ambedkar, *BAWS*, vol. 9, p. 312.
34. Ambedkar, *BAWS*, vol. 17, part 3, p. 366.
35. Ambedkar, *BAWS*, vol. 9, p. 209.
36. *Young India*, cited in Ambedkar, *BAWS*, vol. 5, pp. 474–75.
37. Ambedkar, *BAWS*, vol. 10, p. 154. 38. Ibid., p. 135.
39. Ibid., p. 145.
40. Ambedkar, *BAWS*, vol. 5, p. 306.
41. *Selected Works of Dr. BR Ambedkar*, p. 1891, https://drambedkarbooks.files.wordpress.com/2009/03/selected-work-of-dr-b-r-ambedkar.pdf.
42. Ibid., p. 1892.
43. Ambedkar, *BAWS*, vol. 7 (1990).
44. Ibid., unnumbered dedication prior to title page.
45. Ibid., vol. 7, p. 12.
46. Ibid., p. 14.
47. Ibid., p. 13.
48. Ibid.
49. *Selected Works of Dr. BR Ambedkar*, Wordpress.com, p. 1841.
50. Ambedkar, *BAWS*, vol. 7, p. 15.
51. Ambedkar, *BAWS*, vol. 17, part 3, p. 304.
52. *Selected Works of Dr. BR Ambedkar*, p. 1981.
53. Ambedkar, *BAWS*, vol. 10, p. 41.
54. When Gandhi came to know that Chambar activist P. Rajbhoj was working in the HSS, Gandhi wrote him a letter asking him to desist. Gandhi emphasized that the HSS was meant for savarnas who repented of discrimination against Harijans. (Letter from Gandhi to Rajbhoj, dated 31 August 1934, M.K. Gandhi, *Collected Works of Mahatma Gandhi*, vol. 58, 1974, p. 383).

55. Ambedkar, *BAWS*, vol. 9, p. 212.
56. Ibid.
57. According to Dhananjay Keer, *Dr. Ambedkar, Life and Mission*, p. 274.
58. Pokala Laxmi Narasu, *The Essence of Buddhism* (New Delhi and Chennai: Asian Educational Services, 1912).
59. Ambedkar, *BAWS*, vol. 17, part 3, pp. 87–88.

3. சமத்துவம்: அரசமைப்புச் சட்டம் ஒரு புரட்சி

1. B. Shiva Rao, *Volume III*, pp. 517–18. 2. Ibid., pp. 334–35.
3. Ibid.
4. Friedrich Engels and Karl Marx, *Revolution and Counter-Revolution in Germany*, edited by Eleanor Marx Aveling (New York: Swan Sonnenschein & Co., 1896).
5. M.N. Roy, *Revolution and Counter-Revolution in China* (Kolkata: Renaissance Publishers, 1946).
6. Ambedkar, *BAWS*, vol. 3, p. 267.
7. Dr Ambedkar cooperated with leftist parties throughout his long career; even as late as the 1952 elections, he led his Scheduled Castes Federation (SCF) into an alliance with the Praja Socialist Party.
8. 'Materialism' in *Selected Works of M.N. Roy, Volume IV: 1932– 1936*, edited by Sibnarayan Ray (New Delhi: Oxford University Press, 1997), p. 326.
9. B.R. Ambedkar, *Buddhist Revolution and Counter Revolution in Ancient India*, edited by D.C. Ahir (Delhi: Buddhist World Press, 1996), p. 67.
10. The varna system prior to *Manusmriti* did not claim that one had his or her place by birth into a varna, but was based more on the characteristics, accomplishments and attributes of the person. In other words, an ignorant Brahmin would have been an oxymoron in the varna system, because ignorance precludes one from belonging to the Brahmin varna. But the *Manusmriti* changed all this and made varna hereditary. Thus, varna became caste, when one's place was determined by birth, when status and occupation became hereditary. Hence, the possibility of an ignorant Brahmin arises, and hence, the *Manusmriti* obsessively looks after that category by enforcing graded inequality: 'A Brahmin, whether learned or ignorant, is a powerful divinity, even as fire is a powerful divinity'. (B.R. Ambedkar, *Buddhist Revolution and Counter Revolution in Ancient India*, edited by D.C. Ahir, p. 99).
11. Sunaina Arya and Aakash Singh Rathore eds, *Dalit Feminist Theory—A Reader* (Delhi: Routledge, 2019).
12. B.R. Ambedkar, BAWS, vol. 1, p. 14.
13. Ibid., p. 9.

14. E. Newbigin, 'B. R. Ambedkar's Code Bill: Caste, Marriage and Postcolonial Indian Citizenship', in *The Hindu Family and the Emergence of Modern India: Law, Citizenship and Community*, pp. 162–96.
15. Ambedkar, *BAWS*, vol. 3, pp. 465–66.
16. Werner Keller, *The Bible as History* (London: Hodder and Stoughton, 1955).
17. Ambedkar, *BAWS*, vol. 3, p. 267
18. B.R. Ambedkar, *The Buddha and His Dhamma: A Critical Edition*, edited, introduced and annotated by Aakash Singh Rathore and Ajay Verma.
19. Ibid., *Preface.*
20. Mark Siderits, *Buddhism as Philosophy: An Introduction* (London: Ashgate, 2007), p. 17.
21. Alexander Syrkin, 'On the Beginning of Sutta Pitaka (The Brahmajala Sutta)', in S.N. Eisenstadt, et al. eds., *Orthodoxy, Heterodoxy and Dissent in India* (New York: Mouton publishing, 1984), p. 69.
22. Ambedkar, *BAWS*, vol. 3, p. 186.
23. Rhys Davids, *Dialogues of the Buddha*, translated from the Páli of the *Dìgha Nikáya Sutta* no. 5 by T.W. Rhys Davids (London: Páli Text Society, 1899).
24. Rhys Davids, *Dialogues of the Buddha*, in the series Sacred Books of the Buddhists, translated from the Páli of the *Dìgha Nikáya Sutta* no. 5.
25. Ambedkar, *BAWS*, vol. 3, p. 222. 26. Ibid., p. 229.
27. Peter Harvey, *An Introduction to Buddhism: Teachings, History and Practices* (Cambridge: Cambridge University Press, 2013), p. 194.
28. Ambedkar cites Haraprasad Shastri, *Mahamahopadhyaya Haraprasad Sastri Memorial Volume*, Narendra Nath Law ed., in *BAWS*, vol. 3,p. 235, footnote 1.
29. Ambedkar, *BAWS*, vol. 3, p. 235.
30. Smith's 1924 text, p. 336, is cited in Ambedkar, *BAWS*, vol. 3, p. 237.
31. Romila Thapar, *A History of India, Volume One* (New Delhi: Penguin, 1957).
32. Upinder Singh, *Political Violence in Ancient India* (Cambridge, MA: Harvard University Press, 2017).
33. Peter Robb, *A History of India* (New York: Palgrave Macmillan, 2002).
34. Edward Gibbon, *Decline and Fall of the Roman Empire* (Hertfordshire: Wordsworth Classics, 1998).
35. G.W.F. Hegel, *The Philosophy of History*, translated by J. Sibree (New York: Cosimo Classics, 2007).
36. See Aakash Singh Rathore and Rimina Mohapatra, *Hegel's India: A Reinterpretation, with Texts* (Delhi: Oxford University Press, 2018).

4. சகோதரத்துவம்: எல்லோர் மேலும் அன்பு, யார் மேலும் வெறுப்பு இல்லை

1. Thakur Das Bhargava, 6 November 1948, *Constituent Assembly of India Debates (Proceedings)*, vol. VII.
2. 17 October 1949, *Constituent Assembly of India Debates (Proceedings)*, vol. X.
3. Shriman Narayan Agarwal, *The Gandhian Constitution of Free India*, foreword by M.K. Gandhi (Allahabad: Kitabistan, 1946).
4. *Draft Constitution of the Indian Republic*, foreword by Jayprakash Narayan (Socialist Party [India], 1948).
5. Draft Constitution of the Republic of India (Socialist Party, 1948), Remarks, https://www.constitutionofindia.net/historical_ constitutions/ draft_constitution_of_the_republic_of_india__ socialist_party 1948 1st%20 January%201948.
6. The Preamble of the Socialists' Constitution incorporated many clauses from the Objectives Resolution and itself looks similar to the final Preamble to the Indian Constitution, except that it has no 'fraternity' clause! It read: 'We, the people of India, having solemnly resolved to form a Sovereign Democratic Republic and to establish Democratic Socialist Order, wherein social justice will prevail and all citizens will lead comfortable, free and cultured life, and enjoy equality of status and opportunity and liberty of thought, expression, faith and worship, do hereby, through our chosen representatives assembled in the Constituent Assembly, adopt, enact, and give to ourselves this Constitution', https://www.constitutionofindia.net/historical_constitutions/ draft_ constitution_of_the_republic_of_india__socialist_ party__1948__1st%20 January%201948
7. Even Dr Ambedkar's own 'Proposed Preamble' from his *States and Minorities* did not mention it; however, as we shall soon see, the term appeared throughout Dr Ambedkar's writings from the 1930s to 1950s.
8. B. Shiva Rao, *Volume III*, p. 484. 9. Ibid., p. 489.
10. Ibid., p. 491.
11. As evidenced in an elaborate note that Rau later circulated to the members of the Constituent Assembly, citing Dr Ambedkar. See K.C. Markandan, *The Preamble*, p. 44.
12. B. Shiva Rao, *Volume III*, p. 491.
13. As we shall discuss in the next chapter, we do have the testimony of one of the Drafting Committee members, who in his autobiography comments on related clauses; see K.M. Munshi, *Indian Constitutional Documents: Pilgrimage to Freedom*, 1902–1950. But even this 'inside view' is limited for the specific period in question; for, unless he appeared in the undocumented meetings between 13 and 21 February, Munshi was not in attendance.
14. B. Shiva Rao, *Volume III*, p. 510.

15. B.R. Ambedkar, *Buddhist Revolution and Counter Revolution in Ancient India*, edited by D.C. Ahir, p. 147.
16. Ambedkar, *Annihilation of Caste*, Chapter 2 in BAWS, vol. 1.
17. Ambedkar, 'The Philosophy of Hinduism', Chapter 1 in *BAWS*, vol. 3.
18. Ambedkar, 'Hindu Social Order', Chapters 2 and 3 in *BAWS*, vol. 3.
19. Ambedkar, 'Buddha and Karl Marx', Chapter 18 in *BAWS*, vol. 3.
20. B.R. Ambedkar, *The Buddha and His Dhamma: A Critical Edition*, edited, introduced and annotated by Aakash Singh Rathore and Ajay Verma.
21. Pradeep Gokhale, 'Ambedkar on the Trio of Principles' in *B.R. Ambedkar: The Quest for Justice* (Five-volume box set), vol. 1, *Political Justice*, edited by Aakash Singh Rathore (Delhi: Oxford University Press, 2020).
22. Ambedkar, 'Buddha and Karl Marx' (an address to All India Radio, 1954), Chapter 18 in *BAWS*, vol. 3.
23. Scott R. Stroud, 'Pragmatism and the Pursuit of Social Justice in India: Bhimrao Ambedkar and the Rhetoric of Religious Reorientation', *Rhetoric Society Quarterly*, vol. 46, no. 1, (2016) pp. 5–27, DOI: 10.1080/02773945.2015.1104717, https://www.tandfonline.com/ doi/pdf/10.1080/02773945.2015.1104717?needAccess=true.
24. Ambedkar, *Annihilation of Caste*, pp. 30–31.
25. Ambedkar, *BAWS*, vol. 3, p. 25.
26. Thomas Hobbes, *Leviathan* (Baltimore: Penguin Books, 1968).
27. Ambedkar, *Riddles in Hinduism: An Exposition to Enlighten the Masses*, in *BAWS*, vol. 4, p. 283. Also see B.R. Ambedkar, *Riddles in Hinduism: The Annotated Critical Selection*, Introduced by Kancha Illaiah (New Delhi: Navayana, 2016).
28. *Constituent Assembly Debates: Official Report, Volume 7: 04 November to 08 January 1949, Issues 1–11*, p. 38. Also see Ambedkar, *BAWS*, vol. 17, part 1. John Rawls, *The Law of Peoples: With, the Idea of Public Reason Revisited* (Cambridge, MA: Harvard University Press, 2001).
29. Smit Panchbai, *B.R. Ambedkar: Conditions Precedent for the Successful Working of Democracy* (Nagpur: Buddha Nagar, 1976), p. 3.
30. Ambedkar, *BAWS*, vol. 3, pp. 95–115.
31. 25 November 1949 (third reading), *Constituent Assembly of India Debates (Proceedings), Volume XI*.
32. 4 November 1948 speech, *Constituent Assembly of India Debates (Proceedings), Volume XI*.
33. Dr Ambedkar, 27 September 1951, *Constituent Assembly of India Debates (Proceedings), Volume IX*. Also see Ambedkar, *BAWS*, vol. 15, p. 784.
34. For details, see Aakash Singh Rathore, *B.R. Ambedkar: A Biography* (HarperCollins, forthcoming).
35. Suraj Yengde, *Caste Matters*, pp. 79–80.

36. Som Raj Gupta, Śankarācārya, *The Word Speaks to the Faustian Man: Buhadaranyaka Upanisad*, vol. 5 (Delhi: Motilal Banarasidass Publishers, 2008).
37. Ambedkar, *Riddles in Hinduism: The Annotated Critical Selection*, pp. 173–77.
38. Ambedkar, *Riddles in Hinduism: An Exposition to Enlighten the Masses, BAWS*, vol. 4, p. 284.
39. Ambedkar, *BAWS*, vol. 3, p. 462.
40. Ambedkar, 'Buddha and Karl Marx', audio.
41. B.R. Ambedkar, *The Buddha and His Dhamma: A Critical Edition*, edited, introduced and annotated by Aakash Singh Rathore and Ajay Verma.
42. Ambedkar, *Riddles in Hinduism: An Exposition to Enlighten the Masses, BAWS*, vol. 4, p. 284.
43. B.R. Ambedkar, *The Buddha and His Dhamma: A Critical Edition*, edited, introduced and annotated by Aakash Singh Rathore and Ajay Verma, p. 129.

5. மாண்பு: உணவு அல்ல மரியாதை

1. 'Karachi Resolution (1931)', https://www.constitutionofindia. net/historical_constitutions/karachi_resolution__1931__1st%20 January%20 1931.
2. https://www.constitutionofindia.net/historical_constitutions/ karachi_resolution 1931 1st%20January%201931.
3. B.R. Ambedkar, *Waiting for a Visa* (circa 1937), Chapter 1 of Part V, in *Dr. Babasaheb Ambedkar: Writings and Speeches*, vol. 12, p. 670.
4. M.N. Roy, *Constitution of Free India: A Draft* (Radical Democratic Party [India], 1944).
5. *Draft Constitution of the Indian Republic*, foreword by Jayprakash Narayan (Socialist Party [India], 1948).
6. Shriman Narayan Agarwal, *The Gandhian Constitution of Free India*, foreword by M. K. Gandhi.
7. Ibid., p. 58, https://www.constitutionofindia.net/historical_ constitutions/gandhian_constitution_for_free_india__shriman_ narayan_agarwal 1946 2nd%20April%201945#_ednref73.
8. M.K. Gandhi, *Autobiography: The Story of My Experiments with Truth* (Boston: Beacon Press, 2015).
9. M.K. Gandhi, *Autobiography*, p. 264.
10. 'The Brahman was his mouth, of both his arms was the Rājanya made. His thighs became the Vaiśya, from his feet the Śūdra was produced'. Hymn 90, the Purusha Sukta, https://sacred-texts.com/ hin/rigveda/rv10090.htm.
11. *Constituent Assembly Debates*, Book no. 3, p. 39.

12. It is precisely this ghetto that serves as the setting for Baburao Bagul's short stories (*When I Hid My Caste: Stories*, translated by Jerry Pinto, New Delhi: Speaking Tiger, 2018) that puncture the myth of the romantic village ideal, plainly revealing that such an ideal could only be envisioned by myopic eyes engaged in privileged seeing. But Bagul's fiction is not only free of romanticizing tradition; it is equally free of romanticizing dissent. Of course, many of Bagul's characters are engaged in defying the social roles thrust upon them, and some of them are triumphant (the second story, entitled Bohada—about 'the village Mahar' who irrepressibly asserts himself and ends up dominating a village festival, to the awe and astonishment of everyone—is probably the best example). But for the most part, such revolutions end tragically (the eighth story, Revolt—about a brilliant boy forced to give up his studies to inherit his father's job of cleaning dry toilets with his bare hands—may be the most agonizing example). Bagul's stories thereby dramatize the lesson of all social reform movements: it takes more than a solitary individual, no matter how gifted, to overturn a hydra-headed system of oppression.

13. Ambedkar, 'Outside the Fold', in *The Essential Writings of B.R. Ambedkar*, edited by Valerian Rodrigues (New Delhi: Oxford University Press, 2002), p. 331.

14. Ambedkar, *What Congress and Gandhi Have Done to the Untouchables*, BAWS, vol. 9, p. 285.

15. B. Shiva Rao, *Volume III*, p. 484. 16. Ibid., p. 491.

17. B. Pattabhi Sitaramayya, *Indian Nationalism* (Masulipatam: Kistna Swadeshi Press, 1913), https://www.inc.in/en/leadership/past- party-president/b-pattabhi-sitaramayyaa.

18. B. Shiva Rao, *Volume IV*, p. 5.

19. K.M. Munshi, *Indian Constitutional Documents: Pilgrimage to Freedom, 1902–1950*.

20. Ibid., pp. 193–94.

21. K. C. Markandan, *The Preamble*, p. 33.

22. My own emphasis. D.D. Basu, *Commentary on the Constitution of India: Being a Comparative Treatise on the Universal Principles of Justice and Constitutional Government with Special Reference to the Organic Instrument of India, Volume 1* (Calcutta: S.C. Sarkar, 1961), p. 64.

23. B. Shiva Rao, *Volume IV*, p. 5.

24. B.N. Rau, *India: India's Constitution in the Making* (Calcutta: Orient Longmans, 1960).

25. Stuart Gray, *A Defense of Rule: Origins of Political Thought in Greece and India* (New York: Oxford University Press, 2017).

26. Thomas Hobbes, *Leviathan or The Matter, Forme, & Power of a Common-wealth: Ecclesiasticall and Civill* (London: 1951), I.10.

27. D.D. Basu, *Commentary on the Constitution of India*, p. 64.

28. 'Universal Declaration of Human Rights', Article 1, https://www.un.org/en/universal-declaration-human-rights/.
29. Ambedkar, *States and Minorities*, Chapter 10 in *BAWS*, vol. 1, pp. 425–26, Part II-Clause 2.
30. 'Basic Law', *The Constitution of the Federal Republic of Germany*, https://www.bundesregierung.de/breg-en/chancellor/basic-law-470510.
31. Ambedkar, 'Hindu Social Order: Its Essential Principles', in *BAWS*, vol. 3, pp. 95–96.
32. Ambedkar, *BAWS*, vol. 17, part 1, p. 182.
33. Ambedkar, *Hindus and Want of Public Conscience*, Chapter 9 in *BAWS*, vol. 5, p. 89.
34. Some good work has been done teasing out Kantian elements in Ambedkar's thought. See, for example, Bansidhar Deep, 'B.R. Ambedkar's Philosophy of Religion' in Aakash Singh Rathore ed., *B.R. Ambedkar: The Quest for Justice, Volume V: Religious and Cultural Justice* (Delhi: Oxford University Press, 2020), Chapter 6.
35. Ambedkar, *States and Minorities*, *BAWS*, vol. 1, p. 409.
36. B. Shiva Rao, *Volume III*, p.484.
37. Ambedkar, *What Congress and Gandhi Have Done to the Untouchables*, *BAWS*, vol. 9, p. 285.
38. Ambedkar, 'The Philosophy of Hinduism', in *BAWS*, vol. 3, p. 48.
39. Ambedkar, *What Congress and Gandhi Have Done to the Untouchables*, in *BAWS*, vol. 9 pp. 235–26.
40. Dhananjay Keer, *Dr. Ambedkar, Life and Mission*, p. 557.
41. Eknath Awad, *Strike a Blow to Change the World*, translated by Jerry Pinto (New Delhi: Speaking Tiger, 2018).
42. Frantz Fanon, *The Wretched of the Earth*, translated by Richard Philcox (New York: Grove Press, 2004).
43. Eknath Awad, *Strike a Blow*, p. 209. 44. Ibid., pp. 182–83.
45. Ibid., p. 118.
46. Daya Pawar, *Baluta*, translated by Jerry Pinto (New Delhi: Speaking Tiger, 2015), p. 95.
47. Ibid., p. 253.
48. Ibid., p. 133.
49. The Municipal Board of Mahad, Maharashtra, passed an order to open the public water tank of Mahad city to all communities in 1926. Prior to this, the untouchables were not allowed to use water from the Mahad tank. This order was opposed by so-called 'high caste' Hindus and in response, Ambedkar called for a satyagraha of ten thousand untouchables to support the decision of the Municipal Board, at Mahad on March 20, 1927. They marched to the tank

and asserted their right to drink and take water from it. It came to be known as Mahad Satyagraha and was the first such collective protest of untouchables led by Ambedkar. Now, March 20 is observed as Social Empowerment day in India every year to commemorate the Mahad Satyagraha. A full account of these events and their significance is painstakingly documented in Anand Teltumbde's *Mahad: The Making of the First Dalit Revolt* (Delhi: Aakar, 2016).

50. Ambedkar, *What Congress and Gandhi Have Done to the Untouchables*, BAWS, vol. 9, pp. 212–13.

6. நாடு: ஒரு மாயையின் வருங்காலம்

1. B. Shiva Rao, *Volume III*, p. 484. 2. Ibid., p. 489.
3. Ibid., p. 491.
4. 25 November 1949, *Constituent Assembly of India Debates (Proceedings)- Volume XI*.
5. B. Shiva Rao, *Volume IV*, p. 5.
6. N.V. Gadgil, *Dr. Ambedkar and Democracy*, edited by Christopher Jaffrelot and Narender Kumar (Delhi: Oxford University Press, 2018), p.125.
7. Ibid.
8. B.R. Ambedkar, *What Congress and Gandhi Have Done to the Untouchables*.
9. 17 December 1946, *Constituent Assembly Debates (Proceedings)- Volume I*, p. 38.
10. *Constituent Assembly Debates: Official Report, Volume 7: 04 November to 08 January 1949, Issues 1–11*, p. 38.
11. Ambedkar, *Buddhist Revolution and Counter Revolution in Ancient India*, edited by D.C. Ahir.
12. 25 November 1949, *Constituent Assembly of India Debates (Proceedings)- Volume XI*.
13. Ambedkar, *Federation versus Freedom*, Chapter 8 in *BAWS*, vol. 1.
14. 9 November 1948, *Constituent Assembly of India Debates (Proceedings)- Volume VII*.
15. *Constituent Assembly Debates: Official Report, Volume 7: 04 November to 08 January 1949, Issues 1–11*, p. 38.
16. 25 November 1949, *Constituent Assembly of India Debates (Proceedings)- Volume XI*.
17. Christopher Jaffrelot and Narender Kumar, eds., *Dr. Ambedkar and Democracy*, p. 228.
18. 25 November 1949, *Constituent Assembly of India Debates (Proceedings)- Volume XI*.
19. Rabindranath Tagore, *Ghare Baire*, http://www.gutenberg.org/ebooks/7166.

20. Ambedkar, *States and Minorities*, Chapter 10 in *BAWS*, vol. 1, p. 427.
21. Rabindranath Tagore, *Nationalism*, https://archive.org/details/nationalism00tagorich.
22. Cited in Ambedkar, *Pakistan, or the Partition of India: The Indian Political What's What!* (1945), *BAWS*, vol. 8, p. 142.
23. Ibid., p. 31.
24. M.K. Gandhi, *Hind Swaraj and Other Writings*, edited by Anthony Parel, (Cambridge: Cambridge University Press, 1997).
25. M.K. Gandhi, *Hind Swaraj and Other Writings*, p. 1.
26. Ibid., p. 71.
27. Shradhananda Sanyasi, cited in Ambedkar, *BAWS*, vol. 5, p. 306.
28. V.D. Sawarkar, *Hindutva: Who is a Hindu* (Bombay: Hindi Sahitya Sadan, 2012).
29. Vaibhav Purandare, *Savarkar: The True Story of the Father of Hindutva* (Delhi: Juggernaut, 2019), p. 177.
30. M.S. Gowalkar, *We or Our Nationhood Defined* (Nagpur: Bharat Prakashan, 1944).
31. Ibid.
32. Sukhadeo Thorat, in *Dr. Ambedkar and Democracy*, p. xviii
33. Ambedkar, cited in Christopher Jaffrelot and Narender Kumar, eds., p. 57
34. Ambedkar, *Annihilation of Caste*, Chapter 2 in *BAWS*, vol. 1, p. 79.
35. B. Shiva Rao, *Volume III*, p.491.
36. Rao, *Volume IV*, p. 5.

முடிவுரை

1. *Constituent Assembly of India Debates (Proceedings)-Volume XI*, https://www.constitutionofindia.net/constitution_assembly_debates/volume/11/1949-11-25?paragraph_number=325%2C326%2C328%2C290%2C329%2C292.
2. B. Shiva Rao, *Volume III*, p. 484.

உதவிய நூல்கள்

Agarwal, Shriman Narayan, *The Gandhian Constitution of Free India*, foreword by M.K. Gandhi. Allahabad: Kitabistan, 1946, https://www.constitutionofindia.net/historical_constitutions/ gandhian_constitution_for_free_india__shriman_narayan_ agarwal 1946 2nd%20April%20 1945#_ednref73.

Ahir, D.C., *Dr. Ambedkar's Vision of Dhamma: An Assessment*. New Delhi: B.R. Publishing, 1998.

Ahir, D.C, *Buddhism and Ambedkar*. New Delhi: B.R. Publishing, 2004. Ahir, D.C., ed., *Selected Speeches of Dr. B.R. Ambedkar (1927–1956)*. New Delhi: Blumoon Books, 1997.

Aloysius, G., *Nationalism without a Nation in India*. New Delhi: B.R. Publishing Corporation, 1997.

Aloysius, G., *Religion as Emacipatory Identity*. New Delhi: New Age International, 1998.

Ambedkar, B.R., *Annihilation of Caste* (1936), Chapter 2 in *Dr. Babasaheb Ambedkar: Writings and Speeches* (BAWS), vol. 1 (1979). Ambedkar, B.R., *Autobiographical Notes*. Pondicherry: Navayana, 2003. Ambedkar, B.R., *Bahishkrut Bharat* (29 July 1927), cited in Dhananjay Keer, *Dr Ambedkar, Life and Mission*. Bombay: Popular Prakashan,1962.

Ambedkar, B.R., *BAWS*, vol. 10, October 1991. Ambedkar, B.R., *BAWS*, vol. 13, 1994.

Ambedkar, B.R., *BAWS*, vol. 15, 1997.

Ambedkar, B.R., *BAWS*, vol. 17, part 3, 2003.

Ambedkar, B.R., BBC Interview, 1955, https://www.youtube.com/watch?v=omGcgEstVIE.

Ambedkar, B.R., *Buddha and Karl Marx* (an address to All India Radio, 1954), Chapter 18 in B.R. Ambedkar, B.R., *BAWS*, vol. 3, April 1987. Ambedkar, B.R., *Buddhist Revolution and Counter Revolution in Ancient India*, edited by D.C. Ahir. Delhi: Buddhist World Press, 1996.

Ambedkar, B.R., BAWS. Bombay: Education Department, Government of Maharashtra.

Ambedkar, B.R., *Federation versus Freedom*, Chapter 8 in *BAWS*, vol. 1, 1979.

Ambedkar, B.R., *Hindu Social Order*, Chapters 2 and 3 in *BAWS*, vol. 3, April 1987.

Ambedkar, B.R., *Hindus and Want of Public Conscience*, Chapter 9 in *BAWS*, vol. 5, 1989.

Ambedkar, B.R., *Memorandum on the Safeguards for the Scheduled Castes submitted to the Constituent Assembly on behalf of the All India Scheduled Castes Federation*, 1947.

Ambedkar, B.R., *Pakistan, or the Partition of India: The Indian Political What's What!*, 1945; *BAWS*, vol. 8, 1990.

Ambedkar, B.R., *Riddles of Hinduism: An Exposition to Enlighten the Masses*, *BAWS*, vol. 4, October 1987.

Ambedkar, B.R., *Riddles of Hinduism: The Annotated Critical Selection*, introduced by Kancha Illaiah. New Delhi: Navayana, 2016.

Ambedkar, B.R., *The Buddha and His Dhamma*, *BAWS*, vol. 11, 1992. Ambedkar, B.R., *The Buddha and His Dhamma: A Critical Edition*, edited, introduced and annotated by Aakash Singh Rathore and Ajay Verma. New Delhi: Oxford University Press, 2011.

Ambedkar, B.R., *The Philosophy of Hinduism*, Chapter 1 in *BAWS*, vol.3, April 1987.

Ambedkar, B.R., *Waiting for a Visa* (circa 1937), Chapter 1 of Part V, in *BAWS*, vol. 12, 1993.

Ambedkar, B.R., *What Congress and Gandhi Have Done to the Untouchables*, *BAWS*, vol. 9, January 1991.

Ambedkar, B.R., *Conditions Precedent for the Successful Working of Democracy*. Nagpur: Panchbai, 1976.

Ambedkar, B.R., *Selected Works of Dr BR Ambedkar*, https:// drambedkarbooks.files.wordpress.com/2009/03/selected-work-of- dr-b-r-ambedkar.pdf.

Awad, Eknath, *Strike a Blow to Change the World*, translated by Jerry Pinto. New Delhi: Speaking Tiger, 2018.

B. Pattabhi Sitaramayya, *Indian Nationalism*. Masulipatam: Kistna Swadeshi Press, 1913, https://www.inc.in/en/leadership/past- party-president/b-pattabhi-sitaramayyaa.

Basu, D.D., *Commentary on the Constitution of India: Being a Comparative Treatise on the Universal Principles of Justice and Constitutional Government with Special Reference to the Organic Instrument of India, Volume 1*. Calcutta: S.C. Sarkar, 1961.

Baxi, Upendra, 'Justice as Emancipation: The Legacy of Babasaheb Ambedkar', in Upendra Baxi and Bhikhu Parekh (eds.), *Crisis and Change in Contemporary India*. New Delhi: Sage, 1995.

Baxi, Upendra, 'Emancipation as Justice: Legacy and Vision of Dr. Ambedkar' in K.C. Yadav, ed., *From Periphery to Center Stage, Ambedkar, Ambedkarism & Dalit Future*. New Delhi: Manohar, 2000.

Chakrabarty, Bidyut, *Confluence of Thought: Mahatma Gandhi and Martin Luther King Jr*. New York: Oxford University Press, 2006.

Chakrabarty, Bidyut, *The Socio-Political Ideas of B.R. Ambedkar*. London: Routledge, 2019.

Chakrabarty, Bidyut, *India's Constitutional Identity*. London: Routledge, 2019.

Chapalgaonker, Narendra, *Mahatma Gandhi and the Indian Constitution*. New Delhi: Routledge, 2016.

Chatterjee, Partha, 'Anderson's Utopia', *Diacritics, vol.* 29, no. 4, Grounds of Comparison: Around the Work of Benedict Anderson, Winter, 1999, pp. 128–34.

Chatterjee, Partha, 'Beyond the Nation or Within', *Social Text*, no. 56, Autumn, 1998, pp. 57–69.

Chatterjee, Partha, *Nationalist Thought and the Colonial World* in Partha Chatterjee, *The Partha Chatterjee Omnibus*. New Delhi: Oxford University Press, 1999.

Chowdhuri, Satyyabarata Rai, *Leftist Movements in India, 1917–1947*. Calcutta: Minerva Associates, 1977.

Constituent Assembly Debates, (set of five books). Lok Sabha Secretariat: Government of India, 2014.

Constituent Assembly Debates, Official Report, Book 1. New Delhi: Lok Sabha Secretariat, Government of India, 2014.

Constituent Assembly Debates: Official Report, Volume 10, 17 October 1949.

Constituent Assembly Debates: Official Report, Volume 7: 04 November to 08 January 1949, Issues 1–11. Lok Sabha Secretariat: Government of India, 2014.

Contursi, Janet A., 'Militant Hindus and Buddhist Dalits: Hegemony and Resistance in an Indian Slum', *American Ethnologist*, vol. 16, no. 3, August 1989, pp. 442–557.

Coward, Harold G., *Indian Critiques of Gandhi* (SUNY series in Religious Studies). New York: State University of New York Press, 2003.

Davids, Rhys, *Dialogues of the Buddha*, in the series Sacred Books of the Buddhists, translated from the Páli of the *Dìgha Nikáya Sutta* numbers 3 and 5 by T.W. Rhys Davids. London: Páli Text Society, 1899.

Dewey, John, *Democracy and Education: An Introduction to the Philosophy of Education*. New York: The MacMillan Company, 1921.

Dirks, Nicholas B., *Castes of Mind: Colonialism and the Making of Modern India*. Princeton: Princeton University Press, 2001.

Draft Constitution of the Indian Republic, foreword by Jayprakash Narayan (Socialist Party India, 1948).

Draft Constitution of the Republic of India (Socialist Party, 1948), remarks, https://www.constitutionofindia.net/historical_ constitutions/draft_ constitution_of_the_republic_of_india__ socialist_party 1948 1st%20 January%201948.

Eleanor Zelliot, 'The American Experience of Dr. B.R. Ambedkar (1977)' in Eleanor Zelliot, *From Untouchable to Dalit: Essays on the Ambedkar Movement*. New Delhi: Manohar, 1996.

Engels, Friedrich, *The Origins of the Family, Private Property and the State*. London: Lawrence and Wishart, 1972.

Engels, Friedrich and Karl Marx, *Revolution and Counter-Revolution in Germany*, edited by Eleanor Marx Aveling. New York: Swan Sonnenschein & Co., 1896.

Fanon, Frantz, *The Wretched of the Earth*, translated from French (1961) by Richard Philcox, preface by Jean-Paul Sartre, foreword by Homi K. Bhabha. New York: Grove Press, 2004.

Feuer, Lewis S., ed., *Marx and Engles: Basic Writings on Politics and Philosophy*. New York: Anchor Books, 1959.

Gandhi, M.K., 'A Vindication of Caste by Mahatma Gandhi' in 'Annihilation of Caste With a Reply to Mahatma Gandhi (1936)', *Ambedkar.org*, 2006 / Dr. B.R. Ambedkar, Dalit E-Forum, http:// www.ambedkar.org, 1 April 2008.

Gandhi, M.K., 'Ambedkar's Indictment–II (1936)', in *The Collected Works of Mahatma Gandhi*, vol. LXIII. Ahmedabad: Navajivan Trust, 1963.

Gandhi, M.K., 'Hind Swaraj or Indian Home Rule (1908)', in *The Collected Works of Mahatma Gandhi*, vol. X. Ahmedabad: Navajivan Trust, 1963.

Gandhi, M.K., 'Letter to B.R. Ambedkar (1933)', in Aravinda Malagatti, et al, ed., *What Gandhi Says about Ambedkar*. Mysore: Prasaranga, 2000.

Gandhi, M.K., 'Letter to M.A. Jinnah (1944)' in Aravinda Malagatti, et al, ed., *What Gandhi Says about Ambedkar*. Mysore: Prasaranga, 2000.

Gandhi, M.K., *Autobiography: The Story of My Experiments with Truth*. Boston: Beacon Press, 2015.

Gandhi, M.K., *Collected Works of Mahatma Gandhi* (1958–94), vol. 84, p. 272, www.gandhiserve.org/cwmg/VOL084.PDF.

Gandhi, M.K., *Hind Swaraj and Other Writings*, edited by Anthony Parel. Cambridge: Cambridge University Press, 1997.

Ganguly, Debjani, 'Buddha, Bhakti and Superstition: A Post-Secular Reading of Dalit Conversion,' *Postcolonial Studies*, vol. 7, no. 1, 2004, pp. 49–62.

Ganguly, Debjani, *Caste, Colonialism and Counter-Modernity: Notes on the Postcolonial Hermeneutics of Caste*. New York: Routledge, 2005.

Garfield, Jay L., trans. and commentary, *The Fundamental Wisdom of the Middle Way: Nāgārjuna's Mūlamadhyamakakārikā*. New York: Oxford University Press, 1995.

Geetha, V. and S.V. Rajadurai, *Towards a Non-Brahmin Millenium: From Iyothee Thass to Periyar*. Calcutta: Samya, 1998.

Gibbon, Edward, *Decline and Fall of the Roman Empire*. Hertfordshire: Wordsworth Classics, 1998.

Goldman, Robert P., 'Transsexualism, Gender, and Anxiety in Traditional India', *Journal of the American Oriental Society*, vol. 113, no. 3, July–September 1993, pp. 374–401.

Gowalkar, M.S., *We or Our Nationhood Defined*. Nagpur: Bharat Prakashan, 1944.

Gray, Stuart, *A Defense of Rule: Origins of Political Thought in Greece and India*. New York: Oxford University Press, 2017.

Gupta, Som Raj, Śankarācārya, *The Word Speaks to the Faustian Man: Buhadaranyaka Upanisad*, vol. 5. Delhi: Motilal Banarasidass Publishers, 2008.

Guru, Gopal, 'The Man who Thought Differently: An Inquiry into the Political Thinking of Dr. Ambedkar', in K.C. Yadav, ed., *From Periphery to Centre Stage: Ambedkar, Ambedkarism and Dalit Future*. New Delhi: Manohar, 2000.

Hay, Stephen, 'The Making of a Late-Victorian Hindu: M. K. Gandhi in London, 1888–1891', *Victorian Studies*, vol. 33, no. 1, 1989, pp.75–98.

Hegel, G.W.F., *The Philosophy of History*, translated by J. Sibree. New York: Cosimo Classics, 2007.

Hobbes, Thomas, *Leviathan or The Matter, Forme, & Power of a Common-wealth: Ecclesiasticall and Civill*. St. Pauls Church Yard: London, 1951.

Jaffrelot, Christophe, *Dr. Ambedkar and Untouchability: Analyzing and Fighting Caste*. Delhi: Permanent Black, 2005.

Jaffrelot, Christopher and Narender Kumar, eds., *Dr Ambedkar and Democracy*. Delhi: Oxford University Press, 2019.

Jatava, D.R., *The Critics of Dr. Ambedkar*. Jaipur: Surabhi Publications, 1997.

Jayal, Niraja, *Citizenship and Its Discontents: An Indian History*. Delhi: Orient BlackSwan, 2015.

Jodhka, Surinder S., 'Nation and Village: Images of Rural India in Gandhi, Nehru and Ambedkar', *Economic and Political Weekly*, vol. 37, no. 32, 2002, pp. 3343–54.

Junghare, Indira Y., 'Dr. Ambedkar: The Hero of the Untouchables, Ex-Untouchables of India', *Asian Folklore Studies*, vol. 47, no. 1, 1988, pp. 93–121.

Kadam, K.N., *Dr. Babasahed Ambedkar and the Significance of his Movement*. Bombay: Popular Prakashan, 1991.

Kasbe, Raosaheb, 'The Ambedkarian Ideology: A Perspective' in K.C. Yadav, ed., *From Periphery to Center Stage, Ambedkar, Ambedkarism & Dalit Future*. New Delhi: Manohar, 2000.

Keer, Dhananjay, *Dr. Ambedkar: Life and Mission*. Bombay: Popular Prakashan, 1954.

Keller, Werner, *The Bible as History*. London: Hodder and Stoughton, 1955.

Mahajan, Gurpreet, *India: Political Ideas and the Making of a Democratic Discourse*. New York: Zed Books, 2013.

Markandan, K.C., *The Preamble: Key to the Mind of the Makers of the Indian Constitution*. Delhi: National, 1984.

Mookerjee, Satkari, *The Buddhist Philosophy of Universal Flux*. Delhi, Motilal Banarsidass, 2017.

Munshi, K.M., *Indian Constitutional Documents: Pilgrimage to Freedom, 1902–1950*. Bombay: Bharatiya Vidya Bhavan, 1967.

Narasu, Pokala Laxmi, *The Essence of Buddhism*. New Delhi and Chennai: Asian Educational Services, 1912.

Newbigin, E., 'B.R. Ambedkar's Code Bill: Caste, Marriage and Postcolonial Indian Citizenship', in *The Hindu Family and the Emergence of Modern India: Law, Citizenship and Community (Cambridge Studies in Indian History and Society)*. Cambridge: Cambridge University Press, 2013.

Omvedt, Gail, 'Ambedkar as a Human Rights Leader', Ambedkar.org, 15 April 2002 / Commentary, Dalit E-Forum, http://ambedkar.org/gail/AmbedkarAs.htm, 1 April 2008.

Omvedt, Gail, 'Undoing the Bondage: Dr. Ambedkar's Theory of Dalit Liberation' in K. C Yadav, ed., *From Periphery to Centre Stage: Ambedkar, Ambedkarism and Dalit Future*. New Delhi: Manohar, 2000.

Omvedt, Gail, *Ambedkar: Towards an Enlightened India*. New Delhi: Penguin, 2004.

Omvedt, Gail, *Dalit Visions: The Anti-Caste Movement and the Construction of an Indian Identity*. New Delhi: Orient Longman Private Limited, 2006.

Omvedt, Gail, *Dalits and the Democratic Revolution: Dr. Ambedkar and the Dalit Movement in Colonial India*. London: Sage Publications, 1994.

Pawar, Daya, *Baluta*, translated by Jerry Pinto. New Delhi: Speaking Tiger, 2015.

Purandare, Vaibhav, *Savarkar: The True Story of the Father of Hindutva*.Delhi: Juggernaut, 2019.

Pyarelal (Nayyar) 'The Epic Fast (1932)' in Homer A. Jack, ed., *The Gandhi Reader: A Source Book*. Bloomington: Indiana University Press, 1956.

Pyarelal, *Mahatma Gandhi on Human Settlements*. Ahmedabad: Navajivan, 1977.

Queen, Christopher S. and Sallie B. King, *Engaged Buddhism: Buddhist Liberation movements in Asia*. Albany: State University of New York, 1996.

Rabindranath Tagore, *Nationalism*, https://archive.org/details/nationalism00tagorich.

Rajagopalachari, C., *Ambedkar Refuted*. Bombay: Hind Kitabs, 1946. Rau, B.N., *India: India's Constitution in the Making*. Calcutta: Orient Longman, 1960.

Rao, B. Shiva, ed., *The Framing of India's Constitution, Select Documents, Volume III*. Bombay: N.M. Tripathi, 1968.

Rathore, Aakash Singh and Silika Mohapatra, eds., *Indian Political Thought: A Reader*. London: Routledge, 2010.

Rathore, Aakash Singh, *A Philosophy of Autobiography: Body & Text*. New York: Routledge, 2019.

Rathore, Aakash Singh, ed., *B.R. Ambedkar: The Quest for Justice* (five volumes). Oxford University Press, 2020.

Rathore, Aakash Singh, *Indian Political Theory: Laying the Groundwork for Svaraj.* New York: Routledge, 2017.

Rathore, Aakash Singh, *B.R. Ambedkar: A Biography.* HarperCollins, forthcoming in 2022.

Rathore, Aakash Singh and Rimina Mohapatra, *Hegel's India: A Reinterpretation, with Texts.* Oxford University Press, 2017

Rathore, Aakash Singh and Ajay Verma, *B.R. Ambedkar's The Buddha and His Dhamma: A Critical Edition.* Oxford University Press, 2011. Rathore, Aakash Singh and Sunaina Arya, *Dalit Feminist Theory: A Reader.* Routledge, 2019.

Rathore, Aakash Singh and Ashis Nandy, *Vision for a Nation: Paths and Perspectives.* Penguin, 2019.

Rattu, Nanak Chand, *Last Few Years of Dr. Ambedkar.* New Delhi: Amrit Publishing House, 1997.

Rawls, John, *The Law of Peoples: With, the Idea of Public Reason Revisited.* Cambridge: Harvard University Press, 2001.

Ray, Sibnarayan, ed., *Selected Works of M. N. Roy, Volume IV: 1932– 1936.* New Delhi: Oxford University Press, 1997.

Ray, Sibnarayan, *In Freedoms Quest: Life of M.N. Roy.* Kolkata: Renaissance Publishers, 2005.

Robb, Peter, *A History of India.* New York: Palgrave Macmillan, 2002. Rodrigues, Valerian, *The Essential Writings of B.R. Ambedkar.* New Delhi: Oxford University Press, 2002.

Round Table India, 'Dr Ambedkar Remembers the Poona Pact in an Interview on BBC', 2012, http://roundtableindia.co.in/ index.php?option=com_cont ent&view=article&id=3797:dr- ambedkar-remembers-the-poona-pact-in-an-interview-on-the-bbc- &catid=116:dr-ambedkar&Itemid=128.

Roy, M.N., *Revolution and Counter-Revolution in China.* Kolkata: Renaissance Publishers, 1946.

Roy, M.N., *Constitution of Free India: A Draft* (Radical Democratic Party [India], 1944).

Roy, Samaren, *M.N. Roy: A Political Biography.* New Delhi: Orient Longman Limited, 1997.

S.G. Sardesai, 'Gautam Buddha, Karl Marx and Dr. B.R. Ambedkar (1981)' in A.B. Bardhan, et al, ed., *S. G. Sardesai: Patriot and Communist.* New Delhi: People's Publishing House, 1998.

Sangharakshita, *Ambedkar and Buddhism.* London: Windhorse Publications, 1986.

Sawarkar, V.D., *Hindutva: Who Is a Hindu.* Bombay: Hindi Sahitya Sadan, 2012.

Shastri, Haraprasad, *Mahamahopadhyaya Haraprasad Sastri Memorial Volume*, edited by Narendra Nath Law (available in the National Library of India), cited in Ambedkar, *BAWS*, vol. 3, (1987).

Shourie, Arun, *Worshiping False Gods*. New Delhi: HarperCollins, 2000.

Siderits, Mark, *Buddhism as Philosophy: An Introduction*. England: Ashgate, 2007.

Singh, Upinder, *Political Violence in Ancient India*. Cambridge, London, Massachusetts and England: Harvard University Press, 2017.

Stroud, Scott R., 'Pragmatism and the Pursuit of Social Justice in India: Bhimrao Ambedkar and the Rhetoric of Religious Reorientation', *Rhetoric Society Quarterly*, vol. 46, no. 1, 2016, pp. 5–27, DOI: 10.1080/02773945.2015.1104717, https://www.tandfonline.com/ doi/pdf/ 10.1080/02773945.2015.1104717?needAccess=true.

Syrkin, Alexander, 'On the Beginning of Sutta Pitaka (The Brahmajala Sutta)', in *Orthodoxy, Heterodoxy and Dissent in India*, S.N. Eisenstadt, et al. New York: Mouton publishing, 1984.

Talisse, Robert B., *On Dewey: The Reconstruction of Philosophy*. Belmont: Wadsworth Thomson learning, 2000.

Tartakov, Gary Michael, 'Art and Identity: The Rise of a New Buddhist Imagery', *Art Journal*, vol. 49, no. 4, New Approaches to South Asian Art, 1990, pp. 409–16.

Taylor, R. W., 'The Ambedkarite Buddhists', in T.S. Wilkinson and M.N. Thomas, ed., *Ambedkar and the Neo-Buddhist Movement*. Madras: Christian Literature Society, 1972.

Teltumbde, Anand, *Republic of Caste: Thinking Equality in the Time of Neoliberal Hindutva*. New Delhi: Navayana, 2018.

Thapar, Romila, *A History of India, Volume One*. New Delhi: Penguin History, 1957.

The Constitution of the Federal Republic of Germany, https://www.bundesregierung.de/breg-en/chancellor/basic-law-470510.

Universal Declaration of Human Rights, https://www.un.org/en/ universal-declaration-human-rights/.

Vajpayi, Ananya, *Righteous Republic: The Political Foundations of Modern India*. Cambridge: Harvard University Press, 2012.

Viswanathan, Gauri, *Outside the Fold: Conversion, Modernity, and Belief*. Princeton: Princeton University, 1998.

Wilkinson, T.S. and M.N. Thomas, ed., *Ambedkar and the Neo-Buddhist Movement*. Madras: Christian Literature Society, 1972.

Yadav, K.C., ed., *From Periphery to Center Stage, Ambedkar, Ambedkarism & Dalit Future*. New Delhi: Manohar, 2000.

Yengde, Suraj, *Caste Matters*. New Delhi: Penguin, 2019.

Zelliot, Eleanor, 'Chokhamela and Eknath: Two Bhakti Modes of Legitimacy for Modern Change (1980)' in Eleanor Zelliot, ed., *From Untouchable to Dalit: Essays on the Ambedkar Movement*. New Delhi: Manohar, 1996.

Zelliot, Eleanor, 'Learning the Use of Political Means: The Mahars of Maharashtra (1970)' in Eleanor Zelliot, ed., *From Untouchable to Dalit: Essays on the Ambedkar Movement*. New Delhi: Manohar, 1996.

Zelliot, Eleanor, 'The Nineteenth Century Background of the Mahar and Non-Brahman Movements in Maharashtra (1970)' in Eleanor Zelliot, ed., *From Untouchable to Dalit: Essays on the Ambedkar Movement*. New Delhi: Manohar, 1996.

Zelliot, Eleanor, *Ambedkar's World*. New Delhi: Navayana, 2013. Zelliot, Eleanor, *Dr. Babasaheb Ambedkar and the Untouchable Movement*. New Delhi: Blumoon Books, 2004.

Zelliot, Eleanor, *From Untouchable to Dalit: Essays on the Ambedkar Movement*. New Delhi: Manohar, 1996.